भारतीय संस्कृतीची तोंडओळख

भालचंद्र धामणे

भारतीय संस्कृतीची तोंडओळख

भालचंद्र धामणे

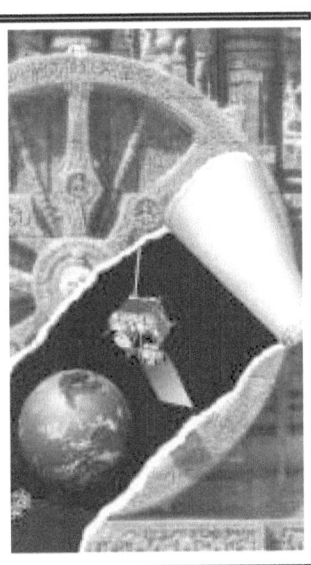

दिलीपराज प्रकाशन प्रा. लि.

२५१ क, शनिवार पेठ, पुणे - ४११ ०३०

भारतीय संस्कृतीची तोंडओळख
Bharatiya Sanskrutichi Tondolakh

प्रकाशक

श्री. राजीव दत्तात्रय बर्वे
मॅनेजिंग डायरेक्टर,
दिलीपराज प्रकाशन प्रा. लि.,
२५१ क, शनिवार पेठ,
पुणे - ४११ ०३०

© श्रीमती वैजयंती भा. धामणे

प्रथमावृत्ती-
१५ ऑगस्ट २०१०

प्रकाशन क्रमांक -
१८०६

टाईपसेटिंग
पितृछाया मुद्रणालय,
९०९, रविवार पेठ,
पुणे - ४११ ००२

मुखपृष्ठ-
सुहास चांडक

ISBN -
978 - 81- 7294 - 813 - 9

'दिलीपराज प्रकाशन प्रा. लि.'च्या नवीन पुस्तकांची यादी व माहिती हवी असल्यास आपला पत्ता, दूरध्वनी क्रमांक किंवा Email आमच्या *diliprajprakashan@yahoo.in* या Email address वर पाठवावा किंवा आमच्याशी दूरध्वनी क्रमांक फॅक्ससहित : ०२०-२४४८३९९५/ २४४९५३१४/२४४७१७२३ यावर संपर्क साधावा.
आमच्या वेबसाईटला एकदा अवश्य भेट द्या.
Website: *www.diliprajprakashan.com*

माझी आई स्व. यमुनाबाई तानीराम धामणे व
वडील स्व. तानीराम बापूशेठ धामणे यांच्या चरणी हे
पुस्तक समर्पित.

प्रास्ताविक

सुमारे १३/१४ वर्षांपूर्वी (वयाच्या ५५ व्या वर्षी) सहजच मनात एक जिज्ञासा निर्माण झाली, की आपल्या प्राचीन भारताचे सत्य स्वरूप कोणते असेल? अर्थातच, ही जिज्ञासा बालपणापासूनच होती.

माझ्या लहानपणी माझे आजोबा, वडील हे नेहमी चातुर्मासांत निरनिराळ्या पोथ्या वाचत असत. त्यांत राम, कृष्ण, पांडव यांच्या व इतर पौराणिक कथा असत. रामविजय, हरिविजय, पांडवप्रताप, भक्तिविजय वगैरे.

त्यात अतिशयोक्ती असे. त्यामुळे खरा इतिहास किंवा संस्कृतीची ओळख होत नसे.

त्यामुळे भारतीय संस्कृती व सत्य इतिहास जाणून घ्यावा, असे तेव्हापासूनच वाटत होते; परंतु त्याला मुहूर्त लागला वयाच्या ५५ व्या वर्षी.

त्यानंतर मात्र त्या दृष्टीने वाटचाल सुरू केली. वर्तमानपत्रांतील लेख, आर्टिकल्स, टीव्हीवरील प्रवचने, विविध वक्त्यांच्या भाषणाचा गोषवारा यांची टिपणे घेण्यास सुरुवात केली. त्यानंतर पूज्य आठवलेशास्त्री यांची ग्रंथसंपदा, डॉ. शंकरशास्त्री अभ्यंकर यांचे ग्रंथ, डॉ. ग. श्री. खैरे, सानेगुरुजी, आ. विनोबा भावे, पू. गगनगिरी महाराज, पू. अण्णासाहेब मोरे वगैरेंच्या ग्रंथांचा अभ्यास सुरू केला.

सर्वांत मदत झाली ती डॉ. कश्यपे यांच्या लेखमालेची.

त्याचप्रमाणे वर्तमानपत्रांमधील विविध ग्रंथांच्या, पुस्तकांच्या जाहिराती येत; ती पुस्तके मागविली. अठरा पुराणांचा अभ्यास केला.

वेद वगैरे मात्र शक्य नव्हते. कारण या वयात त्यांचा अभ्यास करणे शक्यही नव्हते. परंतु ज्यांनी त्यांचा सखोल अभ्यास केलेला आहे, त्यांच्या ज्ञानाचा मी फायदा उचलला. मुळात मी विज्ञानाची आवड व अभ्यासक असलेला विद्यार्थी. शिक्षणानंतर अनेक वैज्ञानिक ग्रंथांचे वाचन व अभ्यास करीत होतो. खगोलशास्त्र हा माझा आवडीचा विषय होता.

वैज्ञानिक दृष्टिकोन असल्यामुळे साहजिकच आपल्या

इतिहासाच्या मुळात जाण्याचा प्रयत्न करू लागलो व जमेल तशी टिपणे केली. यातच ४/५ वर्षे गेली.

त्यानंतर किडनीच्या आजाराने दोन वर्षे गेली. एक किडनी काढावी लागली. त्यानंतर मात्र नुसती टिपणे नकोत, म्हणून लिहावयास सुरुवात केली आणि पहिली वैज्ञानिक कादंबरी '**सूर्यमंडळाकडून नक्षत्रमंडळाकडे**' ही लिहिली.

त्यानंतर श्रीमद्भगवद्गीतेविषयी आसक्ती निर्माण झाली आणि तिचा धार्मिक, आध्यात्मिक, वैज्ञानिक व आधुनिक दृष्टिकोनांतून अभ्यास केला. दहाव्या अध्यायापर्यंत सुमारे २०० पाने भाष्य लिहिले.

मध्यंतरी भारतीय संस्कृतीची महत्त्वाची टिपणे असलेले बाड नाशिकच्या एका मित्राने वाचावयास नेले. दुर्दैवाने त्याचे हृदयविकाराने अकस्मात निधन झाले. ते बाड परत मिळण्याची आशा कमकुवत झाली. परंतु, अचानक त्याच्या घरच्यांनी त्या बाडावरील माझे नाव बघून ते मला परत केले. यासाठी माझे एक मित्र डॉ. कुऱ्हाडकरांची खूपच मदत झाली.

माझ्या आशा पुन्हा पल्लवित झाल्या. मध्यंतरी गीतेतील ज्ञान-विज्ञान-योग, विभूती-योग, यामुळे पुन्हा आपल्या भारतीय संस्कृतीत खोलवर जावे, असे वाटू लागले होतेच. त्याच वेळी ते हरवलेले बाड परत मिळाले आणि नंतर सतत ३ महिने राबून हे लिखाण पूर्ण केले.

भलेही हे प्रसिद्ध होवो, न होवो; परंतु मानसिक, आत्मिक समाधान मात्र अपरंपार प्राप्त झाले.

कदाचित माझ्या या लिखाणात काही त्रुटीही राहिल्या असतील, काही ठिकाणी एकांगीपणाही आला असेल; परंतु आपल्या पारंपरिक रुढीप्रिय विचारांना, समजुतींना व सवयींना; त्याचप्रमाणे प्राचीन भारतीय संस्कृती व इतिहासाविषयी अकारण अपसमज असणाऱ्यांना विचारांची एक नवीन दिशा नक्कीच मिळू शकेल.

सध्या तरुण पिढीची वाचनाची आवड कमी होत चाललेली आहे. जिज्ञासूपणा व अभ्यासूवृत्तीही कमी दिसत आहे. परंतु त्यांतील शंभरातील एकाला जरी हे पुस्तक वाचण्याची इच्छा झाली, तरी माझे श्रम व कष्ट सार्थकी लागले, असे समजेन.

या सर्व कार्यात मोलाचे सहकार्य झाले असेल ते माझी पत्नी सौ. वैजयंती हिचे. त्यामुळे तिचा खास उल्लेख केल्याशिवाय राहवत नाही.

–भालचंद्र धामणे

मनोगत

कै. भालचंद्र धामणे हे माझे मामा. माझ्या मामांचा सहवास मला बरीच वर्षे लाभला. माझे शिक्षणही मामांच्या गावी म्हणजे नांदगावलाच झाले. माझ्यावर त्यांचा विशेष प्रभाव होता. त्यांची रोजची दिनचर्या अत्यंत शिस्तबद्ध होती. त्यांचे सतत कुठल्या ना कुठल्या विषयाचे चिंतन चालू असायचे. अशा चिंतनातूनच त्यांच्या हातून भारतीय संस्कृति संबंधाने काही लेखन झाले. हे लेखन त्यांनी सुप्रसिद्ध शास्त्रज्ञ डॉ. जयंत नारळीकर, डॉ. आरती दातार, डॉ. शुक्ल, डॉ. डी. डी. वाणी यांच्यासारख्या चिकित्सक वाचकांकडे पाठवले. हे लेखन वाचून सर्वांचे हेच मत झाले, की मामांचे हे लेखन 'वैदिक संस्कृती' चे उन्नयन करणारे झाले आहे. मामांनीही आपल्या ह्या लेखनकार्यासंबंधाने पुन्हा विचार करण्यास सुरुवात केली. परतुं आजारपणामुळे ते तितके कार्यकुशल राहू शकत नव्हते, त्यामुळे ह्या लेखनाला पुस्तकरूप देण्याची मोठी जबाबदारी त्यांनी माझ्यावर टाकली. त्यांची ही इच्छा पूर्ण करण्यासाठी मी 'दिलीपराज प्रकाशन'चे श्री. राजीव बर्वे यांच्याकडे आलो. त्यांच्यासोबत चर्चा केली. त्यांनी व सौ. मधुमिता बर्वे यांनी आपुलकीने ही जबाबदारी पार पाडली. त्यांच्यामुळेच आज 'भारतीय संस्कृतीची तोंडओळख' हे पुस्तक वाचकांपर्यंत येत आहे. दुर्देवाने माझे मामा आज हयात नाहीत. परंतु माझ्या मामांची इच्छा आज पूर्ण होते आहे याचे मला आंतरिक समाधान आहे.

शेवटी, या पुस्तकासाठी ज्यांचे ज्यांचे मोलाचे सहकार्य लाभले आहे त्या सर्वांना धन्यवाद देतो. श्री. राजीवजी आणि सौ. मधुमिता बर्वे यांच्या प्रती कृतज्ञता व्यक्त करून माझे हे 'वेडेवाकुडे बोल' संपवतो.

- रमेश वाणी

-०० ऋणनिर्देश ००-

१) डॉ. कश्यपे
२) डॉ. शंकरशास्त्री अभ्यंकर
३) पू. पांडुरंगशास्त्री आठवले
४) डॉ. ग. श्री. खैरे
५) श्रद्धेया विमला ठकार
६) पू. गगनगिरी महाराज
७) प्रा. शेवडे महाराज
८) श्रीधर स्वामी
९) आचार्य विनोबा भावे
१०) पू. सानेगुरुजी
११) स्वामी नारायण अक्षर पीठ
१२) पू. अण्णासाहेब मोरे
१३) आचार्य विजयरत्नसुरीजी
१४) प्रा. जितेंद्र नारायण झा
१५) श्री. सोढी तेजासिंगजी
१६) प्रा. शिवाजीराव भोसले
१७) प्रा. यशवंत पाठक
१८) डॉ. यु. म. पठाण

१९) फादर फ्रान्सिस दिब्रिटो
२०) श्री. बाळ विष्णू आपटे
२१) डॉ. प्र. वि. फाटक
२२) सौ. सुशीला देवरस
२३) श्री. श्री. भि. वेळणकर
२४) डॉ. शरद शहा
२५) श्री. अनिल ज. टिकाईत
२६) श्री. ट. वा. लघाटे
२७) श्रीमती पुष्पा त्रिलोकेकर
२८) प्रा. अकोलकर
२९) प्रा. शांतिलालजी शहा
३०) प्रा. चंद्रकांत वर्तक
३१) सौ. कंचन सेठी
३२) श्री. यशवंत रायकर
३३) डॉ. य. म. बर्वे
३४) पूज्य भगवान गुरुजी
३५) प्रा. शिवाजी सावंत

दैनिक सकाळ
दैनिक लोकमत

दैनिक गावकरी
दैनिक महाराष्ट्र टाइम्स

हा ग्रंथ काही अशा अर्थाने का होईना, परिपूर्ण व्हावा, अशी मनापासूनची तळमळ होती आणि त्यासाठी वरील आदरणीय व्यक्तींच्या ज्ञानाचा मला खूपच फायदा झाला. या सर्व थोर विद्वतजनांना माझा साष्टांग प्रणिपात.

–भालचंद्र धामणे

भारतीय संस्कृतीचा थोडक्यात परिचय

ज्या व्यक्तींना संस्कृती, भारतीय प्राचीन ग्रंथसंपदा, आचार-विचार, देव-देवता वगैरे विषयांची एक अभ्यासक, चिकित्सक व जिज्ञासू म्हणून दुरून का होईना, ओळख करून घ्यावयाची असेल; त्यांची थोडीफार जिज्ञासा या ग्रंथातून पूर्ण होऊ शकते.

यात प्रत्येक कालखंड व अंगोपांगांचा विचार करताना त्यात असलेले सार व वर्तमानकाळातील स्थिती सांगण्याचा प्रयत्न केलेला आहे.

सविस्तर विवरण करणे शक्य नाही. कारण त्यासाठी २००० ते ३००० पाने लिहावी लागतील. सुरुवातीस संस्कृतीची व्याख्या, इतर खंडांमधील प्राचीन संस्कृती, आर्यांचे मूळ वसतिस्थान, त्यांचे भारतवर्षात आगमन, त्यांच्या देवता व स्थानिक देवता, आर्य व अनार्य, नागर व अनागर, त्याचा एकमेकांवर होणारा परिणाम याविषयी थोडक्यात परामर्श घेतलेला आहे.

यापुढे साधारण पुढीलप्रमाणे भाग पडू शकतात.

१) वैदिक वाङ्मय, चार वेद, संहिता, ब्राह्मणे, आरण्यके, उपनिषदे. २) उपनिषद काल व पौराणिक काल—यज्ञासंबंधी विवेचन. ३) पुराणे-उपपुराणे, त्यांची प्रतवारी, त्यांची कशी व कोणत्या परिस्थितीत रचना झाली, त्यापैकी महत्त्वाच्या पुराणांचे अंतरंग. ४) अवतारवाद व कल्पना- इतर धर्मांतील तद्सदृश कल्पना. ५) मनुस्मृती ६) समाजव्यवस्था ७) चातुर्वर्ण्य. ८) विचारमंथनातून व कालौघात झालेली धार्मिक स्थित्यंतरे. ९) सोळा संस्कार. १०) विवाह व विवाहांचे प्रकार. ११) प्राचीन संस्कृतीतील

आदर्श जीवन आचारसंहिता. १२) चार आश्रम- त्यांची उपयुक्तता, वर्तमानकाळाच्या दृष्टिकोनातून परामर्श. १३) षडशास्त्रे, दशग्रंथ, अठरा विद्या, चौसष्ट कला १४) वैदिक वाङ्मयाचे पठण व जतन. १५) प्राचीन युद्धकला, युद्धशास्त्र, अस्त्रविद्या. त्यांचे प्रकार व स्वरूप (वर्णन), त्यातील काही अस्त्रांची तुलना— शक्यता. १६) काही प्राचीन महाऋषींचा थोडक्यात परिचय. १७) प्राचीन काल- गणना व आधुनिक कालगणना. १८) माणसांवरील ऋणे. १९) चार पुरुषार्थ. २०) बदलती देवरूपे. २१) ईश्वर व त्याचे स्वरूप. २२) वेदकालीन देवता- ब्राह्मणकालीन देवता, पौराणिक देवता. २३) परमेश्वर ही संकल्पना २४) उत्सव व सण. वर्षातील सण-उत्सव, त्यांची प्रतवारी, त्यांची वैशिष्ट्ये, त्यांचे महत्त्व; त्यांचा निसर्ग, मानव व समाज यांच्यावर परिणाम. २५) पौर्णिमेचे महत्त्व. २६) इतर धर्मीयांच्या सणोत्सवांची थोडक्यात ओळख. त्यात १) जैन २) बौद्ध ३) पारशी ४) ख्रिश्चन ५) शीख ६) मुस्लिम. २७) सिंहावलोकन- आजपर्यंतच्या कालखंडावर एक धावता दृष्टिक्षेप व परामर्श. २८) उपसंहार- यात १) धर्म, त्याची व्याख्या, त्याचा चुकीचा लावलेला प्रचलित अर्थ. २) प्राचीन भारतीय विज्ञानाची प्रगती, विश्वोत्पत्ती सिद्धान्त. त्याची आधुनिक सिद्धान्ताशी केलेली तुलना. ३) आपली विज्ञानातील प्रगती का थांबली? ४) ज्ञान-विज्ञान यांच्या व्याख्या, त्या एकाच नाण्याच्या दोन बाजू आहेत. मानवी जीवनाच्या सर्वांगीण, आध्यात्मिक, भौतिक, ऐहिक, आत्मिक व सामाजिक विकासासाठी या दोन्ही गोष्टी आवश्यक आहेत. विज्ञानातील शोधांचा मानवी जीवनावर होणारा सुपरिणाम व दुष्परिणाम. ५) भारतीय सहिष्णू आहेत का? ६) वर्तमानकाळांतील अत्यंत प्रतिकूल परिस्थितीतही भारताने घेतलेली विज्ञानातील गरुडझेप.

२९) भारतीय संस्कृतीतील अध्यात्म व त्यात दडलेले विज्ञान.

३०) जीवन जगण्याची कला (Art of Living)— १) अष्टांग-योग साधना २) योगमार्ग

-लेखक-

श्री. भालचंद्र तानीराम धामणे
सुदर्शन डिपार्टमेंटल स्टोअर्स,
भ. महावीर मार्ग, नांदगाव- ४२३१०६ (नाशिक)
फोन : (०२५५२) २४३२९६ फॅक्स : (०२५५२) २४२३०५.

अनुक्रमणिका

भारतीय संस्कृतीची तोंडओळख

या विसाव्या शतकाचा विचार केला, तर मानवाने विज्ञानात अतोनात प्रगती केलेली आहे आणि या शतकाच्या उत्तरार्धात संगणक युग अवतरल्यापासून तर ती अगदी जेट विमानाच्या गतीने होत आहे. परंतु त्याचा परिणाम म्हणा पाहिजे तर; माणूस दिवसेंदिवस सुखासीन, भोगविलासी होत आहे, आळशी बनला आहे. तरुण पिढी व्यसनाधीन होत आहे. तिला नशा, गर्द, चरस यांचा विळखा पडला आहे. त्याचप्रमाणे 'एड्स'ने थैमान घालावयास सुरुवात केलेली आहे. माणसाला आकर्षित करण्यासाठी अनेक प्रलोभने निर्माण होत आहेत. पब, जुगारघरे, मद्यपानगृहे (बार) अन् आता तर लेडीज बारही अनेक पटींनी वाढत आहेत. त्यांना राजाश्रय मिळत आहे.

यात दृक्श्राव्य माध्यमे, चित्रपट आपला वाटा उचलत आहेत. गुटखा, मद्य, तंबाखू, सिगारेट वगैरे उत्पादन करणाऱ्या कंपन्या निरनिराळी प्रलोभने दाखवून तरुण पिढीला झपाट्याने अध:पतनाकडे नेण्याचे काम चोख करीत असतानाच स्वत:ची तुंबडी भरीत आहेत. आज टीव्ही, मासिके, साप्ताहिके, दैनिके वगैरेंवरच्या निम्म्या जाहिराती मद्य, मदिराक्षी, चैनविलासी, पंचतारांकित हॉटेल्स यांच्याच असतात, आणि ३१ डिसेंबरच्या म्हणजे Year End च्या बद्दल तर विचारावयासच नको. निरनिराळ्या प्रकारे जाहिराती करून विलासी जनांचे लक्ष ते वेधीत असतात. त्यांच्याकडे तरुण, लहान मुले तर सोडाच; परंतु प्रौढ, वृद्धसुद्धा आकर्षित होत आहेत. यामध्ये स्त्रियासुद्धा कमी नाहीत. या सर्वांमध्ये विशेषत: कॉलेज युवक-युवतींचा भरणा विशेष आहे.

याचबरोबर नीतिमत्ता, थोरांविषयीचा आदर, मातृ-पितृ वंदन याचा विसर पडत आहे. पूर्वजांनी जपलेली मूल्ये पायदळी तुडविली जात आहेत. याचा विचार केला, तर आपल्या भारतीय पिढीपुढे आकर्षण आहे पाश्चिमात्य देशांचे, विशेषत:

अमेरिकेचे. परंतु, या देशांकडे आज बघितले तर असे दिसून येते की, त्यांच्यामध्ये मानसिक रुग्णांचे, त्याचप्रमाणे आत्महत्यांचे प्रमाण भयंकर वाढलेले आहे. आर्थिक दृष्ट्या संपन्न व भरपूर उत्पन्न यामुळे सर्व प्रकारची दैहिक, भौतिक सुखे पायापुढे हजर असूनही मानसिक संतुलन बिघडत आहे.

'अति संपत्ती मानवाला अध:पतनाकडे नेते' यात शंकाच नाही. आपल्या भारतीय इतिहासाचे अवलोकन केले असता, अशा प्रकारची परिस्थिती बऱ्याच वेळा येऊन गेलेली आहे. परंतु भारतीय संस्कृतीची पाळेमुळे, आचार-विचार इतके खोलवर रुजलेले आहेत, की यातूनसुद्धा भारतीय संस्कृती सावरली गेलेली आहे. आपण किंवा आपले भारतीय विद्वान वगैरे नेहमी म्हणतात, की 'भारतीय संस्कृती श्रेष्ठ आहे.'

हे म्हणणे ठीक आहे. परंतु, ती कशामुळे श्रेष्ठ आहे? आणि मुख्य म्हणजे, ही संस्कृती म्हणजे काय आहे? तिच्या कोणत्या परंपरा आहेत? तत्त्वज्ञान, विज्ञान-विषयक बाबतीत तिचे स्थान कोठे आहे? त्याचप्रमाणे धार्मिक, आर्थिक, राजकीय, सामाजिक मूल्ये काय आहेत?

या संदर्भात बऱ्याच वेळेस जनसामान्यांमध्ये अज्ञान दिसून येते. हे सर्व लिहिण्याचा हेतू तोच आहे. भारतीय संस्कृतीची, आचार-विचारांची, थोर परंपरेची थोडक्यात ओळख करून देण्याचा हा अल्पसा प्रयत्न. या ठिकाणी एक महत्त्वाची गोष्ट लक्षात घ्यावयास हवी. ती म्हणजे रोज देवळात जाणे, पूजा-अर्चा करणे, उपास-तापास करणे, व्रत-वैकल्ये करणे, आदी कर्मकांडे म्हणजे भारतीय संस्कृती नव्हे; तर ते त्याचे एक अंग आहे. संस्कृती किंवा परंपरा या दृष्टिकोनातून विचार केल्यास पुढील घटकांची ओळख करून घेणे महत्त्वाचे ठरेल.

भारतीय संस्कृतीची वैशिष्ट्ये प्राचीनता, विकास, श्रेष्ठत्व कशात आहे? महत्त्वाचे ग्रंथ कोणते? वेद म्हणजे काय? श्रुती-स्मृती म्हणजे काय? संहिता, ब्राह्मणं, आरण्यके, उपनिषदे हे कोणते ग्रंथ आहेत? त्यांत कोणती माहिती दिली आहे? त्यांचे सांगणे काय आहे? आपल्या १४ विद्या, ६४ कला कोणत्या? भारतीय तत्त्वज्ञान नेमके कोणते? पूर्वी १६ संस्कार होत असत, ते नेमके कोणते? आज त्यांचे महत्त्व आहे काय? ४ पुरुषार्थ, ४ वर्ण, ४ ऋण, चार आश्रम कोणते? त्यांचे स्वरूप काय? उद्देश कोणता? त्यांचा समाजाला उपयोग कोणता? मनुस्मृती, राज्यपद्धती, धर्मसंस्था म्हणजे काय? जाती का व कशा निर्माण झाल्या? त्यांचा उपयोग व दुरुपयोग? वेदकालीन देवता कोणत्या होत्या? पुढे त्यांचा विकास व परिवर्तन कसे झाले? युद्धकला कशी विकसित झाली? इतर शास्त्रांवरील ग्रंथ कोणते? यज्ञ, होम, हवन म्हणजे काय? त्यांची निर्मिती का व कशी झाली?

— आणि या सर्वांचा उपयोग काय?

या सर्वांची तोंडओळख करून घेण्याच्या आधी, कुठलीही संस्कृती म्हणजे काय; किंबहुना, संस्कृती कशाला म्हणावे, हे समजून घेणे आवश्यक आहे. मानवी जीवन सुखी, समृद्ध व उन्नत होण्यासाठी मानवानेच निर्माण केलेली सुख-संपत्तीची साधने, उद्योगधंदे, घरे, कुटुंबव्यवस्था, धनप्राप्ती व खर्च करण्याचे मार्ग, त्यांची व्यवस्था; त्याचप्रमाणे समाज सुसंस्कृत होऊन कार्यरत होण्यासाठी विद्या, कला, वाङ्मय, धर्म, नीती, सभ्यता व शिष्टाचार, समाजव्यवस्था, राज्यव्यवस्था यांची उभारणी व त्यासाठी आवश्यक असलेले आचार-विचार, सोपस्कार म्हणजे 'संस्कृती.'

परंतु तिची उभारणी धर्म, नीती, अध्यात्म यांच्या पायावर उभी असेल तरच तिला संस्कृतीचे स्वरूप येते. या दृष्टिकोनातून आपली संस्कृती नीती, धर्म, अध्यात्म यांच्या भरीव पायावर उभी आहे. म्हणूनच ती आदर्श ठरली असून प्राचीन काळापासून अनेक आक्रमणांना तोंड देत आतापर्यंत टिकून आहे. इतर अनेक संस्कृती काळाच्या ओघात नष्ट झाल्या. आपल्या संस्कृतीचा उगम वैदिक किंवा आर्यांपासून झाला असला, तरी आजही ती भारतीय संस्कृती म्हणूनच ओळखली जाते. या भारतवर्षांत हिंदू म्हणजे वैदिक धर्म, त्याप्रमाणे जैन धर्म प्राचीन काळापासूनच अस्तित्वात आहेत. बौद्ध धर्म मात्र नंतर अस्तित्वात आला. अर्थात मूळ वैदिक धर्मातून मतभिन्नतेमुळे तो निर्माण झाला. या तीनही संप्रदायांच्या तत्त्वांमध्ये थोडीफार मतभिन्नता असली, तरी मूळ भारतीय संस्कृतीच्याच पायावर हे धर्म उभे आहेत. शीख धर्म हा अगदीच अलीकडचा आहे, पण तोसुद्धा भारतीय संस्कृतीशीच निगडित आहे.

जगातील बऱ्याच प्राचीन संस्कृतींचा इतिहास पाहिला असता, बऱ्याच संस्कृती कालौघात नष्ट झालेल्या दिसतात. उदा. रोमन, मिस्त्र, खालियन, सुमेरियन, बॅबिलोनियन. भारतातील द्रविड संस्कृती, आताच्या काळातील रेड इंडियन; त्याचप्रमाणे माया संस्कृती वगैरेंची उदाहरणे देता येतील. यातील बहुतेक संस्कृती परकीय आक्रमण, सत्ता, ताकद, धन या कारणांनी नष्ट झाल्यात. या संस्कृती राजकीय, लष्करी ताकद, धार्मिक आक्रमण यांना बळी पडल्याचे दिसून येते.

परंतु भारतीय संस्कृती यापेक्षाही भयंकर आक्रमणांना तोंड देऊन, काहींना आपल्यामध्ये सामावून घेऊन, धार्मिक तत्त्वज्ञान व नीतिमत्तेच्या जोरावर टिकून आहे. परकीय राज्यसत्ता किंवा राज्यकर्त्यांच्या जुलमी जोखडाखालीसुद्धा ती सुरक्षित राहिली आहे. थोडीफार भगदाडे पाडण्यात यशस्वी ठरलेली आक्रमक संस्कृती आपल्या संस्कृतीचा मजबूत पाया अस्थिर करू शकलेली नाही; परंतु तत्पूर्वी या संस्कृतीचा इतिहास जाणून घेणे उचित ठरेल. सुमारे ६ ते ७ हजार वर्षांपूर्वी उत्तर

युरोप, मध्य व उत्तर आशिया या मार्गे खैबर खिंडीतून आर्यांच्या टोळ्या भारतवर्षात आल्या. आर्यांच्या मूळ वसतिस्थानबद्दल संशोधकांमध्ये एकवाक्यता नाही. लोकमान्य टिळकांनी ज्योतिषशास्त्राच्या अभ्यासातून आर्यांचे मूळ वसतिस्थान उत्तर ध्रुवाच्या जवळ असावे, असे म्हटलेले आहे. आर्यांचे प्राचीन वाङ्मय म्हणजे वेद, हे त्यांच्या अभ्यासातूनसुद्धा सूचित होते.

वेद वाङ्मयातील वैदिक सुक्ते या वैदिक देव-देवतांच्या प्रार्थनाच आहेत. या प्रार्थनांवरून तत्कालीन समाजस्थिती, समजुती, चालीरीती, एवढेच नव्हे तर भूगोल व इतिहास यांचीही माहिती मिळते. त्यावरून वेद रचयिते आर्य ध्रुव प्रदेशाच्या आसपासच्या प्रदेशातून मध्य आशियातील कॉकेशस पर्वताच्या उत्तरेला कास्पियन (कश्यप) व काळा समुद्र यांच्या परिसरात येऊन स्थिरावले होते, असे आता बहुतेक इतिहासकारांचे मत झाले आहे. हे आर्य टोळ्या-टोळ्यांनी प्रथम काश्मीरमार्गे व नंतर खैबर खिंडीद्वारे पंजाबमार्गे भारतात आले आणि गंगा-यमुनेच्या काठाने ते थेट नेपाळच्या तराई प्रदेशापर्यंत गेले. त्यांनी त्या ठिकाणी आपली वस्ती-स्थाने निर्माण केली. त्याला त्या वेळी आर्यावर्त म्हणत.

आर्यांच्या ज्या टोळ्या सुरुवातीस भारतात आल्या, त्या टोळ्यांमध्ये एक पराक्रमी, बलवान, सशक्त अशी भरत नावाची पराक्रमी शाखा होती. तिने इतर टोळ्यांना जिंकून आपले वर्चस्व वरील प्रदेशातील एका मोठ्या भागावर निर्माण केले. हा भाग म्हणजे गंगायमुनेचे खोरे, उत्तर मैदानी प्रदेश ते आजचा ओरिसा-बंगालाचा प्रदेश. या भागाला वरील शाखेवरुन 'भरत जनपद' हे नाव मिळाले. आर्य हे ध्रुवप्रदेशात राहत होते याचे दुसरे प्रमाण म्हणजे, 'उषा' हे सुक्त. उषा म्हणजे सूर्योदयापूर्वीची लालिमा. उषा सुक्तातील दिव्य प्रकाश (जो दीर्घ कालावधीत दिसतो) म्हणजेच 'नॉर्दन लाईट्स' ऊर्फ ध्रुवप्रदेशीय अरोरा होय. त्याचप्रमाणे ध्रुव प्रदेशांतील दीर्घ दिवस-रात्रीचे वर्णन वेद सुक्तांत आढळून येते.

प्राचीन ग्रंथांतील आर्यांचे वर्णन जर्मनांना लागू पडते, हे निश्चित. उंच, गोरेपान, उभट चेहरा, सरळ नासिका वगैरे. आपण स्वतःला आर्यांचे वंशज म्हणवून घेतो; परंतु वरील वर्णनाप्रमाणे फरक पडण्याचे मुख्य कारण हवामान, त्याचप्रमाणे स्थानिक आदिवासी रहिवाशांशी वर्णसंकर हे असावे. कालांतराने विंध्य पर्वताच्या उत्तरेकडील गंगा-यमुना नद्यांचा मैदानी प्रदेश, त्याचप्रमाणे पंजाबपासून ओरिसा-बंगालपर्यंतच्या प्रदेशांत ही संस्कृती स्थिर झाली. स्थैर्य प्राप्त झाल्यावर या संस्कृतीचा सर्वांगीण विकास होऊ लागला. जीवनविषयक तत्त्वज्ञान, कला, विज्ञान, ज्योतिष यांत संशोधन होऊन दररोज ज्ञानात प्रगती होत गेली. हीच संस्कृती पुढे 'आर्य संस्कृती' किंवा 'भारतीय संस्कृती' म्हणून ओळखली जाऊ लागली.

पूर्वीची स्थानिक अनार्य संस्कृती, द्रविड संस्कृती; त्याचप्रमाणे परकीय आक्रमण शक्ती, हूण आदी जमातींतील संस्कृतींना आर्य संस्कृतीने आपल्या प्रवाहात सामावून घेतले. पुढील काळात अगस्त्य ऋषी, गौतम ऋषी, परशुराम, राम, लक्ष्मण, सीता वगैरे आर्यांनी ही संस्कृती विंध्य पर्वत ओलांडून दक्षिणेकडे वसाहती स्थापून प्रचलित केली. यापुढील अभ्यास करण्यापूर्वी भारतीय संस्कृतीचा प्रवास व त्यांच्या देव-देवतांच्या कल्पना; त्याचप्रमाणे त्यांच्या प्राचीन ग्रंथांचा म्हणजे वेद वाङ्मयांचा वेध घेणे उद्बोधक ठरेल. अतिप्राचीन काळी संपूर्ण पृथ्वीवर जेव्हा मानव जन्माला आला, तेव्हा त्याचा मेंदू अप्रगत होता. वन्य प्राण्यांप्रमाणेच त्याचे आचार-विचार होते, परंतु इतर प्राण्यांपेक्षा निसर्गाने त्याला एक महत्त्वाची देणगी दिलेली आहे. ती म्हणजे, 'बुद्धी.' जसजशी मानवी मेंदूची प्रगती होत गेली तसतसा तो विचार करू लागला. त्याला निसर्गाची अनेक रूपे, चमत्कार दिसू लागले.

सूर्य, चंद्र, तारे, दिवस-रात्र, वनस्पती, निरनिराळे वृक्ष, अनंत प्रकारचे प्राणी, उन्हाळा, पावसाळा, हिवाळा वगैरे बदलते हवामान— हे सर्व बघून तो आश्चर्यचकित झाला. त्या वेळी त्याला असे आढळून आले, की या गोष्टी किंवा या निसर्गातील काही घटक आपणास उपायकारक, तर काही अपायकारक आहेत. थंडी व उन्हाळ्यामुळे निसर्गाचे रूप पालटते व पावसामुळे निसर्ग नवीन रूप धारण करतो, हे त्याला समजून आले. आपणास अन्न मिळविण्यास वनस्पती उपयोगी पडतात, उब देण्यास सूर्यप्रकाश आवश्यक असतो, हे जेव्हा त्याला समजून आले; तेव्हा तो त्यांना देव मानू लागला आणि या ठिकाणीच देव-देवता या संकल्पनांचा उगम झाला.

संपूर्ण पृथ्वीवरील विखुरलेल्या मानवांचा इतिहास बघितला, तर कमी-जास्त प्रमाणात हीच स्थिती सगळीकडे दिसून येते. अगदी प्रारंभी, म्हणजेच मानवी संस्कृतीच्या उगमकाळी निसर्गातील पंचमहाभूते हाच त्यांचा परमेश्वर होता, असेच सर्वसाधरणपणे दिसून येते. तोच त्यांच्या कर्ता-करविता, तारणहार होता. त्याचे गूढ उकलण्यासाठीच त्याची बुद्धी सतत कार्यरत असतानाच त्याने कल्पनेने हे अद्भुत असे देवांचे विश्व उभे केले. त्यातील अगम्य अशा शक्तींची त्याने रूपे कल्पिली. प्रतीके, चिन्हे निर्माण केली. पुढे याच संकल्पनेतून अनेक देव-देवता जन्माला आल्या. अवतार कल्पना, कथा-पुराणे, पोथ्या निर्माण झाल्या. या देवतांना खूष करण्यासाठी अनेक स्तवने, स्तोत्रे रचिली गेली. पूजा-अर्चा, कर्मकांड सुरू झाले.

आपणाला या बाबतीत फक्त भारतीय संस्कृतीचाच विचार करावयाचा आहे. आपल्या प्राचीन ग्रंथसंपदेमध्ये वेद हे प्रामुख्याने येतात आणि या वेदांतील प्रमुख देवता या मुख्यत्वाने निसर्गाशी निगडित होत्या. आदित्य, वरुण, मरुत, उषा

वगैरे या उघडच निसर्गदेवता आहेत. वेदग्रंथांचा अभ्यास केला असता आपणास आर्यांचा इतिहास व देव-देवतांचा उगम आणि पुढे त्या कसकशा विकसित होत गेल्या, हे समजू शकते. वेदांत 'ब्रह्मणस्पती' हा सर्व देवांचा देव, बुद्धिमानांतील बुद्धिमान, बलवानांतीत बलवान असा देव म्हणून गणला गेलेला आहे. तो देव म्हणजे गणपतीच होय. इंद्र हा देवांचा राजा मानला जात असे. या सर्व देव-देवतांना प्रसन्न करण्यासाठी 'यज्ञ' हे मोठे कर्मकांड वैदिक आर्य करीत. आर्यांची ही पूजा निर्गुण-निराकाराची असे. त्यामुळे प्रार्थना व मंत्र यांना पूजेत मोठे महत्त्व असे. यामधील शब्दांच्या उच्चारणाला विशेष महत्त्व असे. उच्चारांतील स्वर, आघात, प्रत्याघात, नाद, लय, ताल व काल याचा विचार त्यामागे केलेला होता.

वेदांमधील सुक्ते म्हणजे वैदिक देव-देवतांच्या प्रार्थनाच होत्या. या सुक्तांवरूनच आर्यांचे मूळ वसतिस्थान, त्यांचा भारतवर्षापर्यंतचा प्रवास वगैरे आपण मागे बघितलेच. या वैदिकपूर्व काळांत आर्यांची समाजव्यवस्था गणाधिष्ठित होती. आर्य प्रथम काश्मीरमध्ये व नंतर खैबर खिंडीमार्गे पंजाबातून भारतात आले. तरीसुद्धा ती गणावरच आधारलेली होती. दरम्यान, आर्यांनी पितृसत्ताक पद्धती स्वीकारली. ऋग्वेदातील या गणांच्या अधिपतीला (मुखियाला) गणपती म्हणत. या गणपतींचे आधिपत्य 'रुद्र' या देवतेकडे होते. 'रुद्र' ही युद्धाची देवता मानली जात होती. अनेक कुलांचे मिळून गण बनत असे. या आर्यकुलांना व गणांना घेऊन नानाविध संकटांचा सामना ही रुद्र देवता करीत असे. हा कालावधी हजारो वर्षांचा होता. त्यामुळे लढवय्या असणे, ही प्रत्येक गणाची गरज असे. भारतवर्षात पदार्पण केल्यानंतर स्थानिक अनार्य आणि द्रविड यांच्या संपर्क व संकराने आर्यांच्या निर्गुण-निराकार देवता 'सगुण' बनल्या. त्यानंतर त्यांचे ब्रह्मा, विष्णू, अशा मूर्त रूपांत परिवर्तन झाले. याच काळात काही अनार्य देवही आर्यांनी स्वीकारले. त्यांतील महत्त्वाचा देव म्हणजे, 'शिव'. हा शिव हिमालयातील आदिम जमातींचा देव, तर विष्णू हा द्रविडांचा देव. शिव हा हिमालयातील अनार्यांप्रमाणे हिमगौर, कर्पूरगौर होता; तर विष्णू हा द्रविडांचा देव त्यांच्याप्रमाणेच काळा-सावळा होता.

आर्यपूर्व काळात द्रविड संस्कृती अत्यंत संपन्न होती. कलावैभवाने नटलेली होती. त्यांची नगरे अत्यंत भव्य होती. मोठमोठे प्रासाद, रस्ते, उपवने आजही त्यांच्या भग्नावस्थेतसुद्धा साक्षी आहेत. जनता सुखी, विलासी होती. त्यामुळे त्यांचा देव विष्णू हा आर्यांनी सहजपणे स्वीकारला. परंतु व्याघ्रांबर ल्यायलेला, नरमुंडमाळा गळयात मिरवणारा, सर्वांगाला भस्म फासणारा, अनागर स्वरूपातला शिव सहजपणे स्वीकारला गेला नाही. परंतु शिवाच्या आधिपत्याखाली असलेले भूतगण हे अत्यंत लढवय्ये होते, काटक होते. हे भूतगण म्हणजे भुते नव्हेत, तर हिमालयातील

भूतिया (भोटिया) जमातीचे पूर्वज होते.

शिवाला प्रखर विरोध करण्याऱ्यांत दक्ष प्रजापती हा प्रमुख होता. त्यात त्याच्या मुलीने शिवाशी विवाह केल्यामुळे त्यांचा रोष आणखीच वाढला होता. पुढे यज्ञात जावयाला आमंत्रण न दिल्यामुळे, त्याचप्रमाणे अनाहूतपणे आलेल्या कन्येचा—उमाचा—अपमान केल्यामुळे तिने यज्ञकुंडात उडी घेऊन आत्मार्पण केले. तेव्हा संतप्त शिवाने आपला सेनापती व भूतगण; तसेच अन्य शिवगण घेऊन दक्षयज्ञाचा विध्वंस केला व आर्यंना सळो की पळो करून सोडले. या घटनेनंतर शिवाला आर्यांनी देवरूपात निर्विवादपणे स्वीकारले. हिमालय या आर्य राजाने आपली कन्या पार्वती हिचा विवाह शिवाशी लावून दिला. वेदांतल्या 'रुद्र' या देवतेशी त्याची मूर्तिरूप सांगड घातली. रुद्राचे लढवय्ये गण हे शिवशंकराचे भूतगण बनले आणि या गणांचा अधिपती हा गणपती— हा शिवपुत्र बनला. त्यानंतरच गणेशजन्माची पौराणिक कथा जन्माला आली आणि गणपती 'गजानन' बनला. त्याचप्रमाणे 'ब्रह्मणस्पती' या देवतेशी त्याची संगड घातली गेली आणि प्रथम पूजेचा मान तिला मिळाला.

आर्यांची पितृसत्ताक सामाजिक व्यवस्था-

ऋषींची कुळे 'गोत्रे' म्हणून मानली जाऊ लागली आणि अशा पद्धतीने निरनिराळ्या गणांतील माणसे त्या-त्या ऋषींच्या गोत्राची म्हणून ओळखली जाऊ लागली ती आजपर्यंत. त्या आधी या टोळ्या जेव्हा अन्नोदकासाठी भ्रमंती करीत होत्या; त्या वेळी स्वत:च्या टोळीची ओळख म्हणून काही प्रतीके, कुलचिन्हे ते वापरीत असत. अर्थातच ती निसर्गातील पशू, पक्षी, झाडे, फुले, चंद्र, सूर्य अशीच असत. अर्थात त्यांच्या गणांचा अधिपती असलेल्या गणपतीच्या नावांत अशी कुलचिन्हे आढळून येतात. उदा. सर्पधर, मूषकध्वज, मूषकवाहन, भालचंद्र, रक्तपुष्पधर, वगैरे वगैरे.

त्याचप्रमाणे कदाचित गजानन हेसुद्धा कुलचिन्हच असावे आणि या सर्व गणपतींचा अधिपती या सर्व कुलचिन्हांना एकत्रित धारण करीत असणार. पुढे पुराणकाळात या कुलचिन्हांचे त्या अधिपती गणपतीच्या विविध अंगांवर आरोपण केले गेले. गजमुख हे त्याचे वदन बनले, सर्प हा त्याचा कमरबंद बनला, उंदीर वाहन बनले, तर रक्तपुष्प हे पूजेचे साधन बनले. अशा पद्धतीने सध्याच्या गणपतीचे स्वरूप त्या देवतेला प्राप्त झाले. अशा प्रकारे पूर्वीच्या निरनिराळ्या गणांच्या गणपतींचे एकत्रीकरण करून सध्याची गणेश देवता बनली.

त्याचप्रमाणे ब्रह्मा, विष्णू, महेश हे देव बनले. द्रविडांचा देव विष्णू हा

त्यांच्याप्रमाणेच काळा-सावळा, परंतु राजस स्वरूपात स्वीकारला गेला. त्यामुळे त्याची किंवा त्याच्या अवतारस्वरूपातील मूर्ती नेहमीच वस्त्रालंकारांनी विभूषित अशा असतात. त्याची मंदिरंसुद्धा ऐश्वर्यसंपन्न दिसून येतात. परंतु शिवशंकराची मूर्ती ही कोणत्याही मंदिरात आढळून येत नाही. त्याची शिवलिंग स्वरूपातच पूजा केली जाते. त्याचप्रमाणे शक्तिस्वरूप असलेल्या जगदंबामातेची स्वतंत्र देवालये आढळून येतात. मानवाला बुद्धी, संपत्ती व बलाची आवश्यकता असते. त्यांच्या देवता म्हणून किंवा प्रतीके म्हणून अनुक्रमे सरस्वती, लक्ष्मी व दुर्गामाता यांना मानले गेले.

अर्थात ब्रह्मदेवाने वेद निर्माण केले, म्हणून त्याची पत्नी सरस्वती. विष्णू हा राजसयोगी म्हणून त्याची पत्नी लक्ष्मी. शिव म्हणजेच रुद्र, युद्धाची देवता म्हणून त्याची पत्नी रगरागिणी दुर्गा मानली गेली. या ठिकाणी एक गोष्ट पुन्हा सांगावीशी वाटते, की आपले तेहतीस कोटी देव आहेत, असे म्हटले जाते; परंतु त्याचा खरा अर्थ निराळाच आहे. या ठिकाणी कोटी हा शब्द संख्यावाचक नसून प्रकारवाचक आहे. म्हणजेच तेहतीस प्रकारचे देव किंवा देवता असा त्याचा अर्थ आहे. ते अनुक्रमे १२ आदित्य, ११ रुद्र, ८ वसू आणि आश्विनीकुमार असे आहेत.

आतापर्यंत आपण आर्यांचा प्रवास, त्यांचे भारतवर्षातील आगमन कसे झाले, हे बघितले. ऋग्वेदकाळातील निर्गुण, निराकार असलेल्या देवतांबरोबर अन्य देव कसे स्वीकारले गेले व त्यांना देवस्वरूप कसे प्राप्त झाले, हे बघितले. आता आपण मूळ विषय भारतीय संस्कृतीकडे वळू या. परंतु त्याआधी भारतीयांच्या देव-देवता कशा अस्तित्वात आल्या, त्याचा एक इतिहास म्हणून ओळख करून घेणे निश्चितच महत्त्वाचे आहे.

♦♦♦

उपोद्घात

कोणत्याही संस्कृतीचा अभ्यासास सुरुवात करण्यापूर्वी संस्कृतीचा मूलाधार, ज्ञानसंपदा, आचार-विचार यांचा विचार करणे आवश्यक आहे आणि हे सर्व संस्कृतीचे ज्ञान आपणास त्या संस्कृतीच्या ग्रंथांत व अभ्यासात मिळते. म्हणूनच त्या संस्कृतीची ग्रंथसंपदा पाहणे जरुरीचे आहे.

भारतीय संस्कृतीचा मूलाधार असलेले वेद वाङ्मयाचा प्रथम विचार करणे, त्याचप्रमाणे माहिती करून घेणे म्हणूनच महत्त्वाचे ठरते. वेद हा शब्द विद् या धातूपासून बनलेला आहे आणि त्याचा अर्थ आहे, ज्ञान प्राप्त करून घेणे. दुसरा अर्थ आहे, सद्विचार.

भारत जाणू इच्छिणाऱ्यांना वैदिक वाङ्मयाचा किमान परिचय असणे आवश्यक आहे. वेद हिंदूंना पूज्य असले तरी वेद म्हणजे काय, हे त्यांना क्वचितच ठाऊक असते. सर्वांत प्राचीन व आजही टिकून असलेली मौखिक परंपरा म्हणजे फक्त वेद. उच्चारांचा कटाक्ष बाळगून ती पिढ्यान्पिढ्या सांभाळली गेली.

प्रागैतिहासिक कालखंडाच्या अखेर जेव्हा लेखनकला अस्तित्वात नव्हती, त्या कालखंडावर प्रकाश टाकावयाचे काम वैदिक वाङ्मय करते. ताम्राश्म युगातून लोहयुगाकडे व त्याचबरोबर पश्चिमेकडून पूर्वेकडे म्हणजे पंजाबकडून बिहारकडे होत जाणारे संक्रमणाचे चित्र त्यामुळे स्पष्ट होते.

वेदांची संस्कृती नागरी नसून ग्रामीण आहे. या पशुपालन करणाऱ्या वैदिक लोकांकडूनच मानवी अस्तित्व व सृष्टी यांचे सखोल चिंतन जगात सर्वप्रथम झाले. म्हणून वेदांना आजचे निकष न लावता त्या वेळीची पार्श्वभूमी पाहणे आणि विचारांत घेणेच योग्य आहे.

एकूण चार वेदांपैकी ऋग्वेद सर्वांत जुना असून मोठा व महत्त्वाचा आहे. हा ३५० वर्षांच्या कालावधीत स्फुरलेल्या पद्यमय मंत्रांचा संग्रह आहे. त्यात इंद्र ही

प्रमुख देवता व यज्ञकुंड हे संस्कृतीचे मूळ आहे.

दुसरा यजुर्वेद. त्यात इंद्रऐवजी विष्णूचे महत्त्व वाढले. हा पुरोहितांना उपयुक्त असलेला वेद गद्यात्मक आहे.

सामवेद हा गेयता असलेला संग्रह आहे. गायनाचा उगम व चालींचा तो जगातील सर्वांत जुना मोठा साठा आहे.

अथर्ववेद यज्ञाशी संबंधित नाही. त्यात वैदिक व अवैदिक संस्कृतींचा संगम असल्याने सामजिक इतिहासावर तो प्रकाश पडतो. ऋग्वेदातील काही मंत्र अन्य वेदांतही येतात.

वेदांची निर्मिती योजनापूर्वक झालेली नाही. ज्याला स्फुरले, ते त्याने व्यक्त केले व इतरांनी जतन केले. मंत्रांची संख्या वाढल्यानंतर वेगवेगळ्या परंपरांनुसार त्यांचे संग्रह करण्यात आले. याला 'संहितीकरण' म्हणतात. पण केवळ संहिता म्हणजे वेद नाही. संहिता व संबंधित यज्ञ कसे करावेत, हे सांगणारे ब्राह्मणे नामक ग्रंथ मिळून वेद झाले. (मंत्र ब्राह्मणांत्मको वेद)

मंत्र व ब्राह्मणे याखेरीज वैदिक वाङ्मयात आरण्यके व उपनिषदे यांचा समावेश होतो. हे या प्रकारचे ग्रंथ प्रत्येक वेदाशी निगडित असून तत्त्वज्ञानपर आहेत. या सर्व साहित्यसामग्रीच्या अचूक आकलनासाठी सहा वेदांगे निर्माण झाली. वैदिक वाङ्मयाचा कालखंड ढोबळपणे इ. स. पूर्व २५०० ते १५०० असा धरला जातो. काहींच्या मते, तो इ. स. पूर्व ४००० ते ३५०० असावा.

हे वेद अपौरुषेय असल्याचे वेदांत कुठेही म्हटलेले नाही. वेदांना देववाणी मानण्याची कल्पना नंतर आली. विविध उपासनापद्धतींना एकत्र गुंफणाऱ्या धर्माची ती एक प्रतीकात्मक श्रद्धा होय. यामुळेच वेद मात्र जसेच्या तसे शुद्ध स्वरूपांत जतन केले गेले. वैदिक वाङ्मयात येणारी माहिती विषयानुरूप वेगवेगळी केलेली असतेच, असे नाही. त्यामुळे पुनरुक्ती, विसंगती, आंतर्विरोध हे त्यात येणार. येथे उदात्त व अनुदात्त असे दोन्ही प्रकार सापडतात. वादविवाद उघडपणे घडतात. इंद्राचे स्तोमही आढळते, त्याचप्रमाणे हा इंद्र कोणी पाहिला आहे का; असेही विचारले जाते.

◆◆◆

वेद वाङ्मय

वेदांना भारतीय संस्कृतीचा मूलाधार समजतात. ते मानवनिर्मित नसून परमेश्वराने मानवी कल्याणासाठी निर्माण केलेले आहेत, म्हणून त्यांना 'अपौरुषेय' म्हणतात. याचे कारण वेद रचयिता म्हणून असा कोणी नाही. आपल्या कोणत्याही ग्रंथाची सुरुवात करताना त्यात प्रथम ग्रंथ रचयित्याचे नाव असते. उदा. 'अस्य श्री रामरक्षा स्तोत्र मंत्रस्य बुध कौशिक ऋषी:' किंवा अभंगाचे शेवटी 'तुका म्हणे, नामा म्हणे' वगैरे.

वेद हे प्रथम प्राप्त झाले, असे म्हटले जाते आणि ज्या ऋषींना प्रथम ते प्राप्त झाले; त्यांना 'द्रष्टे' म्हटले जाते. त्याचप्रमाणे हे चारही वेद ब्रह्मदेवाच्या चार मुखांतून निर्माण झाले, असेही म्हटले जाते आणि ते ऋषींनी ऐकले, म्हणून त्यांना 'श्रुती' म्हणतात. ब्रह्मदेवाला वेदांत प्रजापती म्हटलेले आहे. वेदांची संख्या चार म्हणून चार वेदांचा प्रथम निर्माता म्हणून लाक्षणिक अर्थाने ब्रह्मदेवाला चार मुखे आहेत, असे मानले जाते. प्रत्येक वेदाचे एक मुख, म्हणून 'चतुर्मुख'.

वास्तविक पाहता, हे एक रूपकच आहे. वेदांचा रचयिता म्हणून एक व्यक्ती नसावी, अनेक व्यक्तींचे योगदान त्यात असावे. कोणा एकाच व्यक्तीकडे त्याचे पितृत्व जात नाही, म्हणून ते 'अषौरुषेय' असे म्हटले जात असावेत.

मानवाच्या मुखातून पहिला नाद निघाला तो 'ओऽम', 'ॐ' व पहिले ग्रंथ म्हणजे वेद म्हणून त्यांना ओंकारापासून निर्मित आहेत, असेही म्हटले जाते. अ [ऋग्वेद, उ [यजुर्वेद, म [अथर्ववेद व सूक्ष्म नाद [सामवेद. म्हणून त्यांना ओंकाराच्या साडेतीन मात्रा म्हणतात. वेदांमध्ये दैनिक आचार-विचार, कायदा, ज्योतिष, व्याकरण, छंद, कोश आदी विषयांचा ऊहापोह केलेला आहे. हे विषय दृष्टांतासह विवरण करून सूत्रबद्ध मांडलेले आहेत. याचाच अर्थ, वेद हे एक प्रकारे निरनिराळ्या शास्त्रांचे ग्रंथच आहेत. यात ज्ञान, विज्ञान, निसर्ग, खगोल, वगैरेंविषयी

वा

त्या काळानुरूप माहिती भरलेली आहे, असेच म्हणावे लागेल.

महर्षी व्यासांनी प्रथम ते चार शिष्यांना शिकवले. ते असे—

१) ऋग्वेद [पैलऋषी २) यजुर्वेद [वैशंपायनऋषी

३) अथर्ववेद [जैमिनीऋषी ४) सामवेद [सुमंतऋषी

या ऋषींना 'द्रष्टे' म्हटले आहे. यांचा काल साधारण इसवी सन पूर्व ३ ते ५ हजार वर्षे मानला जातो. या प्रत्येक वेदाचे चार प्रकारचे ग्रंथ आहेत.

१) संहिता- यात देव, यज्ञ, अदृश्य शक्ती व गायन यांच्या सूत्रांचे ग्रंथ आहेत.

२) ब्राह्मणे - यात विविध प्रकारच्या यज्ञांचे कर्मकांड सांगितले आहे.

३) अरण्यके - अरण्यात राहून केलेल्या चिंतनाचे ग्रंथ.

४) उपनिषदे - तत्त्वज्ञानविषयक ग्रंथ.

वेदांगे- वेदांगे म्हणजे वेदांमधील मंत्राचा अर्थ सांगून त्याचे विवरण करणारे ग्रंथ. ही वेदांगे एकूण सहा आहेत.

१) शिक्षा २) काव्य ३) व्याकरण

४) निरुक्त ५) छंद ६) ज्योतिष

हे श्रौतविधी व यज्ञयाग करण्यास उपयुक्त आहेत. ही वेदांगे मात्र मानवनिर्मित आहेत. अनेक ऋषींनी वेळोवेळी वेगवेगळ्या काळांत त्यात भर घातली आहे. वेदांगांमध्ये शास्त्र विवेचनाबरोबरच कर्मकांडावरही भर दिलेला आहे.

वेदकालीन जीवन -

त्या वेळी पुरुषप्रधान संस्कृती होती. समाज चार वर्णांत विभागला गेलेला होता.

१) ब्राह्मण २) क्षत्रिय ३) वैश्य ४) शूद्र

प्रत्येक व्यक्तिवर तीन ऋणे मानली जात. १) देवऋण, २) पितृऋण आणि ३) ऋषीऋण. नंतर त्यात चवथे ऋण सामील झाले. ४) मनुष्य किंवा समाजऋण.

चार पुरुषार्थ साधावयाचे असत.

१) धर्म, २) अर्थ, ३) काम, ४) मोक्ष.

मनुष्याचे आयुष्य चार विभागांत विभागून त्यांना 'आश्रम' म्हणत.

१) ब्रह्मचर्य, २) गृहस्थ, ३) वानप्रस्थ, ४) संन्यास.

यापुढे चारही वेदांची जुजबी (वरवरची) माहिती करून घेऊ.

♦

वैदिक वाङ्मय-

वेदाचे नाव	मंत्रसंख्या	ब्राह्मणे	आरण्यके	उपनिषदे
ऋग्वेद	१०५५२ पद्यात्मक	ऐतरेय कौषितकी	ऐतरेय कौषितकी	ऐतरेय कौषितकी
यजुर्वेद	१८७५ गद्यात्मक	तैतिरीय शतपथ	तैतिरीय बृहदारण्यक	तैतिरीय बृहदारण्यक ईशावास्य कंठ
	कृष्ण यजुर्वेदांत मंत्र व ब्राह्मणे एकत्र येतात.			
सामवेद	१८७५ पद्यात्मक	तालय आदी आठ ब्राह्मणे	--- ---	छांदोग्य केन
अथर्ववेद	५९८७ (गद्य-पद्य)	गोपथ	---	प्रश्न मुंड माण्ड्युक्य

ऋग्वेद-

ब्रह्मदेवाच्या मुखातून जे चार वेद बाहेर पडले, त्यांतील पहिला वेद महर्षी वेदव्यासांनी तो पैलऋषींना शिकवला. तो सर्वांत प्राचीन ग्रंथ म्हणून मान्य झालेला आहे. 'ऋक्' म्हणजे छंदोबद्ध रचना. त्यातील छंदोबद्ध रचनेला 'ऋचा' (श्लोक) म्हणतात. अनेक ऋचा मिळून सुक्त बनते. ऋग्वेदांतील सुक्ते इंद्र, अग्नी, वरुण, वायू, सूर्य, विष्णू, विश्वदेव, द्यावा पृथ्वी, सरस्वती आदी देवतांची आहेत. त्यांत त्यांची स्तुतियुक्त वर्णने आहेत.

त्याचप्रमाणे समाज, संस्कार, सृष्टिरचना, तत्त्वज्ञान इत्यादी विषयांवरील अनेक सुक्ते आहेत.

ऋग्वेदांचे ६४ अध्याय असून आठ अध्यायांचे एक 'अष्टक', अशी आठ अष्टके आहेत. ऋग्वेद संहिता दहा मंडलांत मांडलेली आहे. त्यातील २ ते ७ मंडले सुरुवातीपासून होती. नंतर पहिले आणि त्यानंतर ८ ते १० मंडले त्यात समाविष्ट करण्यात आली.

या वेदांत मुख्यत: यज्ञांतील देवतांची स्तुतिवर्णनं, प्रार्थना आहेत. आर्यांचे तत्त्वज्ञानविषयक विचार व सृष्टीची वर्णने आहेत. काही संवादरूपाने दिलेली सुक्ते आहेत.

उदा. पुरुरवा - ऊर्वशी, यम - यमी, सरमा - पर्णा, हे मुख्य संवाद आहेत. राजांची कर्तव्ये सांगितलेली आहेत. प्रजेचे पालन, रक्षण करून घोडे, गाई, धन प्रसंगानुरूप दान करावे, वगैरे.

'तत्त्वज्ञान' या सुक्तांत देव एकच असून अग्नी, यम, इंद्र, वरुण, वायू ही त्याचीच नावे किंवा रूपे होत.

'संस्कार' या सुक्तांत स्नान, दैनंदिन कर्मे, श्राद्धपक्ष, प्रेतकर्म, मौंज, गर्भादान इ. ची सुक्ते आहेत.

'मांत्रिक' या सुक्तांत रोग, अपशकुन, भूतबाधा, विषबाधा, क्षय इ. आपत्ती निवारण्यासाठीची सुक्ते आहेत. 'द्यूत' आणि 'राज्य'विषयक सुक्तांना लौकिक सुक्ते म्हणतात. 'मंत्रद्रष्ट्या' महापुरुषांना ऋषी ही संज्ञा दिलेली आहे. देवांतील ऋषींना देवर्षी, ब्राह्मणांतील ऋषींना 'ब्रह्मर्षी' व राजांमधील ऋषींना 'राजर्षी' म्हणत.

अशा अनेक विद्वान ऋषींनी वेदांवरील ग्रंथकर्त्यांचा मान मिळविला आहे. उदा. वसिष्ठ, वामदेव, विश्वमित्र, कश्यप, जमदग्नी वगैरे. यात सोमयज्ञाला विशेष प्राधान्य दिलेले होते. सोम हे वृष्टीचे व अग्नी हे प्रकाशाचे प्रतीक मानले आहे. ऊन व पावसामुळे अन्न उत्पन्न होते. यावर सृष्टीचे, तसेच मानवाचे जीवन अवलंबून आहे. म्हणून या यज्ञाला महत्त्व प्राप्त झालेले आहे.

'ऋग्वेद'काळात आर्यांकडे त्या काळातील आधुनिक शस्त्रे होती. घोड्यांचे रथ, त्याचप्रमाणे ब्रांझ, लोखंडी, पोलादी वगैरे निरनिराळ्या धातूंची शस्त्रे आणि काही विशिष्ट अस्त्रे होती.

त्यामानाने स्थानिक अनार्यांकडे जुनाट शस्त्रे हाती; ज्यामुळे आर्यांनी गंगा, यमुना, पंचनद्या (पंजाबमधील) खोरे, उत्तर मैदानी प्रदेश पंजाबपासून पूर्व भारत येथील अनार्यांना पराजित करून आपापली राज्ये विस्तारली.

'ऋग्वेद'काळातील आर्यांची भाषा 'संस्कृत' होती. मुख्य व्यवसाय शेती व पशुपालन होता. धातू, मिश्रधातू वगैरेंचे ज्ञान परिपूर्ण होते. सोन्या-चांदीचा उपयोग ते अलंकार व यज्ञीय पात्रांसाठी करीत. त्यांना गणिताचे ज्ञान प्राप्त झालेले होते.

ऋग्वेदकाळात लेखन नव्हते. गुरू सांगत, ते शिष्य पाठ करून स्मरणात ठेवत व तेच पुढे शिष्यांना देत. शिष्य-गुरू परंपरने हे ज्ञान जतन करून, स्मरणात ठेवून पुढच्या पिढीस उपलब्ध करून देणे, ही अत्यंत कठीण गोष्ट होती. म्हणूनच प्रत्येक वेद जतन करण्याचे काम ज्या ब्राह्मण शाखांना दिलेले होते. ते सर्व त्या-

त्या वेदांच्या नावाने ओळखले जात. उदा. ऋग्वेदी ब्राह्मण, यजुर्वेदी ब्राह्मण वगैरे.

वेद ज्ञान-विज्ञान जतन करून पुढील पिढीला देण्याचे अत्यंत मौल्यवान काम उच्च विद्वान ब्राह्मणांवर सोपविलेले असल्याने अर्थातच समाजात त्यांचा दर्जा उच्च असे. ऋग्वेदात विष्णू व रुद्राला 'गौण' स्थान आहे.

◆

यजुर्वेद -

चार वेदांमधील दुसरा वेद म्हणजे यजुर्वेद. महर्षी व्यासांनी तो वैशंपायन-ऋषींना शिकवला.

मानवाचा 'जीवनविकास' हा ज्ञान, कर्म व उपासना या तीन रूपांतून होत असतो. या तीन रूपांपैकी कर्माचे विवरण या वेदांत आहे. अर्थात यज्ञकर्माला विशेष प्राधान्य दिलेले आहे.

अर्थात, वेदकाळात यज्ञकर्माला विशेष महत्त्व, प्राधान्य होते. यज्ञसंस्थेचा तपशीलवार विचार यात आहे. यज्ञ करताना प्रथम मंत्रासह कोणत्या क्रिया कोणत्या मंत्रासह करावयाच्या, अथपासून इतिपर्यंत क्रमवार क्रिया कोणत्या क्रमाने करावायाच्या याचे सविस्तर वर्णनासह विवेचन यात असून यज्ञप्रसंगी कोणते नियम पाळावयाचे, हेही विस्ताराने सांगितलेले आहे.

यजुर्वेदाचे दोन भाग आहेत. एक 'शुक्ल यजुर्वेद', दुसरा 'कृष्ण यजुर्वेद'. याविषयी एक आख्यायिका आहे. यजुर्वेदाचा मुख्य 'द्रष्टा' आहे आचार्य 'वैशंपायन ऋषी'. त्यांनी याज्ञवल्क्य व इतर शिष्यांना हा वेद शिकवला.

एक दिवस सर्व आचार्यांची वाद-विवाद सभा असता जे ऋषी सभेस उशिरा येतील, त्यांनी ब्रह्महत्येचे पातक घ्यावे, असे ठरले होते. त्या सभेस येताना वैशंपायन- ऋषींना काही कारणामुळे उशीर झाला, त्यामुळे त्यांना प्रायश्चित्त घ्यावे लागणार होते. गुरुप्रेमामुळे या त्यांच्या शिष्याने त्यांच्या वतीने प्रायश्चित्त घेण्याची तयारी केली.

या ठिकाणी एक गोष्ट सांगावयाची म्हणजे, वैशंपायन व याज्ञवल्क्य यांचे नाते मामा-भाच्यांचे होते. परंतु वैशंपायनऋषींना राग आला व त्यांनी शिष्याला 'मस्ती—गर्व चढला', वगैरे दुरुत्तरे केली. त्या वेळी याज्ञवल्क्यांनासुद्धा राग आला व त्यांनी, ''तुम्ही माझी भावना जाणू शकत नाही. तुमची विद्या मला प्राप्त झालेली आहे, हवी असल्यास मी ती तुम्हाला परत देतो.'' असे म्हटले.

त्यांनी ती विद्या म्हणजे 'यजुर्वेद' ओकून टाकला. 'ओकून टाकला' अशी विद्या ओकून टाकता येते का? शब्दशः अर्थाने हे शक्य नाही. परंतु लाक्षणिक अर्थ असा, की त्यानंतर त्यांना या विद्येचा प्रसार न करता किंवा शिष्यांना न शिकवता

नवीन ज्ञान प्राप्त करून घेतले. त्यासाठी त्यांनी सरस्वती, सूर्य या देवतांची उपासना करून नवीन ज्ञान मिळविले व निराळ्या शब्दांमध्ये 'स्वतंत्र शुद्ध वेद' निर्माण केला.

याज्ञवल्क्याने निर्माण केलेल्या वेदाला 'शुक्ल यजुर्वेद' व वैशंपायनकृत वेदाला 'कृष्ण यजुर्वेद' हे नाव प्राप्त झाले. या वेदांचा प्रभाव राजा जनक व राजा जन्मेजय यांच्यावर पडला. त्यामुळे या वेदांना राजाश्रय मिळून संपूर्ण भारतात प्रसार झाला. त्या वेळी कृष्ण यजुर्वेदीय लोकांनी दक्षिणेत आश्रय घेतला.

यजुर्वेदाच्या सुमारे १०० शाखा असल्याचा उल्लेख आहे; परंतु सध्या सहाच शाखा अस्तित्वात आहेत.

त्या अशा—१) तैत्तिरीय २) मैत्रायणी ३) कठ

४) कपिष्ठल ५) वाजसनेय ६) काण्व

कृष्ण यजुर्वेदाच्या कांडांना ऋषींची नावे दिलेली आहेत. प्रजापत्य, सौम्य, आग्नेय, वैश्वदेव, स्वायंभुव, वारुण, तेलंग.

द्रविड ब्राह्मण तैत्तिरीय संहिता प्रमाण मानून तिला ते अपस्तंभ शाखा म्हणतात. यातील अनेक कथांत देव-दानवांच्या कथा आहेत. यज्ञ केल्याने यशप्राप्ती होते, असे ही संहिता सांगते.

शुक्ल यजुर्वेदाच्या 'वाजसनेय' संहितेत ४० अध्याय व १९०० कांडिका आहेत.

याचा महत्त्वाचा ग्रंथ 'शतपथ ब्राह्मण' हा होय.

'य'च्या जागी 'ज' व 'ष'च्या जागी 'ख'चा उच्चार करतात.

यजुर्वेदात विष्णू व रुद्राला उच्च स्थान आहे.

♦

सामवेद -

चार वेदांमधील हा तिसरा वेद.

याची सूर्यापासून उत्पत्ती झाली, असे मानले जाते. महर्षी वेदव्यासांनी तो 'सुमंत'ऋषींना सांगितला. ब्राह्मणांची उत्पत्ती सामवेदांतून झाली, असे म्हटले आहे. साम शब्दाचा एक अर्थ प्रियवचन (कानाला मधुर भासते ते) आणि दुसरा अर्थ 'गान' असा आहे. म्हणून सामवेदाला 'गानवेद'सुद्धा म्हणतात. ऋग्वेदांतील मंत्राच्या ऋचांचे पठण - यांचे स्वरप्रधान गायन म्हणजे साम.

सामानि यो वेति सो वेद तत्त्वम् । म्हणजे जो साम जाणतो, त्याला वेदांचे रहस्य समजते. भगवान श्रीकृष्णांनीसुद्धा भगवद्‌गीतेत म्हटलेले आहे. 'वेदानाम् सामवेदोस्मि'। म्हणजे, सर्व वेदांमध्ये मी सामवेद आहे.

वेदांमध्ये वास्तविक पहिला वेद ऋग्वेद आहे; परंतु भगवंत सांगत आहेत, की मी 'सामवेद' आहे, कारण तो गायला जातो. गानविद्येच्या सरगमची उत्पती सामवेदापासूनच झालेली आहे. सुरांचे सामर्थ्य असल्याशिवाय शब्दांना विशिष्ट अर्थ प्राप्त होत नाही. स्वरांना प्रभावित होण्यासाठी सुरांची जोड लागते. आपण नेहमीच बघतो, की 'गद्यवाचनापेक्षा' 'गीतगायनाने' माणसे लुब्ध होतात. त्यातील प्रत्येक शब्दाचा अर्थ मनात, अंत:करणात खोलवर बिंबला जातो. म्हणजेच सुरांची जोड शब्दांना सामर्थ्य प्राप्त करून देते. संगीतसुद्धा उपासनाच आहे व संगीत हे ईश्वराचेच स्वरूप आहे, असे म्हटले जाते. त्यालाच नादब्रह्म म्हणतात आणि नादब्रह्माचे सामर्थ्य प्रचंड असते.

वेद हे यज्ञांसाठीच प्रवृत्त झाले आहेत, अशी वैदिकांची धारणा आहे. यज्ञांतील वेगवेगळी कामे करणारे निरनिराळे ऋषी असतात. त्यांना 'ऋत्विज' म्हणतात. आजसुद्धा एखादा कार्यक्रम, मोठा समारंभ, विवाहसोहळा, अधिवेशन, संमेलन किंवा तत्सम मोठा कार्यक्रम करावयाचा असल्यास, कामांचे निरनिराळे विभाग पाडून समित्या नेमतात. प्रत्येक समितीचा एक प्रमुख असतो व अशा सर्व समित्यांनी आपापली जबाबदारी पार पाडल्यास कार्यक्रम आपोआप यशस्वी होतो.

यज्ञ करणे, हे फारच मोठे कार्य होय. यात निरनिराळ्या कामांसाठी निरनिराळ्या व्यक्तींची नेमणूक आवश्यकच असणार, त्यांना ऋत्विज म्हटले जायचे. अर्थात 'ऋत्विज' कोणलाही बनता येत नसे. त्यांना वेदांचे व यज्ञ-यागांचे पूर्ण ज्ञान असणे आवश्यक होते.

१) होता— हा ऋग्वेदी असतो.

२) अध्वर्यू—हा यजुर्वेदी असतो.

३) ब्रह्मा— हा अथर्ववेदी असतो.

४) उद्गाता— हा सामवेदीच असतो.

तो यज्ञप्रसंगी ऋचांचे सामगायन करतो. सामगायन करणारे चार सामवेदी ऋत्विज असतात. त्यांच्यातील एक प्रमुख असतो त्याला उद्गाता म्हणतात.

साम तीन ऋचांवर गायले जातात. त्यांची तीन-तीनदा आवृत्ती करतात. अशा आवृत्त ऋचेला स्तोम म्हणतात. सामवेदाच्या शाखा निर्माण करणारे १३ ऋषी होते. त्यांतील १० शाखांचा लोप होऊन तीनच शाखा अस्त्विात आहेत.

१) कौथुम शाखा - ही शाखा गुजरातेत असून त्यांना श्रीमाळी व नागर ब्राह्मण म्हणतात.

२) राणायनीय शाखा - ही महाराष्ट्रात आहे.

३) जैमिनीय शाखा - ही केरळ प्रांतात आहे.

सामतंत्र—सामवेदाच्या या ग्रंथात सामगायनाचा विधि-संकेत म्हणजे एक प्रकारचे व्याकरणच आहे.

गानवेद—हा सामवेदाचा उपवेद आहे. सांप्रत याचा एकही ग्रंथ उपलब्ध नाही.

गायनकलेचा उगम सामवेद हाच आहे. यात सप्तस्वर वगैरेंची माहिती सापडते.

♦

अथर्ववेद -

चार वेदांमधील हा चौथा, शेवटचा. याचा द्रष्टा 'जैमिनीऋषी' आहे. अंगिरोवंशीय अथर्वणऋषींनी तो प्रथम पाहिला व प्रकट केला, म्हणून त्यास अथर्ववेद म्हणतात. अंगीरसऋषींचे शिष्य भृगुऋषी यांनी या वेदाचा प्रचार केला.

यात वैद्यक, समाजशास्त्र, राजकारण, जादूटोणा इत्यादींची सुक्तेच जास्त असल्याने प्रारंभी यज्ञकर्मांत त्याला स्थान नव्हते. इतर वेदांमध्ये यज्ञकर्माचे महत्त्व जास्त व त्याच्याच ऋचा किंवा सुक्ते जास्त आहेत. त्या तितक्या याच्यात नाहीत. परंतु कालांतराने चौथा 'ऋत्विज' 'ब्रह्मा' हा अथर्ववेदी असावा, असे मान्य झाले.

ब्रह्मविद्येचा उगम अथर्ववेदात झाला आहे, म्हणून या वेदाला 'ब्रह्मवेदही' म्हणतात.

या वेदांत शांतिक, पौष्टिक, घोर, अभिचार (मंत्र, तंत्रद्वारा मरण उच्चाटन) आदी कर्मांचा समावेश असल्याने अथर्ववेदी ब्राह्मणास पुरोहित म्हणून नेमले जाऊ लागले.

राजदरबारांत सर्व कर्मे राजपुरोहितच करीत, त्यामुळे त्यांचा राज्यकारभार व युद्ध यांच्यात मोठा अधिकार असे.

अर्थवेदात नाना प्रकारच्या क्रिया, अनुष्ठाने, संकेत, श्रद्धा, जादूटोणे यांचे सविस्तर वर्णन आहे.

वैद्यकशास्त्र, राष्ट्रविघातक विचार व व्यवहार, स्त्री-पुरुष संबंध, देवघेव, लोकभ्रम, अध्यात्म आदी विषयांचे ज्ञान याच्या अध्ययनामुळे प्राप्त होते.

राजधर्मावर अनेक सुक्ते आहेत. प्रजेकडून राजा निवडला जाई. त्याला विधीपूर्वक 'समंत्र' राज्याभिषेक होत असे. कुटुंबव्यवस्था, घरबांधणी, अन्नोत्पादन आदींचे सविस्तर विवरण यात आहे.

अध्यात्म म्हणजे ब्रह्म, आत्मा, परमात्मा, स्वर्ग, मोक्ष आदी विषयांचे विवेचन याच वेदात असून आत्मा अमर आहे, देव एकच आहे, असे प्रतिपादन या वेदात केलेले आहे.

यावरून अथर्ववेद हा वेदकालीन यज्ञधर्म व उपनिषदांमधील दुवाच आहे, असे म्हणावे लागेल.

पुढे यज्ञधर्माविषयी 'अश्रद्धा' वाढू लागली, तेव्हा अथर्वणऋषींनी भक्तीला महत्त्व देऊन 'अवतारवाद' स्वीकारला.

विष्णू, रुद्र, शिव वगैरे देवतांची उपासना करून ब्रह्मप्राप्ती होते, हे सांगितल्याने धर्माचा ऱ्हास थांबला.

भगवद्गीतेतील अनेक कल्पना अथर्ववेदातूनच घेतलेल्या आहेत.

पहिल्या तीनही वेदांत 'यज्ञकर्माला' महत्त्व देण्यात आलेले आहे. प्रत्येक वेदात म्हणजे ऋग्वेद, यजुर्वेदात निरनिराळ्या प्रकारचे यज्ञ कसे करावेत, का करावेत? आणि त्यांची निष्पती किंवा फल काय, यामध्येच बराचसा भाग व्यापलेला आहे. सामवेदात यज्ञांतील ऋचा, सुक्ते यांचा गानस्वरांत कसा उच्चार करावयाचा, हे सांगितलेले असल्याने सामवेदीय उद्गाता यज्ञांतील ऋचा, सुक्ते गानस्वरांत म्हणजे चाल लावून ठेक्यात उच्चारीत.

परंतु सर्वसामान्य माणसांना हे सर्व करणे अशक्यच होऊ लागले. त्यामुळे यज्ञयाग विधी हा महान-महान ऋषी व राजे-महाराजे यांच्यापुरताच सीमित झाला. सामान्य जनता त्यापासून आपोआप दूर जाऊ लागली. त्याचा परिणाम धर्माविषयी 'अश्रद्धा' निर्माण होण्यात झाला.

त्याच वेळी 'अथर्वण'ऋषींनी धर्माविषयी श्रद्धा वाढावी व कर्मकांडे जनतेच्या आवाक्यात यावीत, म्हणून भक्तीला महत्त्व देऊन अवतारवाद स्वीकारला. ब्रह्मा, विष्णू, शिव, रुद्र, गणेश आदी देवतांच्या उपासनेचा सोपा मार्ग— जो सर्वांना अवलंबणे शक्य होईल असा— उपलब्ध करून दिला. हा मार्ग करवून घेणारे ते 'पुरोहित', म्हणजे तेथपासूनच 'पौरोहित्य' जन्माला आले.

अथर्ववेदात सर्वसाधारण जनतेला आवश्यक असलेले कर्मकांड सुलभ करून पुरोहितामार्फत करता येणे शक्य झाले. त्याचा परिणाम धर्माविषयीच्या अश्रद्धा बऱ्याच प्रमाणात दूर होण्यास मदत झाली.

वेद वाङ्मय हे उगमण्यास कठीण असल्याने सर्वसामान्य जनतेला सोप्या भाषेत समजावून सांगण्यासाठी त्यानंतर बरेच वाङ्मय निर्माण झाले आणि हेच कार्य पुराणांनी केले.

इथपासून पुरोहित ही संस्था जन्माला आली. काळानुरूप त्यात बदल झाले नाहीत. वंशपरंपरेने ती आजतागायत सुरू आहे, परंतु वेदांतील ज्ञान या वर्गाकडेच सीमित राहिले. त्यात कर्मठपणा वाढला. सोवळ्या-ओवळ्याचे अकारणच स्तोम माजले गेले. पुढे निरनिराळ्या देवतांच्या मंदिरांची निर्मिती झाली. त्यातूनच या

मंदिराच्या पुजाऱ्यांची एक नवीन संस्था निर्माण झाली. मंदिरात सोवळ्या-ओवळ्याचे प्रस्थ माजले गेल्यामुळे समाजात दरी निर्माण झाली.

भारतात स्पृश्य-अस्पृश्यता निर्माण होणाऱ्या अनेक कारणांपैकी हे एक कारण महत्त्वाचे ठरले.

पुढे-पुढे कर्मकांडाला विशेष महत्त्व प्राप्त झाले. प्रत्येक संस्कारात त्याचा समावेश झाला. पुरोहितांशिवाय त्या कर्मकांडांचा कुणालाही अधिकार नव्हता. त्यामुळे हा वर्ग पुढे-पुढे स्वतःला श्रेष्ठ, भूदेव मानू लागला. पुढे-पुढे त्या कर्मकांडाला बाजारू स्वरूप प्राप्त होत गेले आणि आजकाल तर मूळ हेतू बाजूला राहून सुपाऱ्या घेऊन निरनिराळे विधी होऊ लागले आहेत.

भगवद्गीतेत या प्रथेविरुद्ध भगवंतांनाही सांगावे लागले आणि पुढे संत ज्ञानेश्वर, संत तुकाराम, संत रामदास वगैरेंनीही या प्रथेविषयी आपापल्या ओव्यांमध्ये बराच उपदेश केलेला आहे.

वैदिक साहित्यपठण व जतन -

जगातील प्राचीनतम वाङ्मयांत वेद एकमेव गणले जातात, हे अलीकडे सर्वांनी मान्य केले आहे. सुमारे ५ हजार वर्षांची आणि मौखिक परंपरा असलेले हे ज्ञानधन आजही इतर संस्कृत साहित्याप्रमाणे सरभेसळ न होता निव्वळ स्वच्छ स्वरूपात उपलब्ध आहे. त्याचे श्रेय आमच्या पूर्वजांना आणि त्यांच्या 'अष्टविकृती' पद्धतीला द्यावे लागेल. अष्टविकृती ही पद्धती, गणितावर आधारित शब्दरचना आणि त्यानुसार म्हणणे यावर अवलंबित आहे. अष्टविकृती आणि त्यांचे कर्ते-जटा (व्याडी), माला (वसिष्ठ), शिखा (भृगू), रेखा (अष्टवक्र), ध्वज (विश्वामित्र), दंड (पराशर), रथ (काश्यप) आणि धन (अत्री).

आजच्या सर्वश्रेष्ठ वैदिक पंडित म्हणजे घनान्त अध्ययन झालेला. त्यातून चारही वेदांचे (शाखांचे) अध्ययन असलेल्या विरळाच.

या पद्धतीमुळेच वेदांचे आजवर शुद्ध स्वरूपात रक्षण झाले. त्याचप्रमाणे वेगवेगळ्या शाखांच्या परंपरा भारताच्या विविध भागांत — प्रांतांमध्ये मोठ्या मिनतवारीने सांभाळल्या गेल्या. ब्रिटिशांच्या काळात वेदविद्या जतन करणाऱ्या विद्वानांची परवड झाली. त्यांचा राजाश्रय व लोकाश्रय संपुष्टात आला. उपजीविकेची भ्रांत पडू लागली. या राष्ट्रीय आपत्तीचा विचार करून १८७५ मध्ये पुण्यांतील न्यायमूर्ती महादेव गोविंद रानडे आणि त्यांच्या सहकाऱ्यांनी एकत्र येऊन वेदशास्त्राच्या रक्षणासाठी 'वेदशास्त्रोत्तेजक सभा' नावाची संस्था निर्माण केली.

भारतातील निरनिराळ्या प्रदेशा-प्रदेशांमधील वेदांची परंपरा आपापली वैशिष्ट्ये

आजही टिकवून आहे. महाराष्ट्रात सध्या मुख्यत्वेकरून ऋग्वेद (शाखल शाखा), कृष्ण यजुर्वेद (तैत्तिरीय शाखा) आणि शुक्ल यजुर्वेद (माध्यंदिन आणि कण्वशाखा) यांच्या अध्ययनाची परंपरा आहे. अथर्ववेदाची परंपरा नष्ट झाली आहे. सांगली, सातारा, माहुलीचे अथर्ववेदी स्थलांतरित झाले आहेत. वसई भागात एकेकाळी असलेले सामवेदी ख्रिस्ती झाले आहेत. गुजरातेत शुक्ल यजुर्वेद (दोन्ही शाखा), सामवेद (कौथुम) आणि अथर्ववेद (शौनक) या शाखांचा प्रचार आहे.

दक्षिण भारतात मुख्यत्वे कृष्ण यजुर्वेद, सामवेद या शाखांचा प्रचार आहे.

वेदांगे

वेद अनादिकालापासून आजपर्यंत एकाच पद्धतीने व त्याच सुरांत म्हटले जातात. कारण हे वाङ्मय सुरुवातीला ग्रंथरूपांत नव्हते. (नंतर ते ग्रंथात आले.) हे वाङ्मय गुरुशिष्य परंपरेने गुरूपासून संथा घेऊन पाठ केले जाते. म्हणून अनादिकालापासून आजतागायत त्याचा सूर, ताल, पद्धत एकच आहे.

वेदांचा अर्थ समजण्यासाठी व विवरण करण्यासाठी वेदांगांची निर्मिती झाली. ही वेदांगे श्रौतविधी, यज्ञयाग करण्यास उपयोगी पडतात.

वेद हे शरीर कल्पून त्याच्या निरनिराळ्या विच्छेदनाला (भागांना) अंगाच्या अवयवांची नावे कल्पिली आहेत.

१) शिक्षा—वेदाचे नाक, २) कल्प—वेदाचे हात, ३) व्याकरण—वेदाचे मुख, ४) निरुक्त—वेदाचे काम, ५) छंद—वेदाचे पाय, ६) ज्योतिष—वेदाचे नेत्र.

या वेदांगांचा 'श्रुती'त समावेश होत नाही. कारण वेद हे 'अपौरुषेय', म्हणजे देवनिर्मित आहेत आणि वेदांगे ही मानवनिर्मित आहेत.

या प्रत्येक अंगामध्ये कशाचे विवचेन आहे याची थोडक्यात सविस्तर माहिती अशी—

१) शिक्षा–वेदाचे नाक–

स्वर व वर्ण यांचे उच्चार कसे करावेत?

(१) वर्ण म्हणजे अक्षर

(२) स्वर- याचे तीन प्रकार आहेत.

अ) उदात्त - उच्च, ब) अनुदात्त - नीच, क) स्वरित - मध्यम.

(३) मात्रा—एक मात्रेचा तो ऱ्हस्व, दोन मात्रांचा तो दीर्घ, आणि तीन मात्रांचा तो प्लुत.

(४) बल - वर्णोच्चाराचे स्थान.

(५) साम - दोषरहित व मधुर सुस्वर.

(६) संतान - संहिता, पदांचे सानिध्य.

२) कल्प–वेदांचे हात.

वेदांत सांगितलेल्या कर्मांची क्रमबद्ध मांडणी किंवा शास्त्र, यांचे तीन भाग पाडलेले आहेत. त्यांना कल्पसूत्रे म्हणतात.

(१) श्रौत सूत्रे- वेदांतील यज्ञविधींचे क्रमवार विवरण यात आहे.

(२) गृह्य सूत्रे- जन्मापासून मृत्यूपर्यंतची कर्तव्ये, कुटुंबातील संस्कार, निरनिराळी अनुष्ठाने यांचे विवरण यात आहे.

(३) धर्मसूत्रे- यात सामाजिक, राजकीय, पारमार्थिक आदी विषयांचे विवरण असून, वर्णाश्रम जातीची कर्तव्ये, दाय (वारसा) कर, स्त्रियांचे स्थान, अपराधांची सजा याबाबतीत सविस्तर माहिती आहे.

३) व्याकरण–वेदांचे मुख.

वेदांच्या अंग-प्रत्यंगांचे विश्लेषण करणारे शास्त्र. यात भाषेचे, लेखनाचे विविध नियम आहेत. त्यांचा सखोल अभ्यास करून लिहिलेले पाणिनी व पतंजली या ऋषींचे त्यावरील महाभाष्य. हे व्याकरणातील दोन श्रेष्ठ ग्रंथ आहेत.

आपल्या भारतीय भाषा या मुळात संस्कृत या आपल्या मूळ भाषेपासून निर्माण झालेल्या आहेत. त्यांची उत्पत्ती गीर्वाण भाषा म्हणजे संस्कृत भाषाच आहे. या भाषांचे व्याकरण पाणिनी व पतंजली यांच्या व्याकरण ग्रंथांवरच आधारित आहे.

४) निरुक्त - वेदांचे काम.

निरुक्ताचा कर्ता 'यास्कऋषी' हा आहे. यात अक्षर, शब्द वगैरेंचा समग्रपणे विचार, त्यांचे अर्थ, व्युप्तत्ती, प्रकार, देवता परिज्ञान, मंत्रलक्षण, शिष्यलक्षण, मंत्राभिव्यक्तीसाठी उपदेश यांचे सविस्तर वर्णन आहे. मुख्य म्हणजे, शब्दांची व्युत्पत्ती कशी झाली यांचे सविस्तर वर्णन आहे.

५) छंद–वेदांचे पाय.

आपले वेद वाङ्मय किंवा सर्वच ग्रंथ हे श्लोकरूपांत म्हणजेच पद्यात आहेत. त्यामुळे या प्रत्येक मंत्रात किंवा श्लोकात किती अक्षरे असावीत, किती चरण असावेत, हे निश्चित असते. त्यांना छंद म्हणतात.

त्यांतील मुख्य छंद—

(१) गायत्री—आठ अक्षरांचा एक चरण, असे तीन चरण असलेला.

(२) त्रिष्टुप—अकरा अक्षरांचे चरण व चार चरण असलेला.

(३) जगर्ता—बारा अक्षरांचे चरण व चार चरण असलेला.

(४) अनुष्टुप—सोळा अक्षरांचे चरण व दोन चरण असलेला.

(६) ज्योतिष–वेदांचे नाक.

यज्ञासंबंधी काल, जागा वगैरेंविषयी विवरण, स्थळ, देश, काल, दिशा, चतुःसीमा, संकल्प, यज्ञकुंड कुठे असावे, अन्य देव-देवतांची स्थाने कोणकोणत्या दिशेस असावीत, मंडपाच्या दारांची दिशा, ग्रहगोल वगैरेंचे सविस्तर वर्णन यात आहे.

वेदाकालीन यज्ञ, यज्ञमंडप व त्याचे स्वरूप यज्ञमंडप

हा समचौरस असावा. साधारण १०×१० मीटर. मध्यभागी साधारण ३/ ४/×३/४ मीटर (२॥ ६ २॥ फूट) व जमिनीपासून ३/४ मीटर (२॥ फूट) ऊंच यज्ञकुंड. यज्ञकुंडाच्या मध्यभागी अर्धगोल आकाराची नाभी. कुंडाच्या पश्चिमेला बदामाच्या आकाराची योनी असे. यज्ञमंडपाच्या चार कोपऱ्यांत चार खांब, चार दिशांच्या चार दरवाजांचे प्रत्येकी दोन, यज्ञकुंडाच्या चारी कोपऱ्यांजवळ कुंडापासून दोन फूट अंतरावर चार, असे एकूण सोळा खांब यज्ञमंडपास असत. मधले चार खांब उंच असून वरती छताचा आकार दिलेला असे.

निरनिराळ्या देवतांच्या जागा निश्चित असून त्या-त्या ठिकाणी प्रतीकात्मक स्वरूपात त्यांची स्थापना करीत. त्यांच्या स्थानाला मंडल म्हणत. एकूण दहा मंडले असत.

१) गणेश मंडल - (पुण्याहवाचन)

गणेश देवतेचे विधीपूर्वक आवाहन करून, यज्ञ निर्विघ्नपणे पार पाडावा यासाठी पूजन. या वेळी संकल्प सोडत असत.

२) मातृका मंडल -

मातृदेवता एकूण सोळा मानल्या आहेत. त्यांची विशिष्ट स्थानांनुसार रचना असे. प्रत्येक देवतेचे आवाहन करून, तिची प्रतीकात्मक स्थापना होत असे. प्राणप्रतिष्ठा होऊन स्थापना होई. नंतर यज्ञप्रवेश होत असे.

३) वास्तू मंडल -

यज्ञमंडपाची वास्तू, स्थळ, त्यांची देवता, जागा वगैरे मंत्रोच्चाराने शुद्ध करून घेऊन सूतबंधन करणे (दुष्टात्मे येऊ नयेत म्हणून) या मंडळाची जागा आग्नेय कोपऱ्यात असे.

४) योगिनी मंडल–

एकूण चौसष्ट योगिनी मानल्या जात. त्यांत श्री महाकाली, श्री महालक्ष्मी, श्री सरस्वती धरून ६७ देवतांची विधीपूर्वक प्रतीकात्मक स्थापना.

५) चंडी कलश–

हा शुभ कलश मानला जाई. यात सर्व तीर्थांचे उदक असून विधीपूर्वक स्थापना होत असे.

६) सर्वतोभद्र मंडल–प्रधान मंडल

एकूण ५८ देवतांचे विधीपूर्वक आवाहन करून प्रतीकात्मक स्थापना करीत.

७) ब्रह्म मंडल–

ब्रह्मदेवाचे स्थान. कुंडाच्या दक्षिण बाजूस पूर्वाभिमुख, ब्रह्मदेवाचे विधीपूर्वक आवाहन व प्रतीकात्मक स्थापना.

८) क्षेत्रपाल मंडल–

हे मंडपाच्या वायव्य दिशेस मांडीत. एकूण ४९ क्षेत्रपाल कल्पिलेले होते. त्यांचे विधीपूर्वक पूजन, आवाहन व विधीपूर्वक स्थापना करीत.

९) नवग्रह मंडल–

नऊ ग्रह, दिशा त्यांचे अधिपती यांचे विधीपूर्वक आवाहन, पूजन व प्रतीकात्मक स्थापना करीत. एकूण ४४.

१०) रुद्र मंडल–

यज्ञाची शेवटची देवता—शिवशंकर.
यात काही राजांनी करावयाचे यज्ञ असत. उदा. अश्वमेध, राजसूय वगैरे.
काही देव-देवतांना प्रसन्न करण्यासाठी असत. उदा. सोमयज्ञ, गणेशयाग,

विष्णुयाग, चंडीयाग वगैरे.

प्राचीन वैद्यक शास्त्र-

प्राचीन काळी कुठल्याही प्रकारचा आजार हा ईश्वराचा कोप, भूत-प्रेतबाधा, ग्रहदशा यांच्यामुळे येतो, असे समजले जात असे. रोगनिवारणार्थ जपजाप्य, मंत्र-तंत्र, शांती, होम-हवन, उपास-तापास, बळी देणे, या गोष्टींचा अवलंब करीत.

(आजसुद्धा विसाव्या शतकाअखेरीस जगांत प्रगत, सुशिक्षित, विचारवंत म्हणवणारेही अशा उपायांवर विश्वास ठेवतात याचे आश्चर्य वाटते.)

भारतात वैद्यक शास्त्राची सुरुवात इ. स. पूर्व ३ ते ५ हजार वर्षांपूर्वी वेदकाळात झाली. चार वेदांपैकी अथर्ववेदाचा एक भाग आयुर्वेद आहे.

'आयुर्वेद' म्हणजे आयुष्यमान व जीवनाचा दर्जा वाढविण्याचे ज्ञान. अथर्ववेदात आयुर्वेदाचे ज्ञान सांगितलेले आहे.

अथर्ववेदांतील आयुर्वेदाचा अभ्यास अत्रेय, चरक, सुश्रुत, वाग्भट्ट यांनी केला आणि निरनिराळ्या शोधांतून, संशोधनांतून ग्रंथ लिहिले. त्यामुळे हे सर्व आयुर्वेदाचे जनक मानले जातात.

यजुर्वेदातील शतपथ ब्राह्मणांत एक कथा आलेली आहे. आश्विनीकुमारांनी (हे देवांचे वैद्य मानले जाते.) च्यवन ऋषींना तारुण्याचे जे रसायन दिले, त्यावरून त्याच्या कृतीप्रमाणे (Rescypy) आजही निरनिराळ्या औषध कंपन्या 'च्यवनप्राश' नावांचे औषध बनवीत आहेत.

सम्राट अशोकाने आयुर्वेदाला राजाश्रय व राजमान्यता दिली, तर सम्राट कनिष्काने 'चरकसंहिता' लिहिणाऱ्या चरकाची राजवैद्य म्हणून नेमणूक केली. सुश्रुताने 'सुश्रुतसंहिता' हा शल्यचिकित्सेवरील ग्रंथ लिहिला. तो वाचून आजचे प्रगत, कुशल शल्यचिकित्सकही थक्क होतात. वाग्भट्ट, अत्रेय यांचेही आयुर्वेदावरील ग्रंथ सुप्रसिद्ध आहेत.

ब्राह्मण ग्रंथ

चार वेद कोणते व त्यांच्यावर स्पष्टीकरणात्मक लिहिलेले ग्रंथ 'वेदांगं' आपण बघितली.

आता तदंगानुरूप इतर कोणते ग्रंथ आहेत, ते पाहू.

निरनिराळ्या ऋषींनी वेदांवर लिहिलेले भाष्य व स्वत:चे विवरण काही ग्रंथांत केलेले आहे. त्यांना 'ब्राह्मण' ग्रंथ म्हणतात.

त्यापैकी काही ग्रंथ—

शतपथ ब्राह्मण-

हा यजुर्वेदाचा ब्राह्मण ग्रंथ. यात दोन प्रकार आहेत. एकूण १०० अध्याय आहेत, म्हणून 'शतपथ' ब्राह्मण.

१) माध्यंदिन शतपथ, २) कण्वशतपथ

विविध प्रकारच्या यज्ञकर्मांचे सविस्तर वर्णन व त्यांना अनुसरून अनेक कथा-उपकथा यात आहेत.

या कथा साधारण या प्रकारच्या आहेत—

कद्रू-सुपर्वा यांचे युद्ध.

ऊर्वशी-पुरुरवा कथा.

आश्विनीकुमारांनी च्यवनऋषींना तारुण्य प्राप्त करून देण्यासाठी च्यवनप्राश दिले, त्याची कथा.

त्याचप्रमाणे महाभारतांतील अनेक कथांचे सार वगैरे कथा यात आहेत.

या काळांत वायव्य सरहद्द प्रांत (गांधार, कैकेय), कुरू, पांचाल, कौशल, विदेह इ. भागांत वैदिक संस्कृती पसरली होती. त्यामुळे या कथांमधील वर्णने त्या भागांतील दिसून येतात.

देवांच्या उत्पत्तीमुळे उजेड व दानवांच्या उत्पत्तीमुळे अंधार निर्माण झाला, अशी कल्पना यात आढळते.

दिवस सुरांचा व रात्र असुरांची म्हणून अंधारात असुरांची शक्ती वाढते, असे यात म्हटलेले आहे.

तैत्तिरीय ब्राह्मण-

हे कृष्ण यजुर्वेद शाखेचे ब्राह्मण आहे. यज्ञांचे सविस्तर वर्णन व विवरण यात आहे. यात सामवेदाला सर्वश्रेष्ठ वेद मानलेले आहे. चातुर्वर्ण्यव्यवस्थेबद्दल आदर दाखविला आहे.

अनेक अवतारांच्या कथांची बीजे, त्याचप्रमाणे वराह अवताराचा स्पष्ट उल्लेख आहे.

स्त्रियांविषयी आदरभाव ठेवावा; त्याचप्रमाणे पत्नीला अर्धांगिनी म्हटलेले आहे. ती लक्ष्मीस्वरूप असते. पत्नी नसलेल्या पुरुषास यज्ञ करण्याचा अधिकार नाही वगैरेंचा उल्लेख यात आलेला आहे.

त्याचप्रमाणे विवाह प्रसंगी वरमुलाला 'अग्निब्राह्मणां'समक्ष 'धर्मेश्च, अर्थेश्च कामेश्च नातिचरामि' अशी शपथ घ्यावी लागते. याचा अर्थ—मी कोणतेही धर्म, अर्थ, काम पत्नीच्या साह्याने करीन, तिच्या सल्ल्याने करीन व तिच्या अर्धवचनात राहीन.

(म्हणजे निदान कोणतेही जबाबदारीचे काम, योजना आखताना पत्नीचा अर्धा सल्ला तरी मान्य करीन.)

यावरून असे दिसून येते, की कोणीही एकमेकांच्या वरचढ नव्हते किंवा स्त्रियांना फक्त उपभोग्य किंवा दासी म्हणून बघितले जात नव्हते. तिचा व पुरुषांचा संसारातील गृहकृत्यात समान सहभाग होता.

तांड्य ब्राह्मण-

सामवेदाचे हे ब्राह्मण आहे. याचे पंचवीस अध्याय असून, एकंदरीत हा ग्रंथ खूपच मोठा असल्याने त्याला 'महाब्राह्मण' म्हणतात.

यात साम व सोमयाग हा महत्त्वाचा विषय आहे.

वेदकाळात यज्ञकर्माला विशेष महत्त्व होते. किंबहुना, पहिल्या तीन वेदांमध्ये यज्ञयाग हीच मध्यवर्ती कल्पना ठेवून तिच्या अनुषंगाने इतर विवरण असे.

यात सोमयज्ञाला विशेष प्राधान्य दिले जात असे. वेदकालीन आर्यांचा कृषी व गोपालन हा मुख्य व्यवसाय होता आणि या व्यवसायाला अर्थात प्रकाश व पावसाची विशेष आवश्यकता होती. (आजही आहे.)

सोम हे वर्षाचे व अग्नी हे प्रकाशाचे प्रतीक मानले जाते. ऊन व पावसामुळे अन्न उत्पन्न होते आणि यावरच सृष्टीचे, तसेच मानवाचे जीवन अवलंबून आहे. म्हणून 'सोमयज्ञाला' विशेष प्राधान्य दिले जात असे.

आजसुद्धा हा 'सोमयज्ञ' निराळ्या उद्दिष्टांनी करणे आवश्यक नव्हे, अत्यंत जरुरीचे झाले आहे. ज्या वेगाने आज जंगलतोड सुरू आहे आणि नवीन लागवड होत नाही; त्यामुळे येत्या काही वर्षांत पृथ्वीवरची सर्व वनसंपत्ती नष्ट होण्याची भीती निर्माण झालेली आहे. मानव व निसर्ग हे एकमेकांवर अवलंबून असतात. मानवाला उपयुक्त असा प्राणवायू निसर्गाकडून मिळतो आणि त्याला आवश्यक असलेला कर्बवायू हा मानव व इतर प्राण्यांकडून मिळतो. असे हे निसर्गचक्र सुरुवातीपासून सुरू आहे. पृथ्वीवरील हे दोन घटक एकमेकांवर अवलंबून आहेत. त्यामुळे एका घटकाचा जरी नाश झाला, तरी दुसरा घटक नाश पावू शकतो.

आणि, हाच वातावरणाचा तोल आज ढासळत आहे.

औद्योगिक विकासामुळे कारखान्यांची अत्यंत वाढ झालेली आहे. त्यांच्या चिमण्यांतून, त्याचप्रमाणे वाहनांमधून अव्याहत दूषित वायू वातावरणात मिसळत आहे. त्यांचा समतोल राखू शकणारा निसर्गाचा एक महत्त्वाचा घटक—वनसंपत्तीही नष्ट होत आहे.

आपल्या पृथ्वीवरच्या जीवसृष्टीचे आकाशातून सतत येणाऱ्या घातक नीलकिरणांपासून संरक्षण करणारे ओझोन वायूचे कवच आहे, परंतु या दूषित वायूंमुळे ते विरळ होत आहे.

या सर्वांचा एकत्रित परिणाम म्हणून जागतिक तापमान (Global Warming) वाढत आहे आणि एकंदरीत संपूर्ण मानवी, त्याचप्रमाणे नैसर्गिक जीवन धोक्यात आले आहे.

त्यामुळे या सोमयागाची निराळ्या अर्थाने आज आवश्यकता निर्माण झालेली आहे.

'वृक्षतोड थांबवा, नवीन वृक्ष लावा, त्यांना जतन करा'. प्रदूषण वाढविणारे मानवनिर्मित कृत्रिम स्रोत बंद करा. नष्ट होऊ घातलेले वन्य प्राणी व वनस्पतींच्या जातींचे पुनरुत्पादन सुरू करा. त्यासाठी आधुनिक विज्ञान उपयुक्त ठरू शकते.

या अर्थाने हा सोमयाग आजही करता येऊ शकेल आणि त्याची फळे निश्चितच चांगली असतील.

जैमिनीय ब्राह्मण-

हे अथर्ववेदाचे ब्राह्मण आहे. अथर्ववेदाचा द्रष्टा 'जैमिनी'ऋषी यांनी किंवा

त्यांच्या शिष्यांनी हे ब्राह्मण लिहिलेले आहे. यज्ञयागांच्या कर्मांबरोबर माणसांवर करावयाच्या सर्व संस्कारांचे सविस्तर विवरण यात आहे.

ऐत्तरेय ब्राह्मण-

हे ऋग्वेदाचे ब्राह्मण आहे. यातसुद्धा इतर ग्रंथांप्रमाणे (ब्राह्मण) यज्ञकर्मांविषयी वर्णन आहे; परंतु यज्ञातील प्रारंभापासून शेवटपर्यंत कर्म कसे करावे याचे क्रमवार वर्णन आहे. हवनकर्मासंबंधी सांगताना ऋग्वेदातील कोणत्या ऋचा, कोणत्या ठिकाणी कराव्यात, याचे विवरण आहे.

यातच शेवटी अग्निहोत्रासंबंधीची माहिती व महत्त्व याचे विवरण आहे.

राज्याभिषेकचा विधी याच ब्राह्मणात सविस्तर दिलेला आहे.

यज्ञांचे अनेक प्रकार सांगितलेले आहेत. ऋषींनी - ब्राह्मणांनी करावयाचा यज्ञ, राजांनी - क्षत्रियांनी करावयाचा यज्ञ, वैश्यांनी करावयाचा यज्ञ वगैरे.

सुरुवातीला यज्ञांत बळी देण्याची प्रथा होती. अगदी प्राचीन काळी 'नरमेध' यज्ञ करीत, अर्थात क्वचितच (नरबळी). नंतर अश्वमेध यज्ञ (घोड्याचा बळी), नंतर गवालंभ (गोवंश बळी), नंतर अजालंभ (बोकड बळी) या क्रमाने सुधारणा होत गेल्या.

याच अर्थ, सुरुवातीचे हिंसात्मक असंस्कृत रूप कालांतराने कमी-कमी होत गेले. नंतर आज केवळ 'व्रीहीयज्ञ'—केवळ तांदूळ, यव, तीळ यांच्या आहुती देऊन केलेला यज्ञ असे सुसंस्कृत, सभ्य रूप प्राप्त झाले. आजकाल कोणत्याही जिवंत प्राण्याचा बळी न देता 'व्रीही' तांदळाच्या आहुती देऊन यज्ञ होत असतो.

ऐत्तरेय ब्राह्मणात अग्निहोत्रासंबंधी विशेष विवरण आहे.

अग्निहोत्र-

वेदकालीन यज्ञ म्हणजे सोपे काम नव्हते, ते अत्यंत कष्टसाध्य कर्म होते. त्यासाठी आर्थिक, शारीरिक, मानसिक, सामाजिक बळाची आवश्यकता असे. भरपूर द्रव्याबरोबर मनुष्यबळाचीसुद्धा गरज असल्याने सर्वसामान्य माणसाच्या आवाक्याबाहेर हे 'यज्ञकर्म' होते.

यज्ञ म्हणजे काय? तर, यज्ञविधी हा सर्व देव-देवतांना हवन करून त्यांचा कृपाप्रसाद किंवा मन इच्छित कामना मिळवून घेण्यासाठी, त्यांना प्रसन्न करण्याचा एक विधी किंवा नियम होता.

परंतु तो अत्यंत खर्चिक असल्याने सर्वसामान्य जनांना किंवा सर्वसामान्य वर्णांना तो करणे परवडणारे नव्हते.

अग्नी हे देव-देवतांना अर्पण केलेले हवि (हवन) स्वीकारण्याचे मुख समजले होते. आपण दिलेले द्रव्य (पदार्थ) देवतांपर्यंत पोहोचण्याचा तो एक मार्ग होता. यज्ञांतील अग्नीला अर्पण केलेले हवन देवतांना पोचत, असा समज होता.

कारण आपण सर्व पंचमहाभूतांपासून निर्माण झालो आहोत व त्यांपैकी अग्नी (तेज) हा एक घटक आहे. आपले स्वत:चे तेज अग्नितेजांत हवनाद्वारे मिसळून ते देवतांच्या तेजांत मिसळता येते, अशी श्रद्धा आहे.

हे सर्वसामान्य माणसांना शक्य होत नसल्याने त्यांच्यासाठी रोज घरच्या घरी एका छोट्याशा यज्ञाची कल्पना या ऐत्तरेय ब्राह्मणात सांगितलेली आहे आणि ती म्हणजे 'अग्निहोत्र'.

आपला आत्मा हा विश्वात व्यापून असलेल्या परमात्म्याचाच एक भाग आहे, म्हणून माणूस आणि निसर्ग व नंतर माणूस आणि देव (परमात्मा) यांचे मिलन घडवून आणून माणसाला मोक्ष प्राप्त होतो, अशी एक कल्पना ती या अग्निहोत्र यज्ञाद्वारे सिद्ध होऊ शकते, असाही या यज्ञाचा एक अर्थ आहे.

म्हणून मंत्रोच्चाराने शुद्ध व अभियुक्त करून 'व्रीही' अग्नीस अर्पण करणे व त्यातून निसर्गाशी, वातावरणाशी किंवा विश्वाशी जवळीक साधून परमात्म्यापर्यंत पोचणे, हे एक यज्ञामागील उद्दिष्ट होते.

सर्व स्तरांतील, वर्णांतील, समाजातील माणसांना सहज जमेल, असा हा अग्निहोत्राचा विधी आहे.

हे अग्निहोत्र विशिष्ट आकाराच्या (उलट्या पिरॅमिडसारख्या) चौकोनी भांड्यात गाईच्या शेणाच्या गोवऱ्यांनी उत्पन्न झालेल्या अग्नीत, गाईच्या शुद्ध तुपांत भिजवलेल्या 'व्रीही' तांदूळाच्या अक्षता, मंत्रोच्चार करून, अभिमंत्रित करून सकाळी व संध्याकाळी सूर्योदय व सूर्यास्ताच्या नेमक्या वेळेला त्या अग्नीत टाकाव्यात. याला अग्निहोत्र म्हणतात. यज्ञाचे लाभ याच्यामुळे मिळू शकतात, अशी श्रद्धा आहे.

सुप्रसिद्ध जर्मन तत्त्वज्ञानी 'वॉर्नर मेत्झर' यांच्या शब्दांत अग्निहोत्राचे महत्त्व देत आहे.

There are fivefold path of the 'Vedas' to reach the mukti(मोक्ष)

The first is ' Yajnya', which is purification of atmosphere through the agency of fire.

The principle of 'Yajnya' is to make the fire by using prescribed materials (व्रीही) in a fire place and utter along with this certain pre-scribes mantras. While doing this the shape of the fire-place, the material used to be burnt and the one or serveral Mantras cause a change in 'PRANA' as well as in the physical and chemical structure of the atmospher and have a beneficial effect on the human mind, as 'PRANA' and mind are like the two sides of one and the same coin. What has an effect on one thing also has an effect on the other.

There are many verieties of 'YAJNYAS', according to the effects which are desired to take place.

'AGNIHOTRA' is the shortest and at the same time the most important kind of 'YAJNYA'.

It has to be practised in every house had by any person of the house hold daily at sunnise and sunset.

Sunrise and Sunset are the prescribed timings for 'AGNIHOTRA' because at those time special conditions of energies which are connected with the sun are prevailing. At sunrise a float (स्रोत) of energy comming from the sun to the earth reaches those coordinates where sun appears to rise.

At Sunset the situation reverses i.e. the energy from the sun cannot it the longitude any longer where we are at present staying and the activities of life calmdown.

The morning & evining 'AGNIGOTRA' are tuned to the energy conditions which are prepaliling at Sunrise and Sunset.

अर्थ –

वेदांमध्ये मुक्तीसाठी (मोक्ष) पाच मार्ग सांगितलेले आहेत. पहिला मार्ग 'यज्ञ'. हा अग्नीच्या द्वारे वातावरण शुद्ध व पवित्र करतो.

यज्ञाचे मूळ तत्त्व, मंत्राने अभिमंत्रित 'व्रीही'ची (हव्यपदार्थ) विशिष्ट आकाराच्या यज्ञकुंडात, मंत्रोच्चारांत आहुती टाकणे. ते विशिष्ट असे 'हव्यद्रव्य' यज्ञकुंडात जळत असताना व विशिष्ट वेदमंत्रांचा उच्चार करताना वातावरणातील भौतिक आणि रासायनिक घटकांत व 'प्राण' यात विशिष्ट बदल घडवून आणतात.

'प्राण' व 'मन' हे मानवाच्या एकाच नाण्याच्या दोन बाजू आहेत. वरील क्रियांचा फायदा 'प्राण व मानस' यांच्याबरोबरच इतरांवर, म्हणजेच सजीव-निर्जीव यांच्यावरसुद्धा होतो. यज्ञाचे पुष्कळ प्रकार आहेत. परंतु सर्वांत छोटासा, सहजसाध्य

असा प्रकार आहे, तो म्हणजे 'अग्निहोत्र'.

हा यज्ञ कोणत्याही सर्वसामान्य माणसाला सहज साध्य असून सकाळ-संध्याकाळ कुटुंबातील कोणाही व्यक्तीला करता येतो. सूर्योदय व सूर्यास्त ह्या वेळा अग्निहोत्र करण्यास योग्य आहेत.

सूर्योदयाचे वेळी सूर्यापासून निघालेला ऊर्जेचा स्रोत प्रथम ज्या ठिकाणी सूर्योदय होत असेल तेथे पडतो. रात्रभर वातावरणात साठलेले दूषित वायू, कार्बनडाय ऑक्साईड, नैट्रोजन वगैरे पुन्हा शुद्ध होऊन प्राणवायू वाढण्यास सुरुवात होते. (O_2-N_2-O_{12}) असे चक्र पुन्हा सुरू होते.

सूर्यास्ताच्या वेळी याच्या उलट स्थिती असते. सूर्यापासूनची ऊर्जा लंबरूपाने म्हणजे सरळ न येता तिरपी येते व आपल्या मानसिक शांतीस कार्यन्वित करण्यास सुरुवात होते. त्यामुळे थकलेले मन श्रांत होत जाऊन विश्रांतीला अनुकूल होते.

म्हणून अग्निहोत्रांसाठी या दोन वेळा सांगितलेल्या आहेत. त्या वेळा ऊर्जा स्रोत आपल्यावर व वातावरणावर सुपरिणाम करण्यास योग्य आहेत.

शांखायत ब्राह्मण-

१) गृह्यसूत्र—यात विवाह, गर्भादान, जात-कर्म, अवप्राशन, चुडाकर्म (जावळ), गोदाम, उपनयन (मौंज), ब्रह्मचर्याश्रम, अंत्यसंस्कार, श्राद्ध, श्रावणी, आदी संस्कारांचे विवरण आहे.

विविध पापकर्मांची प्रायश्चित्तेही यात सांगितलेली आहेत.

२) श्रोतसूत्र—निरनिराळ्या यज्ञांचे विधी, क्रम, नियोजन यांचे सविस्तर वर्णन आहे. उदा. वाजपेय यज्ञ, अश्वमेध यज्ञ, राजसूय यज्ञ, पुरुषमेध यज्ञ, सर्वमेध यज्ञ.

गोपथ ब्राह्मण-

अथर्ववेदाचे एकमेव ब्राह्मण.

मंत्र-तंत्र विद्या-

मंत्र-तंत्र, जादूटोणा याविषयी अथर्ववेदात काही मंत्र सांगितलेले आहेत, असे म्हणतात. यात आत्मा व त्याची मुक्ती गौण आहे. स्वार्थ किंवा एक निश्चित ध्येय प्राप्त करण्यासाठी एक शॉर्टकट, परंतु हा अघोरी मार्ग आहे. त्यात फक्त स्वार्थच असतो. प्रसंगी दुसऱ्यास पीडा देऊनसुद्धा साधक आपले स्वार्थी ध्येय साध्य करतो. हा भगवती शक्तिपूजक असतो. समाजाला याचा काहीही एक

फायदा न होता उलट नुकसानच पोहोचते.

योग-

ध्यान-धारणा, यज्ञ-याग, जप-तप, हे मनुष्याचे अंतिम मुक्ती किंवा मोक्ष मिळविण्याचे साधन आहे. योगविद्येने मनुष्य देवत्व प्राप्त करू शकतो. परंतु यात फक्त आत्म्याचा विकास व समाजकल्याण हाच विचार असतो. मात्र, हा खूप कष्टाचा असून त्याचा कालावधीही जास्त असतो, परंतु त्याचा ताप दुसऱ्यांना होत नाही.

♦♦

उपनिषदे

वेद वाङ्मयात वेदांच्या शेवटी अरण्यके व उपनिषदे या प्रकारचे ग्रंथ येतात. शेवटी येतात, म्हणून त्यांना वेदांत असेही म्हणतात.

आरण्यके -

अरण्यात जाऊन केलेले विविध विषयांचे चिंतन म्हणजे आरण्यके. - बहुतेक आरण्यके उपनिषदांत समाविष्ट झालेली आहेत.

उपनिषदे -

गुरुसन्निध म्हणजे गुरूच्या शेजारी, मांडीला मांडी लावून शिष्य गुरूकडून जी परमविद्या संपादन करतो, ती विद्या म्हणजे उपनिषद. उप—जवळ, निषद—ज्ञानसंपादन.

आद्य शंकराचार्यांनी या विद्येला 'अविद्या विश्वांसिनी ब्रह्मविद्या' असे म्हटलेले आहे. म्हणजे, अज्ञानाचा (अविद्या) विध्वंस म्हणजे नाश करणारी 'ब्रह्मविद्या'.

उपनिषदांमध्ये मुख्यत: आध्यात्मिक तत्त्वज्ञानाचे विवेचन मुख्यत: आहे आणि मुख्य विषय ब्रह्म हाच आहे. त्यातील प्रमुख विचार—

ब्रह्म म्हणजे काय? त्याच्या ठिकाणी विश्वाचा अभ्यास का व कसा होतो?

आत्मा म्हणजे काय? ब्रह्मप्राप्तीची साधने कोणती? ब्रह्म व आत्मा यांचे अद्वैत म्हणजे काय? या विषयांचा सुक्ष्म विचार यात आहे.

उपनिषदांचे मुख्य तीन विषय आहेत-

१) धर्म, २) सृष्टी, ३) आत्मा-परतात्मा

या ठिकाणी धर्म म्हणजे धर्मकांड नव्हे; तर धर्म म्हणजे व्रते, नियम, यम-दम (मन व इंद्रियांवर ताबा) इ. मोक्षाकडे नेणारी साधने किंवा मार्ग.

ब्रह्म हे अंतिम सत्य असून ते त्रिकालाबाधित आहे, हा उपनिषदांचा सिद्धांत आहे. ब्रह्म हे सत्यदर्शनाचे साधन आहे.

यज्ञ-यागाने सुख व स्वर्ग प्राप्त होतो, पण ते सुखचिरकाल टिकत नाही. कायम टिकणारे सुख म्हणजे मोक्ष.

मोक्षाच्या प्राप्तीसाठी वैराग्य आणि संन्यास ही साधने सांगितली आहेत.

पूर्वी पंचमहाभूतांना देवतांपैकीच मानत असत. अग्नी, सूर्य, वायू, जल वगैरे दृश्य देवतांपासून मानवाची दृष्टी उपनिषदांनी निराकार ब्रह्माकडे वळविली. सारे जग ब्रह्म आहे, ते ब्रह्मातून निर्माण झाले व ब्रह्मांतच स्थित आहे आणि ते ब्रह्मांतच विलीन होत असते.

'सुख हे भोगात नसून त्यागात आहे,

हा महत्त्वाचा सिद्धांत यात मांडलेला आहे.

ब्रह्मविचाराची चार सूत्रे अथर्ववेदाच्या उपनिषदांत सांगितली आहेत.

१) मनुष्य शरीर हे ब्रह्मपूर असून त्यात आत्म्याचा निवास असतो.

२) ब्रह्म हे सर्व जगताचे नियामक आहे.

३) ब्रह्म हे सर्वांत ज्येष्ठ आहे.

४) ब्रह्म हे विश्वात्मक आहे.

'पिंडातला आत्मा म्हणजे प्राण आणि ब्रह्मांडाच्या बुडाशी असलेले तत्त्व हे दोन्ही एकच आहेत.

—हा उपनिषदकारांचा सिद्धांत आहे. यालाच 'अद्वैतवाद' म्हणता येईल.

सर्व विश्वाचे नियंत्रण, उत्पती, पालन व विनाश करणारी एक सर्वमान्य शक्ती आहे. तिला आपण 'जगन्नियंता परमेश्वर' म्हणतो.

ही शक्ती अव्यक्त, अदृश्य, सर्वव्यापी, सर्वसाक्षी, सर्वज्ञ, निर्गुण, सर्वशक्तिमान, निराकार अशी 'परमशक्ती'च होय.

सर्व चेतन-अचेतन पदार्थ एकत्र, एकाच प्रज्ञारूप चैतन्याची रूपे आहेत. आत्मा व परमात्मा एकच आहे. संपूर्ण विश्वात व्यापून राहिलेला परमात्मा—ज्याला आपण जगन्नियंता परमेश्वर-परमशक्ती म्हणतो— त्याचाच आपल्या शरीरात वास करीत असलेला आत्मा, हा एकच अंशच आहे. सर्व चेतन व अचेतन पदार्थांनाच भगवद्गीतेत पराअपरा प्रकृती म्हटलेले आहे. ही सर्व रूपे त्या सत्, चित्, आनंद परमात्म्याची रूपे आहेत.

यालाच ढोबळमानाने अद्वैत तत्त्वज्ञान म्हटले जाते.

'अहं ब्रह्मास्मि', म्हणजेच सर्वव्यापी परमात्मा तो मीच आहे.

आदिशंकराचार्यांनी 'अद्वैत' ऊर्फ 'पूर्णाद्वैत' तत्त्वज्ञान सांगितलेले आहे.

परमात्मा तथा परब्रह्म हेच एकमात्र सत्य आहे. जीवात्मा आणि परमात्मा एकच आहे. प्रकृतिसिद्ध वस्तुमानांत जी भिन्नता वाटते, ती मिथ्या आहे. मिथ्या म्हणजेच अशाश्वत आहे. मायेमुळे किंवा अविद्येमुळे ही भिन्नता अनुभवाला येते. ज्ञानाने मोक्ष मिळतो, म्हणून भक्ती किंवा प्रेम यापेक्षा अद्वैताचे पूर्ण ज्ञान प्राप्त करून घेणे, हेच साध्य मानले पाहिजे.

'अहंम् ब्रह्मास्मि।' म्हणजेच, थोडक्यात 'अद्वैतवाद.' सर्वव्यापी परमात्मा तो मीच आहे. त्याचप्रमाणे प्रत्येक जीवात तो परमात्मा आत्म्याच्या रूपात आहे याचा विसर पडता कामा नये.

स्वत:मध्ये आत्मप्रत्यय जागृत करून स्वत:ला हलके समजू नये, तसेच दुसऱ्यांनी स्वत:वर केलेला अन्यायही तू सहन करू नकोस; त्याचप्रमाणे दुसऱ्या कोणावरही अन्याय करू नकोस. विश्वात भगवान म्हणजेच परमात्मा जसा स्वत:मध्ये आहे, तसाच सर्वांमध्ये आहे.

स्वत:वरचा अन्याय सहन करू नकोस, दुसऱ्यावर अन्याय करू नकोस हे जसे आहे त्याचप्रमाणे दुसऱ्यावर त्रयस्थांकडून होणारा अन्यायही होऊ देऊ नकोस.

आपल्याला जे हवे असते, तसेच दुसऱ्यालाही हवे असते याची जाणीव म्हणजेच 'अद्वैत'.

सर्व सृष्टी फक्त माझ्यासाठीच आहे, हे समजू नये. दुसऱ्यालाही मत आहे, मन आहे, जीवन आहे, कल्पनाशक्ती आहे. आपणासारखाच त्यालाही जगण्याचा, राहण्याचा अधिकार आहे, याची समज असणे म्हणजेच थोडक्यात 'अद्वैत'.

उपनिषदांमध्ये आत्म्याच्या चार अवस्था सांगितलेल्या आहेत.

१) जागृती, २) स्वप्न, ३) सुषुप्ती, ४) तुर्या.

यापैकी पहिल्या तीन अवस्था सर्वांच्याच अनुभवास येतात. मनुष्य जागृतावस्थेत कार्य करतो, तो स्वप्ने पाहतो व झोप घेऊन विश्रांती घेतो.

सकाळ होताच माणूस उठतो व दिवसभर काम करतो, ती **'जागृतावस्था'**.

माणूस स्वस्थ पडला असता किंवा झोपला असता त्याला स्वप्ने पडतात, ती **'स्वप्नावस्था'**.

माणूस गाढ झोपतो तेव्हा सर्व इंद्रिये शिथिल झालेली असतात, त्यांचे कार्य थांबलेले असते, त्यांना विश्रांती मिळत असते; ती **'सुषुप्तावस्था'**.

या तीनही अवस्था सर्व माणसांना आवश्यकच असतात. त्यासाठी वेगळे काही करावे लागत नाही.

परंतु, साधकाच्या दृष्टीने **'तुर्या'** ही अवस्था महत्त्वाची आहे. प्रत्येक ऋषी, मनुष्य, ज्यांना मोक्ष मिळावावयाचा आहे किंवा साध्य साधावायाचे आहे, तेही

मोठ्या कष्टानेच 'तुर्या' अवस्था प्राप्त करू शकतात. यासाठी 'योग' सांगितलेला आहे.

मनाच्या प्रत्येक प्रवृत्तीचा—म्हणजेच काम, क्रोध, लोभ, मद, मत्सर, दंभ, अहंकार यांचा निरोध (संयम) करून, मनासह सर्व इंद्रियांना आत्म्याच्या ठिकाणी एकाग्र करणे, म्हणजेच 'योग'.

या योगाभ्यासाने मन शुद्ध होऊन, त्या शुद्ध चित्तात 'आत्मा' प्रकट होतो.

या योगाची शेवटची अवस्था म्हणजे 'तुर्यावस्था'. ही अत्यंत कष्टदायक असून आत्मविद्येच्या साधकासच ती अनुभवास येते.

या अवस्थेत आत्मा व ब्रह्म (परमात्मा) एकच आहे, याचा प्रत्यय येतो. या अवस्थेत साधक (आत्मा) हा परमात्माच (ब्रह्म) होतो.

तुर्यावस्था प्राप्त करणे जरी कष्टसाध्य असले तरी अशक्य नाही. साधक पायऱ्या-पायऱ्यांनी ते साधू शकतो. योगाभ्यास हे एक त्याचे महत्त्वाचे साधन आहे.

सततच्या योगाभ्यासाने मन शुद्ध होऊन, शुद्ध चित्तात आत्मा प्रकट होतो, असे 'कठोपनिषदांत' सांगितले आहे.

श्रीमद्भगवद्गीतेच्या सहाव्या अध्यायात हेच सांगितले आहे, की सततच्या अभ्यासाने चंचल मनाला लगाम घालता येतो व योग सिद्ध होतो.

मनुष्याच्या मनात 'दैवी व आसुरी' प्रवृत्तींचा झगडा सुरू असतो, या आसुरी प्रवृत्तींना नीतितत्त्वाने आळा घालून मनुष्याला खरे सुख व मोक्ष प्राप्त होतो.

यालाच उपनिषदांनी 'तप' म्हटलेले आहे. त्यात मीचा (अहं) लोप होतो.

प्राचीन वेदकालीन उपनिषदे अकरा आहेत.

१) ईश, २) केन, ३) कठ, ४) छान्दोग्य,

५) बृहदारण्य, ६) तैत्तिरीय, ७) ऐत्तरेय, ८) प्रश्न,

९) मुंडक, १०) मांडुक्य, ११) श्वेताश्वेतर.

यातील काही उपनिषदांची थोडक्यात दुरूनच ओळख—

ऐतरेय उपनिषद -

'इतरा' या ऋषी पत्नीचा मुलगा 'ऐतरेय'. याने लिहिलेले उपनिषद म्हणून त्याचे नाव 'ऐतरेय उपनिषद' पडले.

जग हे ब्रह्मापासून निर्माण झाले व मानव हे अत्युच्च स्वरूप आहे.

मनुष्याचे तीन करण आहेत. ते म्हणजे इंद्रिये, मन व हृदय. या तीन करणांत आत्मा वास करतो. त्यानुसार मनुष्याला जागृती, स्वप्न, सुषुप्ती या तीन अवस्था अनुभवायास मिळतात. यात पुनर्जन्माची कल्पना निश्चयात्मक रूपाने

मांडलेली आहे. सर्व चेतन-अचेतन पदार्थ (एकत्र) एकाच प्रज्ञारूप चैतन्याची रूपे आहे. त्यालाच ब्रह्म म्हणतात. यात आत्मा व परमात्मा एकच आहे, हे 'अद्वैत' तत्त्वज्ञान प्रस्थापित केलेले आहे.

बृहदारण्यकोपनिषद -

हे उपनिषद शुल्क यजुर्वेदाच्या शतपथ ब्राह्मणाचा एक भाग आहे. याचा विस्तार मोठा असल्याने 'बृहत्' म्हटलेले आहे.

यातील मुख्य विषय व विचार—

यात अद्वैत तत्त्व मांडलेले असून आत्मा व परमात्म्याचे ऐक्य प्रतिपादलेले आहे आणि ते अद्वैत अनुभवण्याचे मार्ग सांगितलेले आहेत.

मृत्यूला 'हिरण्यगर्भ' म्हटलेले असून जगाची निर्मिती व विलय होतो.

सर्व इंद्रियांमध्ये प्राण श्रेष्ठ आहे.

धर्म व सत्य एकच आहेत.

धर्माहून श्रेष्ठ काहीच नाही.

वगैरे कल्पना विस्ताराने मांडलेल्या आहेत. यात याज्ञवल्क्य ऋषी व त्यांची पत्नी मैत्रेयी यांचा आत्मज्ञानावर सुरेख संवाद आहे.

'अहं ब्रह्मस्मि' आणि 'अयमात्मा ब्रह्म'—

ही महावाक्ये याच उपनिषदात आहेत. जग निर्माण झाल्यावर परमात्मा त्यात प्रविष्ट झाला. यालाच आत्मा म्हणतात. आत्म्याचे ज्ञान व प्राप्ती हेच मानवी जीवनाचे ध्येय आहे.

'माणसाने देहावरील आसक्ती सोडून, इंद्रियांवर विजय मिळवून शांत चित्त व्हावे आणि हृदयस्थ आत्म्याला बुद्धीने पाहावे हेच आत्मज्ञानाचे साधन आहे'.

वरील मुख्य विचार यात प्रामुख्याने मांडलेला आहे.

'तैत्तिरीय उपनिषद' -

यात ब्रह्मानंदाचे वर्णन असून ते संवादरूपात आहे.

'ब्रह्म' हे विराट विश्वात त्याचप्रमाणे मानवी देहातही असते.

ती अमृतशक्ती मेंदूच्या मध्यभागातील स्तनासारख्या भागांत असते अन् तेच ब्रह्मज्ञानाचे द्वार होय.

'ओंकार' हाच ब्रह्म आहे.

अध्ययन संपल्यावर शिष्यांनी गृहस्थधर्मांत प्रवेश करतानाचा उपदेश,

धर्मचर, सत्यपद इत्यादी गोष्टी यातच आहेत. त्याचाच कित्ता आजसुद्धा गिरविला जातो. पदवीधर झाल्यानंतर पदवीदान समारंभात कुलगुरू नवीन पदवीधरांना शपथ देतो.

'ईशावास्योपनिषद' -

हे केवळ १८ मंत्रांचेच आहे, परंतु या १८ मंत्रांत सर्व वेदांचे सार साठविलेले आहे. म्हणून त्याला महत्त्व प्राप्त झालेले आहे.

यातील पहिला व जगप्रसिद्ध श्लोक असा—

'ईशावास्यम् इदम् सर्वं यत् किं च जगत्याम् जगत् ।
तेन त्यक्तेन भुञ्जीथा: मा गृध: कस्य स्विद् धनम् ।।'

अर्थ—अखिल ब्रह्माडांत जे काहीही जड, चेतनरूप जग आहे; ते सर्व ईश्वराने व्याप्त आहे, म्हणून ह्या ईश्वराचे स्मरण करीत त्याचा त्यागपूर्वक भोग घ्या. त्यात आसक्त होऊ नका. कोणाच्याही धनाबद्दल आसक्ती ठेवू नका.

या पृथ्वीवरचे जीवन परमात्म्याचे अधिष्ठान आहे, अशी भावना करावी. हे सर्व त्याच्या मालकीचे आहे, म्हणून त्यागबुद्धीने त्या सर्वांचा उपभोग घ्यावा. एखाद्या गिधाडासारखे त्याला लुटू नये. त्याचप्रमाणे कोणत्याही किंवा दुसऱ्यांच्या धनाची अपेक्षा करू नये.

मुख्य उपदेश असा, की जो प्राणिमात्राला परमात्म्याच्या ठिकाणी व परमात्म्याला सर्व प्राण्यांच्या ठिकाणी पाहतो, तो कोणाचाही तिरस्कार करत नाही. प्राणी व परमात्मा एकरूप असल्याचा त्याला साक्षात्कार होतो.

यात ब्रह्माला ईश म्हटलेले आहे.

'कठोपनिषद' -

हे कृष्ण यजुर्वेदाचे उपनिषद आहे. यात नचिकेत व यम यांचा संवाद असून यमाने नचिकेताला ब्रह्मविद्या सांगितली, ते आख्यान आहे. ही ब्रह्मविद्या 'अग्निविद्या' या नावानेसुद्धा ओळखली जाते.

नचिकेताचा पिता वाजश्रवस ऋषी. त्याने रागाच्या भरात नचिकेताला यमाला दान देऊन टाकले. त्यानंतर यमलोकात नचिकेत पोचला. यम आणि नचिकेत यांत संवाद सुरू झाला.

नचिकेताने मृत मनुष्याचा आत्मा अविनाशी राहतो, की नाही; त्याची नंतर काय स्थिती होते वगैरे प्रश्न केले. त्यानंतर यमाने त्याला जे ज्ञान दिले, तीच 'ब्रह्मविद्या' किंवा 'अग्निविद्या'.

मुख्य तत्त्वज्ञान असे—

आत्मा हा ज्ञानरूप असून तो अमर, त्याचप्रमाणे अजन्मा आहे. आत्म्याला परमात्म्यापर्यंत जायचे असेल, तर माणसाने प्रिय वस्तूंचा त्याग करावा. इंद्रियांना लगाम घालून आत्म्याला शुद्ध मनाने बघावे.

'परमात्मा' म्हणजे उपाधिरहित 'आत्मा'.

'जीवात्मा' म्हणजे उपाधियुक्त 'आत्मा'.

मुंडकोपनिषद-

'सत्यमेव जयते', 'नानृत्म'—

हे प्रसिद्ध वचन याच उपनिषदातले आहे. याचे तत्त्वज्ञान थोडक्यात असे — आत्मा हा हृदयकमलात राहतो. सत्य, तप, यथार्थज्ञान व ब्रह्मचर्य यांच्या नित्य अभ्यासाने आत्म्याचे दर्शन होते. म्हणजेच, कामक्रोधादी दोष नाहीसे होतात आणि हे दोष नाहीसे झालेल्या साधकालाच 'आत्मदर्शन' होते.

आतापर्यंत आपण साधारणत: मुख्य उपनिषदांची ढोबळ माहिती बघितली. बाकी इतर उपनिषदांत साधारणपणे हेच तत्त्वज्ञान आहे.

उपनिषदांचा ढोबळमानाने विचार केला, तर त्यात निर्गुण, निराकार अशा परमात्म्याबद्दलच विशेषकरून उल्लेख सापडतो.

आत्मा, परमात्मा, ब्रह्म, ब्रह्मांड, सृष्टीनिर्मिता वगैरेंबाबतच तत्त्वज्ञान आहे. त्यात मूर्तीस्वरूप सगुण, साकार अशा कोणत्याही देव-देवतांचे नाव नाही.

खोलवर विचार केला, तर वेदकाळात यज्ञ-यागादी कर्मकांडाला जास्त महत्त्व होते. ते सर्वसामान्यांच्या आवाक्याबाहेर होते.

त्यामुळे समाज हळूहळू धर्माविषयी उदास होऊ लागला. ज्ञान हे विशिष्ट लोकांपुरतेच मर्यादित राहू लागले. त्याच्या परिणामी धर्माला उतरती कळा सुरू झाली. इतर वेदबाह्य तत्त्वज्ञानाची वाढ होऊ लागली. जैन, बौद्ध धर्म अस्तित्वांत आले. समाजात नव्या श्रद्धा, नव्या देवता, नव्या उपासनापद्धती प्रचलित होऊ लागल्या. परिणामी, वैदिक धर्म मागे पडू लागला.

त्या वेळी समाजमानसांत पुन्हा स्थान मिळविण्यासाठी नवी उपनिषदे निर्माण झाली. वैदिक ग्रंथांतील किचकट तत्त्वज्ञान सर्वसामान्य लोकांपर्यंत पोहोचविण्यासाठी सुलभ भाषेत नव्या उपनिषदांची निर्मिती केली गेली.

सुरुवातीच्या वैदिक काळात ब्रह्मा, विष्णू महेश वगैरे देवतांना गौण स्थान होते. ते हळूहळू जाऊन त्या देवतांना प्राधान्य येत गेले. प्रत्येक देवतेचे अनुयायी तयार होऊन निरनिराळे संप्रदाय निर्माण झाले.

इतर देवता आपल्या उपास्य देवतांच्या अंगभूत मानून अखेर सगुण उपास्याचे निर्गुण-निराकार परब्रह्माशी ऐक्य कल्पिले आहे.

याचा अर्थ असा, की निरनिराळ्या संप्रदायांनी आपापल्या उपास्य देवता— उदा. शैवांचा शिव किंवा वैष्णवांचा विष्णू वगैरे—या एकमेकांशी निगडित आहेत असे नव्हे, तर एकमेकांच्या अंगभूत आहेत, असे मानले जाऊ लागले. या सर्व सगुण व साकार उपास्य देवतांचे शेवटी निर्गुण, निराकार परब्रह्माशी ऐक्य कल्पिले गेले. थोडक्यात म्हणजे, या सर्व सगुण देवता निर्गुण परब्रह्माचीच रूपे आहेत.

वैष्णव उपनिषदे—३४/ गाणपत्य- ८/ योग - २२/ संन्यास - २०/ वेदान्त - ४१/ सौर उपनिषदे - ५/ शैव - २७/ शाक्त - २७.

यातील काही अशी आहेत—गरुड, दत्तात्रेय, परब्रह्म, वासुदेव, सूर्य, योग, प्रणव, ब्रह्मविद्या इ.

यांची थोडक्यात माहिती—

वैष्णव (३४) - या उपनिषदांमध्ये दशावतार, त्या अवतारांच्या स्वतंत्र संप्रदायांचे वर्णन, आध्यात्मिक स्वरूपाचे स्पष्टीकरण दिले आहे.

शैव (२७) - या उपनिषदांत शिवाची प्रसिद्ध रूपे आणि बटुक व शरभ ही अप्रसिद्ध रूपे यांचे सविस्तर वर्णन आहे.

शाक्त (२७) - या उपनिषदांत देवीच्या सौम्य व उग्र रूपांची वर्णने आहेत.

गाणपत्य (८) - या उपनिषदांत गणेशाच्या तांत्रिक उपासनेची सविस्तर माहिती व हेरंब या स्वरूपाचे स्वतंत्र वर्णन आहे.

सौर (५) - या उपनिषदांत सूर्याचे वेगळे महत्त्व सांगितलेले आहे. वेदांमध्ये सूर्याला विष्णुरूप म्हटलेले आहे. वेगळे महत्त्व सांगितलेले आहे.

या पंचायतनाशिवाय इंद्र, अग्नी, काम, ज्वर, हनुमान आदी देवतांचे स्वरूप व सामर्थ्य वर्णिलेले आहे.

देवतांविषयक या उपनिषदांशिवाय योग, संन्यास व वेदांत या विषयांवरही उपनिषदे रचिली आहेत. या सर्व उपनिषदांत 'भक्ती' ही कल्पना प्रामुख्याने आहे. भक्तिकल्पनेत मूर्त-अमूर्त यांची पूजा, उपचारपूजा, मानसपूजा या सर्वांना स्थान दिलेले आहे. या उपासनेने कोणत्या लोकांची—लोक म्हणजे वैकुंठलोक, कैलासलोक, स्वर्गलोक, ब्रह्मलोक, इ. ची—प्राप्ती होते, ते सांगितलेले आहे.

ही उपनिषदे गौण असली तरी अभ्यासनीय आहेत. योगांची संपूर्ण कल्पना, प्रणवाचे म्हणजेच ओंकाराचे महत्त्व, त्याचप्रमाणे संन्यासकर्माचे सविस्तर वर्णन हा महत्त्वाचा विषय यात वर्णिलेला आहे.

आतापर्यंत आपण वेदकाळापासून उपनिषदे (वेदांत) व नवी उपनिषदे

यांच्या कालापर्यंतचा थोडक्यात प्रवास किंवा इतिहास बघितला. या सर्वांचा विचार केल्यास असे आढळून येते, की सुरुवातीला अवघड व सर्वसामान्यांना समजण्यास व आचरण्यास कठीण अशा यज्ञकर्मांपासून थोड्या सुलभ अशा उपनिषदकाळापर्यंत आलो.

वेदांमधील अवघड यज्ञकर्मांपासून लोक दूर जाऊ लागले होते. त्यामुळे खरेज्ञान लोकांपर्यंत पोहोचणे अशक्य झाले होते परिणामी, लोकांची धर्माविषयी श्रद्धा कमी होत जाऊन अश्रद्धेकडे लोकांची भावना जाऊ लागली. नास्तिकवादाबरोबर इतर धर्म—जैन, बौद्ध यांचेपण धार्मिक आक्रमण सुरू झाले. या इतर धर्मांमध्ये रीतीरिवाज, चालरीती, राहणीमान यात विशेष फरक नव्हता. फक्त मोक्षाच्या व देवतांच्या कल्पना वेगळ्या होत्या. साधन मार्ग निरनिराळे होते.

वैदिक धर्मातील तत्त्वज्ञान व ग्रंथ हे संस्कृत भाषेमध्ये असल्यामुळे सामान्य जनांना समजण्यास दुर्बोध होते. परंतु, इतर धर्मांमधील तत्त्वज्ञान व ग्रंथ तत्कालीन भाषांमधून लिहिले गेल्यामुळे साहजिकच सामान्यजन तिकडे आकर्षित होऊ लागले.

त्याच वेळी ब्राह्मणांमधील कर्मठपणाही वाढला होता. राजे विलासी व सुखलोलुप झाले होते. त्यामुळे वैदिक धर्मास उतरती कळा लागावयास सुरुवात झाली. अवतारवाद व निरनिराळ्या देव-देवतांच्या मनोरंजक कथा आणि त्या कथांमधूनच लोकांपर्यंत वैदिक धर्माची मूल्ये पोचवली जाऊ लागली. त्या काळात नवीन १८० उपनिषदे निर्माण केली गेली. निर्गुण - निराकार देवतांना सगुण व साकार रूप देऊन त्या लोकांपुढे आणल्या गेल्या.

त्यात प्रमख पाच देवता होत्या. त्या म्हणजे विष्णू, शिव, शक्ती (भगवती), गणपती व सूर्य. या देवतांच्या निरनिराळ्या अवतारांच्या कथा उपनिषदांत सांगितल्या गेल्या.

या देवतांपर्यंत पोचण्याचा सोपा मार्ग म्हणून 'भक्तिमार्ग' सांगितला गेला. तो उपनिषदांत प्रामुख्याने दिसतो. या देवतांच्या अनुष्ठानाने व अनुकृपेने त्या देवता प्रसन्न होऊन त्या-त्या देवता राहत असलेल्या लोकांमध्ये मरणानंतर लोकप्राप्ती होते. उदा. विष्णू—वैकुंठलोक, शिव—कैलासलोक वगैरे. त्यामुळे लोकांचे वैदिक धर्माविषयीची अश्रद्धा दूर होण्यास मदत झाली.

इतर किचकट कर्मकांड करण्यापेक्षा पूजन, भजन, स्तवन, स्तोत्रे वगैरे भक्तियुक्त अंत:करणाने केले म्हणजे देवांजवळ जाण्याचा मार्ग सुलभ होतो, हे लोकांच्या मनात बिंबविण्याचे काम येथूनच सुरू झाले असावे, असे वाटते.

आणि महत्वाचे म्हणजे, या काळातच पुराणे निर्माण झाली. या पुराणांमध्ये देवादिकांच्याा अवतारकथा, त्याचप्रमाणे इतर कथा, उपकथा, आख्याने यांच्या

मनोरंजक कथांबरोबर प्रिय, सुलभ असा भक्तिमार्ग वगैरेंचे विवरण व वर्णन असल्याने ही पुराणे अल्पावधीतच लोकप्रिय झाली.

अर्थात मुख्य उद्देश होता तो सर्वसामान्यांना अबोध असलेले वेदोपनिषदांमधील ज्ञान पोचविणे; देवधर्माविषयी जी एक प्रकारची अश्रद्धा निर्माण झाली होती, ती दूर करणे व त्यांना पुन्हा धर्माधिष्ठित नीतिमूल्यांकडे, आचारविचारांकडे वळविणे.

त्यासाठी पुराणांमध्ये तत्कालीन व्यक्ती, राजे-महाराजे वगैरेंच्या कथा गुंफल्या गेल्या, त्या लोकांनी आवडीने ऐकाव्यात, आत्मसात कराव्यात व धर्माधिष्ठित आचरण करावे, या हेतूने त्यात अद्भुतता आणली गेली. थोडीशी रंजकता असल्याशिवाय सर्वसामान्य माणसे त्याकडे लक्ष देत नाहीत किंवा आकर्षितही होत नाहीत, म्हणूनच पुराणांमध्ये अतिरंजकतेबरोबर अतिशयोक्तीही आढळून येते. परंतु त्यामुळे मूळ उद्देशाला बाधा न येता उलट लोकांमध्ये भक्तिभाव निर्माण करणे महत्त्वाचे होते आणि तो उद्देश बऱ्याच प्रमाणात साध्य झाल्याचेही दिसून येते.

जर खोलवर विचार केला, तर आजसुद्धा केवळ तत्त्वज्ञानाच्या प्रवचनाला किती लोक जातात? परंतु, कथा-कीर्तनाला मात्र गर्दी करतात.

त्याचप्रमाणे ग्रंथांचा किंवा पुस्तकांचा विचार केला; तर किती जण ज्ञानकोश, तत्त्वज्ञानावरची किंवा नीतिमूल्यावर आधारित पुस्तके वाचतात? उलट, उथळ विचारांच्या पुस्तकांनाच वाचक पसंती दर्शवितात. असो.

पुराणे-

पुराणे म्हणजे निव्वळ कथा नसून त्या काळांतील घटनांचे, विचारांचे, समाजाचे एक प्रकारे प्रतिबिंब किंवा इतिहासच दिसून येतो.

वैदिक व उपनिषदकालानंतर पुराणकाल सुरू होतो.

'पुरां नवभवति इति पुराणा'।

'प्राचीन असूनही नवे ते पुराण'

या पुराणांमध्ये कथांच्या रूपाने, नीती, धर्म आदीविषयक विचार सांगितलेले आहेत.

सुरुवातीला कथा, गाथा, राजवंश वर्णन यामुळेही पुराणे विखुरली गेली होती. राजांचे सेवक, भाट, चारण, सूत, मागध, बंदी हे सर्व दरबारातील सेवक असत. त्यांच्याकडे या कथांचा साठा होता. ते वेळोवेळी कथाकथन करून राजाचे व दरबारी लोकांचे मनोरंजन करीत असत. त्यात रंजकतेबरोबरच राजाची स्तुती असे.

कालांतराने ब्रह्मा नामक एका ऋत्विजाने वेगवेगळे सूत व मागध्यांच्या कथा-गाथांचे संकलन करून एकत्र संग्रह केला, त्याला 'आदिपुराण' म्हणतात.

यातूनच पुढे पुराणविशारद व्यासांनी आख्याने, उपाख्याने, गाथा व कल्पशुद्धी यांनी युक्त अशी पुराणसंहिता तयार केली.

पुढे त्यांचा शिष्य रोमहर्षण याने या संहितेचा शिष्यांमध्ये प्रसार केला व त्यातून चार पुराणसंहिता तयार झाल्या.

रोमहर्षणाचा मुलगा उग्रश्रवा याने नंतर पुराणांचे अध्ययन सुरू केले. या उग्रश्रवाने रोमहर्षणाकडून चार—रोमहर्षणाच्या शिष्यांकडून सहा, व्यासांकडून सात व शुकमुनींकडून भागवत हे पुराण, अशा एकूण १८ पुराणांचे अध्ययन करून पुराणे लिहिली. हीच व्यासकृत १८ पुराणे होत. यांनाच 'आदिपुराण' म्हणतात.

यात कालौघात अनेक आख्याने, उपाख्याने यांची भर पडत गेली व पुराणांना विस्तृत स्वरूप प्राप्त झाले. ह्या अभिवृद्धीत सूतांचा मोठा वाटा आहे.

वैदिक धर्माचा किंवा विचारांचा ऱ्हास रोखण्यासाठी व वेदविचार लोकांपर्यंत पोहोचविण्यासाठी पुराणांचा जन्म झाला, असे म्हटले तर ते अयोग्य ठरणार नाही.

परंतु पुराणांची निर्मिती व्यास किंवा त्यांच्या शिष्यांकडे जाते, असे म्हटले, तरी या कथांचे संकलन करून त्यांनी निरनिराळ्या राजांच्या पदरी असलेले सूत, मागध, बंदी यांच्याकडे असलेल्या कथा, आख्याने यांच्यातून एकत्रीकरण केले. यात एकसूत्रता आणण्यासाठी ब्रह्मा या ऋत्विजाने केलेल्या संग्रहाचा उपयोग करून त्यातून चार पुराणसंहिता तयार झाल्या व पुराणांना आकार आला.

या पुराणांमध्ये राजा विक्रमादित्यानंतर (इ. स. पूर्व ५७) एकूण पाच लाख श्लोकांची भर पडली. एक लाख श्लोकांचे 'महाभारत' व चार लाख श्लोकांची इतर पुराणे यांची वाढ सूतपरंपरेतील पुराणिक वर्गाने केली. पुढे गुप्तकाळापासून १९ व्या, २० व्या शतकाच्या पूर्वभागापर्यंत यात भर पडत गेली.

भविष्य पुराणात ख्रिस्त धर्माचा बायबल ग्रंथ, ॲडम, अब्राहम, लॉर्ड रे (रॉ), व्हिक्टावती (व्हिक्टोरिया) यांचाही उल्लेख आहे. आंग्ल भाषेतील एक श्लोकही आहे.

'रवीवारचे संडे, च फाल्गुने चैव फर्वरी।
षष्टी - सिक्टीच ज्ञेया त दुपाहर मिरितम॥'

रविवार म्हणजे संडे, फाल्गुन-फेब्रुवारी तर साठ म्हणजे सिक्स्टी.

पुराणांचे माहात्म्य-

धार्मिक संस्कारांतील संकल्पांत श्रुती-स्मृतींनंतर पुराणांचा उल्लेख होतो. स्मृतिकारांनी, वैदिक ऋषींनी, श्रौत व स्मार्त (वैदिक) धर्माचा अधिकार फक्त त्रैवर्णीकांनाच—ब्राह्मण, क्षत्रिय, वैश्य यांना—दिला होता. शूद्र व शूद्रेतरांना या

अधिकारापासून वंचित ठेवले होते.

आजच्या विसाव्या शतकात स्वातंत्र्यप्राप्तीनंतर घटनेने चातुर्वर्ण्य मानलेले नाहीत.

चातुर्वर्ण्य हा फारच संवेदनशील विषय आहे. वेदकाळात शूद्रवर्ण हा हरलेल्यांचा मानला जाई. अनार्यांवर विजय मिळवून त्यांना आर्य चाकरीस ठेवीत. सेवा व इतर हलकी कामे त्यांच्याकडून करवून घेत. ते एक प्रकारे दास्यच होते.

परंतु पुराणकाळात या वंचितांना व उपेक्षितांना वागविण्याच्या धोरणात बदल झाल्याचे दिसून येते. उलट, त्यांचा उद्धार करण्यासाठीच पुराणांचा अवतार झाला. वंचित लोकांना परधर्मात जाण्यापासून रोखण्यासाठीसुद्धा पुराणांचा उपयोग झाला.

भगवद्‌गीतेत चातुर्वर्ण्य सांगितले आहेत; परंतु त्याचे रूप, धर्म किंवा जातीवर आधारलेले नसून कर्मावर आधारित आहेत. ती जातिव्यवस्था नसून कार्यशक्तीवर आधारित समाजव्यवस्था आहे, असे प्रतिपादलेले आहे.

म. गांधी व आचार्य विनोबांचे या बाबतीतील विचार—

कोणताही समाज चार वर्णांनी बनलेला असतो. त्यांच्या निरनिराळ्या कार्यशक्ती असतात.

१) बुद्धिशक्ती - ब्राह्मण, २) शस्त्र (बल) शक्ती - क्षत्रिय

३) वित्त (अर्थ) शक्ती - वैश्य, ४) श्रम (कार्य) शक्ती - शूद्र

समाजाची बोलीभाषा कोणतीही असली, तरी या शक्ती समाजासाठी विकसित झाल्याच पाहिजेत. प्रत्येकाने स्वधर्माचे पालन केले, तर वैयक्तिक व सामाजिक प्रश्न राहणार नाहीत.

'स्वधर्म पालन' म्हणजे स्वत:चे कर्तव्यकर्म अनाचार न होऊ देता करणे.

भारतीय संस्कृतीचा प्रचार व प्रसार, त्याचप्रमाणे इतर धर्मीयांचे हिंदू धर्मावर होणारे आक्रमण थोपविण्याचे महाकार्य पुराणांनीच केले. पुराणांनी धर्माचे सर्वांगीण विवेचन केले. आख्याने, गाथांद्वारे, छोट्या-छोट्या कथांद्वारे वेदांमधील सुक्ष्म धर्मतत्त्वे सुलभ भाषेत विशद करून सांगितली.

वेदांनी जे परमतत्त्व द्रष्ट्या ऋषींच्या मनोबुद्धीला अगम्य ठेवले, ते पुराणांनी सामान्य जनतेला बुद्धिगम्य करून दिले.

वेदरचनाकार द्रष्टे ऋषी यांनी वेदांतील तत्त्वज्ञान अत्यंत अवघड, गहन व गूढ श्लोकांमध्ये (ऋचा) रचले होते, ते सर्वसामान्य माणसांच्या आवाक्याबाहेर असल्याने त्यांना समजेल-रुचेल अशा सोप्या भाषेत पुराणांनी उपलब्ध करून दिले.

उपनिषदांतील सत्य, ज्ञान हे अनंतरूपी ब्रह्मपुराणांनी सौंदर्यमूर्ती व पतितपावन अशा भगवंताच्या रूपांत प्रकट केले. उपनिषदांत यज्ञकर्माला विशेष महत्त्व होते.

अव्यक्त परमात्मा वगैरे सत्य ज्ञान लोकांच्या डोक्यावरून जात होते. यज्ञकुंडातील देवतांना प्रत्यक्ष मूर्तिरूप देऊन त्यांना भव्य, सुंदर, पवित्र मंदिरांत व घराघरांमध्ये पुराणांमुळे स्थान मिळाले.

वेदांमधील केवळ काल्पनिक देवतांना प्रत्यक्ष मूर्तिरूप देऊन ते डोळ्यांपुढे उभे राहिल्याने त्यांच्या विषयीचे आकर्षण वाढले. देवळे, मंदिरे बांधली जाऊन त्यांत त्या देवतांच्या सुंदर-सुंदर मूर्ती स्थापल्या गेल्याने देवांविषयींचे ज्ञान लोकांपुढे आले. शिवाय त्याला भक्तीची जोड मिळाल्यामुळे साहजिकच लोक आकर्षिले गेले. त्याप्रमाणे घराघरांमध्ये देव्हारे व त्यात देवतांच्या मूर्तीची स्थापना होऊन माणूस घरच्या घरीच पूजा-पाठ करू लागला.

इतके दिवस निर्गुणोपासना ही उपासनापद्धत होती. ती कमा-कमी होत जाऊन सगुणोपासना प्रचलित झाली. त्यात अवतारवाद आल्यामुळे 'भक्ती' वाढण्यास मदत झाली.

या पुराणांमध्ये यती, ब्रह्मचारी, गृहस्थ, वानप्रस्थ, स्त्री, शूद्र, ब्राह्मण, क्षत्रिय, वैश्य आणि इतर संकर जातीचे लोक या सर्वांचेच धर्म सांगितलेले आहेत.

अवतारवादाची मूळ कल्पना -

अधर्मतत्त्वांचा नाश व धर्माची संस्थापना हे अवताराचे कार्य होते.

या अवतारकल्पनेने मानवाला देव बनविले. त्याच्या अंत:करणात ईश्वर-तत्त्वाची स्थापना करून त्याला मोक्षमार्गाकडे नेणे, हे महत्वाचे कार्य अवतार या संकल्पनेने केले.

त्यातूनच पंचायतनाची संकल्पना आली. शिव, विष्णू, गणपती, सूर्य, देवी (शक्ती) हे पंचायतनातील देव होत. त्यामुळे शैव, वैष्णव, गाणपत्य, शाक्त वगैरे पोटसंप्रदायांना एकत्र आणले गेले. आपली प्रमुख देवता व त्याच्या जोडीला इतर देवता यांची पूजा सुरू झाली.

पंचायतनाची पूजाविधीची संहिता निर्माण केली गेली. या संहितेत सर्व देवतांची त्याचप्रमाणे अवतारांचे पूजा-विधी कसे करावेत, त्यात वेदांतील मंत्र कोठे व कसे म्हणावेत, हे सांगितले आहे.

पूर्वीच्या यज्ञांमध्ये हवनाला जास्त महत्त्व होते. पुराणांमध्ये देवाला नैवेद्य दाखवणे व अन्नदान करणे यांवर भर दिला गेला. अन्नदान हे सर्वश्रेष्ठ ठरविले गेले.

पुराणकाळात नित्यपाठ, स्तोत्रे, प्रार्थना, निरनिराळ्या देवतांची व्रते, उपवास, देवतोत्सव, सणवार निर्माण करून लोकांची धार्मिकता वृद्धिंगत झाली. परंतु हे सर्व करताना वैदिक परंपराही कायम ठेवली गेली. त्यामुळे लोकांचा कल धर्माकडे

आपोआप वाढला. घरच्या घरीच राहून, सर्व व्याप सांभाळूनसुद्धा देवाकडे जाता येते, हे समजल्यामुळे समाजात धर्माबद्दलची आसक्ती वाढली.

वैदिक वाङ्मयात भक्तीला तितकेसे महत्त्व दिलेले नव्हते. पुढे पुराणांमध्ये भक्तीला महत्त्व प्राप्त झाले.

भागवत पुराणात भगवंताच्या प्राप्तीचा एकमेव मार्ग म्हणजे 'भक्ती' असे प्रतिपादन केले आहे. भक्त कोणत्याही वर्णाचा, जातीचा असला तरी तो वंद्य आहे, हे रूढ केले. यासाठी हजारो कथापुराणांमध्ये सांगितल्या गेल्या आहेत.

पुराणांत तत्त्वज्ञान, भक्तिकथा-गाथा यांबरोबर विज्ञानाचाही समावेश आहे. यात आयुर्वेद, पशुवैद्यक, रत्नपरीक्षा, वास्तुविद्या (मंदिरे, घरे, राजवाडे बांधण्याचे शास्त्र), स्वेच्छारूपधारिणी विद्या, धनुर्विद्या, सामुद्रिक विद्या (शारीरिक शुभाशुभलक्षण विद्या) आदी शास्त्रांचा समावेश असून त्यांचे सखोल विवरण आहे.

वैदिक धर्माला नंतर जी ग्लानी आली होती आणि त्यामुळे इतर धर्मांचे आक्रमण सुरू झाले होते, त्याची कारणे शोधणे निश्चितच मनोरंजक ठरेल.

त्या वेळी म्हणजे वैदिक किंवा उपनिषदकाळात विचारवंत, ब्राह्मण, समजदार माणसे, राजे, सत्ताधारी वगैरे सर्व जण कर्मकांडांत गुंतले होते. हवन, यज्ञयाग इत्यादी कर्मकांडांपलीकडे ते जाऊच शकत नव्हते. अर्थात कर्मकांड करणे चुकीचे आहे, असा त्याचा अर्थ नाही. परंतु कर्मकांड म्हणजेच सर्वस्व आहे, हे मानणे निश्चितच चुकीचे आहे. ज्यांनी समाजामध्ये जाऊन मौलिक वैदिक विचार, तत्त्वज्ञान यांचे प्रबोधन करावयाचे; तेच फक्त कर्मकांडांत गुंतले. खरे ज्ञान सामान्यजनांपर्यंत न गेल्याने लोकांमध्ये अश्रद्धा निर्माण झाली आणि तिचे पुढे अंधश्रद्धेत रूपांतर झाले. त्याचा लबाड लोकांनी फायदा घेतला. स्वत:ला उच्च म्हणवणाऱ्यांनी स्वार्थासाठी सर्वसामान्यांच्या या अंधश्रद्धेला जाणीवपूर्वक जोपासले. बळी देणे, नवस वगैरे स्तोम माजले गेले. त्यामुळे साहजिकच काही समंजस माणसे त्यांच्यापासून व वैदिक धर्मापासून दूर जाऊ लागली.

त्याच वेळी जैन व बौद्ध धर्म यांची सोपी उपासना लोकांना पसंत पडू लागली आणि बरेच जण तिकडे आकर्षिले गेले. त्यामुळे त्या दोन्ही धर्मांचा जनमानसावर प्रभाव वाढू लागला. शिवाय त्यांना राजाश्रयही मिळाला होता. म्हणून वैदिक विचारांचा पुन्हा प्रभाव पाडणे जरुरीचे होते. तेच काम नंतर पुराणांनी केले.

सगुण व निर्गुण या दोन्ही प्रकारच्या भक्तीला पुराणांनी मान्यता दिलेली आहे. त्याचप्रमाणे मुक्तीबरोबर भुक्ती (उपभोग) यांनाही मान्यता दिलेली असून प्रतिष्ठाही प्राप्त करून दिलेली आहे.

जीवनाचे तीन सोपान—म्हणजे पायऱ्या—दिलेल्या आहेत.

१) वर्णाश्रम धर्माचे पालन करावे व निरासक्त मनाने त्याचे फळ उपभोगावे.

२) भगवंत जगत्चालक व भक्तद्रुम असल्याने त्याच्या कृपेसाठी त्याला श्रद्धापूर्वक शरण जावे.

३) शरीर, वाणी व मन त्याच्या सेवेला वाहावे. भूतमात्रांत भगवंत पाहून भूतसेवा ही भगवंतसेवा मानावी.

यांचे पालन केले म्हणजे मुक्तीसाठी अधिक काही करावयाची आवश्यकता नाही.

वर सांगितलेल्या सोपानांचे सविस्तर स्पष्टीकरण—

वर्णाश्रम धर्माचे पालन करावे. यात पुन्हा वर्ण हा शब्द आलेला आहे. अर्थात तो जातिवाचक म्हणून आलेला नाही. वर्ण म्हणजे आपण गुणकर्मानुसार जे स्वकर्म करू शकतो, ते. बुद्धिवाद्यांनी अध्ययनाचे त्याचप्रमाणे ज्ञान जतन आणि संशोधन करण्याचे काम करावे. सशक्त व शस्त्रनिपुणांनी समाजाचे संरक्षण करावे. ज्यांना जमेल त्यांनी व्यापार व शेती करावी. आणि वर सांगितलेले कोणतेही काम ज्यांना जमत नसेल, त्यांनी आपापली श्रमशक्ती वापरात आणावी. यात जातींचा संबंध नाही.

भगवंत सर्व चराचर सृष्टी व्यापून आहे. तो जगन्नियंता, जगत्चालक आहे. हे सर्व त्याच्या मालकीचे आहे, असे समजून कर्तव्यकर्म करावे. त्यासाठी त्याला श्रद्धपूर्वक शरण जावे. आपला देह, वाणी व मन त्याच्या सेवेला वाहावे. केवळ हा परमात्मा सर्व चेतन-अचेतन वस्तूंमध्ये व्यापून आहे. फक्त प्राणिमात्रांतच नाही, तर जडवस्तूंमध्येसुद्धा तो आहे. त्यामुळे सर्वांमध्ये म्हणजे—सृष्टी, वृक्ष, वल्ली, जल, वायू, मनुष्यप्राणी, इतर सर्व प्राणिमात्रांमध्ये तोच आहे. अशा श्रद्धेने या सर्वांच्या उन्नतीसाठी कर्म करावे. मानवामध्ये कुणीही उच्च-नीच नाही. त्यामुळे सर्वांशी समानता असावी. त्याचप्रमाणे सर्व भूतमात्रांमध्येच परमेश्वर आहे, त्यांची सेवा म्हणजेच परमेश्वराची सेवा समजावी.

चेतन-अचेतन वस्तूंमध्ये परमेश्वर आहे. फक्त प्राणिमात्रांतच नाही, तर जड वस्तूंमध्येसुद्धा तो आहे याचे सुरेख उदाहरण संत ज्ञानेश्वर चरित्रात दिसते. महान योगी चांगदेव ज्ञानदेवास भेटावयास जाताना ते वाघावर बसून व सापाचा चाबूक हातांत धरून गेले. त्यातून त्यांना असे दाखवावयाचे होते, की जसा परमेश्वर माझ्यामध्ये आहे, तसाच तो या प्राण्यांमध्येसुद्धा आहे. ते प्राणी व मी यांचे परमेश्वरस्वरूप एकच आहे.

परंतु ज्ञानेश्वरांनी भिंतीलाच वाहन बनविले व ते तिच्यासह चल अवस्थेत चांगदेवांना सामोरे गेले. त्यातून त्यांना असे दाखवायचे होते, की परमेश्वर फक्त

चेतन वस्तूंतच नसून तो सर्व चेतन-अचेतन जड वस्तूंतसुद्धा आहे. त्याचप्रमाणे आपण स्वत:चा लिंगदेह व्यापक करून जडवस्तूतसुद्धा भरू शकतो.

ही एक रूपक कथाच असून सगळीकडे परमेश्वराची व्याप्ती आहे, हेच तत्त्व येथे सांगितलेले आहे.

म्हणून अशा सर्वव्यापक नियंत्याला आपण अनन्यभावाने शरण जावे. अहम्भाव, काम, क्रोध वगैरेंचा त्याग करून त्याची भक्ती केल्यास तो आपणास त्याच्यात निश्चितच सामावून घेतो.

महाभारत युद्धकाळी अर्जुनाला विभूतियोगात व नंतर विराटरूप दर्शन देऊन श्रीकृष्णांनीसुद्धा हेच प्रतिपादिलेले आहे.

पुराणे-
संख्या व वर्गीकरण
महापुराणे १८ आहेत व उपपुराणेही १८ आहेत.

महापुराणे -
१) ब्रह्म, २) पद्म, ३) विष्णू ४) शिव, ५) भागवत (देवीभागवत), ६) नारदीय, ७) कपिल, ८) अग्नी, ९) भविष्य, १०) ब्रह्मवैवर्त, ११) लिंग, १२) वराह, १३) स्कंद, १४) वामन, १५) कूर्म, १६) मत्स्य, १७) गरुड, १८) ब्रह्मांड

उपपुराणे-
१) आद्य किंवा सनत् कुमारीय, २) नारसिंह, ३) स्कंद, ४) शिवधर्म, ५) दुर्वासोक्त, ६) नारद, ७) कपिल, ८) पराशरोक्त, ९) वामन, १०) औशनस, ११) ब्रह्मांड, १२) वारुण, १३) माहेश्वर, १४) कालिका, १५) साम्ब, १६) सौर, १७) सारिच आणि १८) भार्गव.

याशिवाय ३२ उपपुराणे उपलब्ध आहेत. उपपुराणे ही महापुराणांनंतर लिहिलेली आहेत, त्यामुळे ती गौण आहेत, असा गैरसमज आहे. उलट, काही उपपुराणे महापुराणांपेक्षाही प्राचीन आहेत. सर्व उपपुराणांत ऐतिहासिक माहिती आहे.

तत्कालीन संस्कृती, कला, साहित्य, समाजव्यवस्था, धर्मसंस्था—इत्यादीं संबंधी माहिती त्यातून मिळते. ही उपपुराणे कनिष्ठ मानली गेल्यामुळे त्यांत भर पडली नाही. म्हणूनच ती (Original) विश्वसनीय व शुद्ध स्वरूपात आहेत. पण

ती श्रेष्ठ मानली गेल्यामुळे महापुराणांत नंतर बरीच भर पडली आहे, म्हणून ती इतिहासाच्या दृष्टीने तितकीशी विश्वसनीय नाहीत.

पद्मपुराणांत सत्त्व, राजस, तामस वगैरे गुणभेदाने पुराणांचे वर्गीकरण केलेले आहे.

१) सात्त्विक - विष्णू, नारद, भागवत, गरुड, पद्म व वराह

२) राजस - ब्रह्मांड, ब्रह्मवैवर्त, मार्कंडेय, भविष्य, वामन व ब्रह्म

३) तामस - मत्स्य, कूर्म, लिंग, शिव, स्कंद व अग्नी

सात्त्विक पुराणांमध्ये विष्णूचे माहात्म्य सांगितलेले आहे.

राजस पुराणांत ब्रह्मदेवांचे माहात्म्य सांगितलेले आहे.

तामस पुराणांमध्ये शिव व अग्नी आणि त्या बाहेरच्या संकीर्ण, सरस्वती, पितरांचे माहात्म्य सांगितलेले आहे.

वंश व वंशानुचरित-

पुराणांमधील प्रत्येक वंशाचा प्रारंभ मनूपासून होतो. कारण मानवप्राणी मनूची संतती मानली जाते. मनू हा आद्यमानव मानला जातो.

ख्रिश्चन धर्मांत ॲडम व इव्ह हे आदिमानव मानले गेलेले आहेत आणि समस्त मानवांचा विस्तार त्यापासून झाला, असे म्हटले जाते.

मनूंची संख्या एकूण १४ आहे. पण वंशनिर्माते म्हणून 'स्वयंभू' मनू व 'वैवस्वत' मनू हे महत्त्वाचे आहेत. त्यात स्वयंभूव किंवा वैवस्वत सातवा मनू होत.

स्वयंभूव मनूविषयी -

स्वयंभूव मनू हा भूमीचा प्रथम पुत्र व भूमीचा पहिला सम्राट मानला गेला. शतरूपा ही त्याची पत्नी. त्यांना प्रियवत व उत्तानपाद हे दोन मुलगे. प्रियवताच्या १० पुत्रांपैकी ७ पुत्र सप्तद्वीपांचे अधिकारी झाले. त्याच्या दुसऱ्या पत्नीचे ३ पुत्र. ते तिसऱ्या, चवथ्या व पाचव्या मन्वंतराचे अधिकारी बनले. हा अतिप्राचीन काल होता.

वैवस्वत मनूचे वंशज व त्यांचा इतिहास हा खऱ्या अर्थाने पौराणिक इतिहासाचा महत्त्वाचा भागच म्हणावा लागेल.

'ईश्वाकू' हा मनूचा उत्तराधिकारी व सूर्यवंशाचा प्रथम पुरुष. त्याच्या वंशजांनी भारतातील विविध भागांत राज्ये स्थापून राज्य केले. याच्या वंशातच पृथू, मांधाता, हरिश्चंद्र, दिलीप, भगीरथ, रघू, दशरथ, राम आदी महापुरुष निर्माण झाले. त्या सर्वांच्या कारकिर्दीचा मोठाच प्रभाव भारतीय संस्कृतीवर पडलेला आढळून येतो.

वैवस्वत मनूच्या इला नामक मुलीचा पुत्र पुरुरवा होय आणि हा पुरुरवाच सोमवंशाचा प्रवर्तक होय. त्याची राजधानी प्रतिष्ठानपूर—प्रयाग क्षेत्राजवळ होती. या वंशातील नहुषाचा मुलगा ययाती हा प्रसिद्ध राजा होऊन गेला. त्याने देवयानी व शर्मिष्ठा यांच्याशी लग्न केले. या वंशातच ययाती, दुष्यंत, भरत, शंतनू, कौरव, पांडव आदी प्रख्यात वंशज निर्माण झाले.

सूर्यवंश व सोमवंश हे भारतवर्षांतील प्रमुख वंश गणले जातात.

कलियुगातील राजवंशाच्या वृत्तांचे संकलन प्रथम भविष्य पुराणांत केले आहे. अशा अनेक राजवंशांच्या कथा पुराणांत आहेत.

पुराणांतील धार्मिक-लौकिक कथा-

वैदिक वाङ्मयात अनेक ठिकाणी आख्याने संक्षेपात आलेली आहेत.

धार्मिक - या आख्यानांमध्ये प्रजापती व विष्णूने अनेक रूपे घेतल्याच्या कथा आहेत.

लौकिक - या आख्यानांमध्ये एखाद्या राजवर्षीचे वृत्त, एखादा प्रेमप्रसंग, एखाद्या देवतेचे सामर्थ्य आदींचे वर्णन आहे.

वरील कथा तुटक-तुटक व संक्षेपात होत्या. पुराणांमध्ये त्या संक्षिप्त कथा विस्तृत स्वरूपात रम्य कथा बनवून ग्रंथित केल्या आहेत.

त्यापैकी काही कथा -

१) मत्स्य, वराह, कूर्म ही रूपे प्रजापतीने विशिष्ट कारणांसाठी धारण केली, असे वेदांत म्हटलेले आहे.

या गोष्टींचे सूत्र धरूनच पुराणांनी अवतारवादाची प्रस्थापना केली. या तीनही रूपांना अवतार मानले आणि त्याच्या अनेक मनोरंजक कथा वर्णन केल्या.

२) याचप्रमाणे वामन अवताराची कथासुद्धा बहुतेक पुराणांनी मनोरंजक पद्धतीने वाढवून वर्णन केलेली आहे. विष्णूने वामनावतार घेऊन राक्षसराज बळीकडे बटू वेशात जाऊन त्रिपाद भूमी मागितली, अशी साधारण कथा आहे.

बळीराजाने इंद्रपदाची अभिलाषा धरून यज्ञ आरंभिला. तेव्हा इंद्राने नेहमीप्रमाणे घाबरून जाऊन विष्णूला विनंती केली. विष्णूने वामन अवतार घेऊन बटूचे रूप घेतले व बळीराजाच्या यज्ञमंडपात याचक म्हणून उभा राहून भिक्षा मागितली. यज्ञप्रसंगी कोणताही याचक विन्मुख जाता कामा नये, अशी धारणा असे आणि बळीराजा तर साक्षात दानशूरांचा राजाच. त्यामुळे त्या बटूने जी त्रिपाद भूमीची भिक्षा मागितली, ती बळीराजाने मान्य केली.

परंतु त्या वेळी राक्षसांचे गुरू शुक्राचार्य यांनी विष्णूचे कपट ओळखले व

बळीराजास ते सांगून भिक्षा न देण्याविषयी त्याला प्रवृत्त करण्याचा प्रयत्न केला. परंतु यज्ञकर्माला दोष लागू नये म्हणून आणि याचक विन्मुख जाऊ नये म्हणून बळीने शुक्राचार्यांचे म्हणणे न ऐकता संकल्प सोडण्यासाठी हातात जलाने भरलेली झारी घेतली. तेव्हा शेवटचा उपाय म्हणून त्या झारीच्या तोटीच्या तोंडाशी माशाच्या स्वरूपात शुक्राचार्य जाऊन बसले. तेव्हा संकल्पाच्या पाण्याची धार थांबली, अर्थात बटू स्वरूपांतल्या विष्णूने ते ओळखले व त्यांनी दर्भाच्या काडीने झारीचे तोंड कोरले, त्यामुळे शुक्राचार्यांचा एक डोळा फुटला व ते एकाक्ष झाले. तेव्हापासून दुसऱ्याला काही मिळू नये म्हणून प्रयत्न करणाऱ्यांना 'झारीतले शुक्राचार्य' म्हणण्याची प्रथा पडली.

नंतर संकल्प सोडून बळीने बटूस त्रिपाद भूमी दान केली. पुढे वामनाने दोन पादांत पृथ्वी व आकाश व्यापून तिसऱ्या पादाने बळीला पाताळात घालून पाताळाचे राज्य त्याला दिले. बळीच्या औदार्याने प्रसन्न होऊन वामनरूपी विष्णूने स्वत: बळीचे द्वारपालपद स्वीकारले.

अशी मनोरंजक कथा पुराणांमध्ये सांगितलेली आहे.

वास्तविक, वामनरूपी विष्णूने युक्तीने बळीराजाकडून पृथ्वी जिंकून देवांना दिली.

वरील कथा ही पुराणिकांनी बनविलेली मनोरंजक कथाच आहे, परंतु खरा इतिहास निराळाच आहे.

याचा, आपण जरा निराळ्या अर्थाने विचार करू.

भगवद्गीतेत म्हटल्याप्रमाणे विष्णूचे पराक्रमी रूप वामन आहे आणि म्हणूनच त्याला विष्णूच्या अवतारांत स्थान मिळालेले आहे.

बळी हा भक्त प्रल्हादचा नातू होता, परंतु हिरण्यकश्यपूचा पणतूसुद्धा होता. हिरण्यकश्यपूचा मुलगा प्रल्हाद, प्रल्हादचा मुलगा विरोचन आणि विरोचनाचा मुलगा बळी. त्याने या सर्वांच्या जीवनाचा अभ्यास केला होता.

त्याने हे जाणलेले होते, की हिरण्यकश्यपूसारखी परमेश्वराला विरोध करण्याची चूक आपण करावयाची नाही. तो तसे पाहिले तर आदर्श, परंतु लबाड राजकारणी राजा होता. फारतर त्याला धूर्त राजकारणी म्हणता येईल. त्याच्या राज्यात प्रजा सुखी होती, यात शंकाच नाही; परंतु ती निराळ्या अर्थाने सुखी होती. कारण त्याच्या राज्यात सात्त्विक वृत्तीपेक्षा राजसी व तामसी वृत्ती वाढीस लागलेली होती. 'खा, प्या, मजा करा' हा जडवाद वाढला होता.

त्याने प्रथम दु:खी व पीडित प्रजेला प्रसन्न केले. त्यांना आपल्या दानशूरतेने संतुष्ट केले. त्यामुळे ते त्याला भजू लागले. त्या सर्वांना चैनी, पण आळशी

बनविण्याचा पद्धतशीर प्रयत्न त्याने केला. त्यासाठी त्याने आपल्या जडवादी असुरांना अधिकारी नेमले आणि त्याचबरोबर ईश्वरवादी, तेजस्वी अशा क्षत्रिय व ब्राह्मण यांना राज्यकारभारापासून दूर केले. याचे मुख्य कारण म्हणजे त्यांनी वैदिक, भारतीय संस्कृतीचा प्रचार करू नये. क्षत्रियांना देणग्या (आजच्या शब्दांत सांगावयाचे म्हणजे लाच) देऊन खूष केले. ब्राह्मणांना सात्त्विकतेचा आव आणून यज्ञकांडातच गुंतविले.

त्यांनासुद्धा मोठमोठ्या देणग्या देऊन खूष केले. त्यामुळे या सर्वांना विलासाची चटक लागली. सर्वकाही विनासायास मिळत गेल्यामुळे ते आळशी बनले. परिणाम असा झाला, की ते सर्व आपापल्या कर्तव्यांपासून च्युत झाले. ब्राह्मणांची गुरुकुले, आश्रम बंद पडले. त्यामुळे प्रजेला योग्य शिक्षण व मार्गदर्शन मिळेनासे झाले. या सर्वांचा एकत्रित परिणाम असा झाला, की प्रजा नीतिमूल्ये आणि संस्कृतीऐवजी विलासीपणा, चंगळवाद म्हणजेच जीवनाचे सर्वस्व आहे, असे समजू लागली. विषयभोगयुक्त जीवनाची लालसा लोकांमध्ये वाढू लागली.

नीतीमूल्ये पायदळी तुडवली जाऊ लागली. अनाचार व स्वैराचार वाढला. माणूस केवळ आपल्यापुरतेच पाहू लागला. स्वतःचा संसार, पैसा वगैरेंतच सुख मानू लागला. इतर संस्कृतीची त्याला चाड राहिली नाही. समाज दिवसेंदिवस निस्तेज होऊ लागला. त्याचा तमोगुण, रजोगुण वाढीस लागला. सत्त्वगुण नष्ट होत चालला. धर्माधिष्ठित राज्यव्यवस्थेऐवजी अर्थाधिष्ठित राज्यव्यवस्था निर्माण झाली. गरीब जनतासुद्धा बळीराजाच्या दानावर अवलंबून राहू लागली. ती दिवसेंदिवस आळशी व निष्क्रिय बनू लागली. त्यामुळे आपोआपच परमेश्वराऐवजी बळीराजाच आपला त्राता आहे, असे वाटू लागले व त्याला खूष करून स्वार्थ साधण्याकडेच प्रजेचा कल वाढू लागला. त्यामुळे जे हिरण्यकश्यपूला जमले नाही, ते बळीराजाला जमून आले. कारण सक्तीने कोणतीच गोष्ट साध्य होत नसते. ती गोष्ट याने लालुच, दान वगैरेंनी साध्य केली.

आजसुद्धा राजकीय पक्षांचा विचार केला तर, वरिष्ठांचे (High comman) लांगूलचालन करण्यातच पुढारी गुंग झालेले दिसतात. त्यामुळे तिकीट, सत्ता व पैसे मिळतात; परंतु पक्ष, जनता, राष्ट्र यांचा त्यांना विसर पडतो.

राष्ट्र व समाज सुदृढ होण्यासाठी केवळ अर्थप्राप्ती उपयोगी पडू शकत नाही; तर त्यासाठी अर्थशक्तीबरोबरच, बुद्धिशक्ती, बलशक्ती व श्रमशक्ती यांची तितकीच आवश्यकता असते. केवळ भूक व चैन म्हणजे सर्वस्व नव्हे. त्यासाठी सुसंस्कृता, सद्वर्तन, त्याग निःस्वार्थ वृत्ती व विद्यार्जनही अत्यंत आवश्यक असते आणि बळीराजाने फक्त लालुच दाखविली. मग समाज निष्क्रिय होऊ लागला.

जर एखाद्या राष्ट्राला निस्तेज करावयाचे असेल, तर तेथील जनतेला ऐषारामाची चटक लावून, व्यसनाधीन बनवून आळशी बनवावे आणि त्यावर आपली पोळी भाजावी. त्यामुळे अन्यायाविरुद्ध, अनीतिविरुद्ध संघर्ष करण्याची भावनाच जनतेची नष्ट होऊ लागते. हळूहळू ती जनता सत्ताधाऱ्यांची गुलाम होऊन जाते. त्यांचा विकास सर्वार्थाने थांबतो. अशा प्रकारचीच परिस्थिती धूर्त बळीराजाने निर्माण केली. लोक त्यालाच भजू लागले. सर्व सत्ता एकाच माणसाच्या हातात केंद्रित झाली.

थोडक्यात सार म्हणजे, थोडेसे दिल्यासारखे करा, त्यांना आळशी बनवा व नंतर भरपूर लुबाडा. अशा वेळी परकीय आक्रमणाचा धोका असतो व सर्व राष्ट्र आतून पोखरले गेले असल्याने परकीयांचे सहज फावते.

त्या वेळी एका ऋषिकुमार वामनाने समाजांत जागृती सुरू केली. त्याने तरुणांमध्ये भोगवाद, जडवाद, निष्क्रियता व बळीराजा देतो त्या देणग्यांमुळे होणारी आत्मसंतुष्टता वगैरे गोष्टी खऱ्या विकासाचा मार्ग नसून अध्यात्मवाद, ज्ञान व सुसंस्कृतीशिवाय ऐश्वर्य फोल आहे, असे बिंबविले. त्यामुळे जनजागृती होऊन राज्यामधे एक नवीन विचारप्रवाह सुरू झाला व उलथापालथ होऊन प्रजा वामनच्या मागे जाऊ लागली. चतुर वामनाने बळीच्या औदार्याचा फायदा घेऊन त्याला पदच्युत केले. एक प्रकारे ही रक्तविहीन राज्यक्रांतीच म्हणावी लागेल. वामनाने मात्र बळीचा वध केला नाही. कारण बळीराजातसुद्धा चांगले गुण होते, म्हणून त्याला दक्षिणेकडच्या त्या वेळी अज्ञात अशा प्रदेशात पाठवून दिले व त्याचा द्वारपाल स्वत: झाला. याचाच अर्थ, त्याला नजरकैद केले. याचाच कित्ता पुढे आर्य चाणक्यांनी गिरविलेला दिसतो.

ऋषिकुमार वामनच्या या लोकोत्तर कार्यामुळेच त्याला अवतार मानण्यात येऊ लागले.

त्याची तीन पावले —

१) यज्ञ व इतर कर्मकांड बंद - केवळ निरर्थक कर्मकांडांत प्रजेने गुंतून पडू नये.

२) समक्ष व शीलवान क्षत्रियांच्या हाती राज्यकारभार सोपवला - जडवादी असुरांना हलवून त्या ठिकाणी सत्‌शील क्षत्रियांची नेमणूक.

३) सात्त्विक विचार रुजवा - सत्त्वशील प्रजेलाच धंदा, व्यापार, शेती करण्यास परवानगी.

आजच्या परिस्थितीचा विचार केला, तर आजही मनुष्य केवळ ऐहिक सुखोपभोग म्हणजेच सर्वस्व मानू लागलेला आहे. त्यासाठी वाटेल त्या मार्गाने पैसा

मिळवू पाहत आहे. त्याला देश, नीतिमूल्ये, संस्कृती यांची चाड वाटेनाशी झालेली आहे. कोणी एखाद्या भारतीय आदर्शाविषयी बोलू लागला तर त्याला जातीयवादी, धर्मांध ठरविण्यात येत आहे. राज्यकर्तेसुद्धा त्याला अपवाद नाहीत. सत्तेसाठी जनसेवेचे व खोट्या धर्मनिरपेक्षतेचे ढोंगी कातडे पांघरून, जनतेची दिशाभूल करून आणि ऐषारामाची खोटी लालुच दाखवून स्वत:ची पोळी भाजत आहेत. सत्ता कशासाठी? तर, केवळ संपत्ती गोळा करण्यासाठी.

सध्याच्या राज्यपद्धतीत गुंडांना शिक्षा मिळविण्याऐवजी संरक्षणच मिळते. त्यांनी कितीही मुडदे पाडले तरी चालतील, परंतु त्यांना शिक्षा देण्याची वेळ आली, की मानवी हक्क संरक्षण आयोग त्यांच्या रक्षणासाठी धावून येतो.

आपल्या संस्कृतीचे विपरीत दर्शन घडविणाऱ्यांवर जर टीका झाली, तर व्यक्तिस्वातंत्र्यावर गदा आली, अशी ओरड करण्यात हे धर्मनिरपेक्ष म्हणविणारे वाकबगार आहेत.

या परिस्थितीत सामान्य माणूस मात्र वंचित होत आहे. उलट, अशा पापभीरू माणसाचा वाली कोणी नसल्यामुळे त्याची ससेहोलपट होत आहे. धूर्त व लबाड ठग मात्र कायद्याच्या पळवाटा शोधून निर्धास्त जीवन जगत आहेत. पुन्हा आपल्या दुष्कृत्यांत मग्न होत आहेत. सत्ताधारीसुद्धा स्वार्थासाठी त्यांच्याकडे काणाडोळा करीत आहेत. जनता मात्र खोट्या विकासाच्या मृगजळामागे धावताना विनाकारण भरडली जात आहे. सामान्य व प्रामाणिक माणूस मुकाट्याने अन्याय सहन करीत कसेबसे जीवन कंठित आहे.

याचे कारण आपली मने बळीराजाच्या जनतेप्रमाणे मेलेली आहेत. आपण उघड्या डोळ्यांनी बलात्कार, भ्रष्टाचार बघत आहोत. 'मला काय त्याचे' या भावनेने अलिप्त राहत आहोत. याला सुज्ञ व सुशिक्षित किंवा विद्वान माणसेही अपवाद नाहीत. 'माझे घर, माझी मुले, माझी नोकरी, माझा व्यवसाय, बंगला, ऐषाराम' वगैरे जसेच्या तसे राहावयास हवे; असे बलात्कार, भ्रष्टाचार कितीही होवोत, 'मला काय त्याचे', अशी वृत्ती वाढत आहे. म्हणून म्हणावेसे वाटते, की आजसुद्धा असा एखादा वामन अवतार होण्याची आवश्यकता आहे.

ऋग्वेदातील त्रिविक्रम विष्णुसूत्रांत वामनाने असुरांकडून पृथ्वी जिंकून देवांना दिली, अशी कथा आहे. तीच कथा पुराणांनी मनोरंजक रीतीने प्रस्तावना करताना वरील तिन्ही रूपांना मत्स्य, कूर्म, वराह यांना अवतार मानले गेले.

पृथ्वीवर जेव्हा पाप वाढते, म्हणजे सर्वसामान्य माणसांना जीवन जगणे अशक्य होते, अनाचार माजतो, राजे भोगविलासात गुंग राहून प्रजेविषयीची कर्तव्ये विसरतात; उलट स्वत:च्या सुखासाठी प्रजेलाच वेठीस धरतात, अधर्म माजतो,

धर्माविषयी अश्रद्धा निर्माण होऊन लोक बेफिकीरीने 'खा, प्या, मजा करा' या वृत्तीने वागू लागतात... सज्जनांना, साधुसंतांना जीवन जगणे अशक्य होते; अशा वेळी विष्णू अवतार घेतो (कारण आर्यांनी जेव्हा देव-देवता या संकल्पना स्वीकारल्या व शिव आणि विष्णू यांना देवत्व प्राप्त झाले, त्या वेळी सृष्टीचे पालन-पोषणकर्ता भगवान विष्णू आहेत, असे मानले गेले.) असा हा विष्णू दुष्टांचा संहार करून, दुष्ट प्रवृत्तींचा नाश करून धर्माची, सुसंस्कारांची पुनर्स्थापना करतो, अशी पुराणांत कल्पना आहे.

ते अवतार असे -१) मत्स्य, २) कूर्म, ३) वराह, ४) नृसिंह, ५) वामन, ६) परशुराम, ७) राम, ८) कृष्ण, ९) बुद्ध आणि १०) कलंकी

यात १ ते ३ अवतार इतर योनीत, चौथा अवतार अर्धमानव व अर्धप्राणी असा, वामन अवतार डायरेक्ट विष्णूने येऊन रूप घेतले असा, तर सहावा अवतार मानवी रूपांत जन्मलेल्या बालकांत आणि त्यानंतर प्रविष्ट असा (म्हणजे जन्माने नाही), सातवा व आठवा अवतार योनीमार्गे मनुष्य रूपांत जन्माने, नववा अवतार अलौकिक ज्ञानसंपन्न संत-मुनी असलेल्या गौतम बुद्धांना मानून. असे अवतारांचे वर्णन साधारणपणे करता येईल. दहावा कलंकी अवतार अजून व्हावयाचा आहे, तो शेवटचा असेल. त्यानंतर विश्व (जग) नष्ट होऊन पुन्हा विकसित होईल, अशी साधारण कल्पना केलेली आहे.

अवतारवाद -

आपणास साधारण दहा अवतार माहीत आहेत, परंतु भागवत पुराणांत एकूण २४ अवतार सांगितलेले आहेत.

आपण प्रथम अवतारवादाची कारणे किंवा अवताराची आवश्यकता केव्हा निर्माण होते, ते बघू.

भगवद्गीतेत श्रीकृष्ण सांगतात — धर्माला ग्लानी आलेली असेल, म्हणजे धर्म, नीतिमूल्ये पायदळी तुडविली जात असतील, सगळीकडे अधर्म माजला असेल, म्हणजेच स्वैरचार, पापकर्मी लोकांचे वर्चस्व झाले असेल, दुराचार फैलावला असेल; तेव्हा मी अवतार घेतो. तो कशासाठी, तर सज्जनांचे रक्षण आणि दुष्टात्म्यांचे निर्दालन, त्याचप्रमाणे अधार्मिक विचारांचे उच्चाटन व धर्माची पुनर्स्थापना यासाठी. मी प्रत्येक युगात कोणत्या ना कोणत्या रूपाने अवतीर्ण होतो, म्हणजेच व्यक्त स्वरूपांत प्रकट होतो.

अवतारवादाची कल्पना भारतात प्रथमपासूनच आहे. मुख्य दहा अवतार आपण बघितले. त्यांचा खोलवर विचार केला, तर ते मानवाचा उत्क्रांतिवादच

दर्शवितात.

परंतु अवतारांचेही प्रकार आहेत.

१) अंशावतार, २) अंश, अंशावतार, ३) कलावतार, ४) आवेशावतार, ५) पराक्रम, ६) मर्यादा, ७) पूर्णावतार.

भारतीय संस्कृतीव्यतिरिक्त जगातील इतर संस्कृतींमध्ये एक स्पष्ट कल्पना आहे, की एक अतींद्रिय शक्ती अस्तित्वात आहे. तीच या सर्व विश्वाचे नियंत्रण किंवा चालकत्व करते. ज्ञानेश्वर माऊली तिला विश्वव्यवस्था म्हणतात. या शक्तीलाच ईशशक्ती किंवा ईश्वरशक्ती मानली जाते. ती ईशशक्ती धर्म किंवा संप्रदाय संकटात असेल, अनीती व अधर्मवादाचा जोर वाढलेला असेल, तेव्हा ती शक्ती सृष्टीवर कोणत्या ना कोणत्या रूपात येते. यालाच निरनिराळ्या संस्कृतींत किंवा संप्रदायांत (धर्म) निरनिराळ्या नावांनी संबोधिले जाते.

परंतु महत्त्वाचे म्हणजे, ही ईशशक्ती समाजकल्याण व उद्धार करण्यासाठी अवतरते, ही कल्पना सर्व धर्मांत सारखीच आहे.

परंतु भगवंत अंशावताराने नेहमीच पृथ्वीवर अवतार घेत असतात. उदा. एखाद्या दैवी जीवात या ईशशक्तीचा किंवा चैतन्यशक्तीचा तात्पुरता संचार होतो व तो समाजकार्य करून जातो. तो अंश, अंशावतार किंवा नैमित्तिक अवतार.

आपण दहा अवतार कोणत्या प्रकारांत मोडतात, ते बघू.

अवतार ही कल्पना वेदकाळानंतर सुरू झाली व पुराणांमध्ये तिने विस्तृत स्वरूप प्राप्त केले.

परमेश्वराने ही सृष्टी निर्माण केली, असे मानले जाते. परंतु युगायुगांमध्ये निरनिराळे प्रवाह निर्माण होतात. नीतीबरोबर अनीती, धर्माबरोबरच अधर्म, वगैरे असतात. कारण ही सृष्टी द्वंद्वात्मक आहे. तिथे सद्विचारांबरोबरच विरोधी विचारही असतात. कधी कधी ही विरोधी शक्ती प्रबळ बनते व सत्य दुबळे बनते. त्या वेळी काही महापुरुष निर्माण होतात. त्यांनाच अंशावतार म्हटलेले आहे. उदा. ऋषी, मुनी, संत वगैरे.

असे अंशावतारांचे दाखले इतिहास, त्याचप्रमाणे वर्तमानकाळातसुद्धा कितीतरी सापडतील. आपण त्यांना महात्मे, महामानव, सिद्धपुरुष म्हणतो.

अवतारांची संकल्पना व त्यांचे कार्य याचा विचार करू.

१) अवताराचे एक प्रमुख कार्य आहे. ते म्हणजे, मानवी जीवन सुखी होण्यासाठी प्रयत्न करणे, समाजप्रबोधन करणे.

२) मानवी जीवन सुलभ होण्यासाठी जीवनोपयोगी वस्तूंची निर्मिती.

३) निरनिराळ्या शास्त्रांचा अभ्यास करून, संशोधन करून मानवी जीवन सुखी

होऊ शकेल असे ज्ञानविज्ञान विकसित करून निर्माण करणे व ते प्रदान करणे.

४) समाज वाईट मार्गाला जात असेल, तर त्याला योग्य मार्गावर आणण्याचा प्रयत्न करणे.

५) दीन-दुर्बल, असहाय, समाजाच्या जीवनात आनंद निर्माण करणे, त्यांचे दु:ख दूर करण्याचा प्रयत्न करणे.

६) अध्यात्म्यज्ञान प्रसारित करणे.

या मापदंडाने विचार केल्यास प्राचीन ऋषी, मुनी, शंकराचार्य, कणाद, मिहिर, चरक वगैरे वैज्ञानिक, ज्ञानेश्वर त्याचप्रमाणे सर्व संतमंडळी, नानक, शिवाजीमहाराज, लोकमान्य टिळक, महात्मा गांधी, ज्योतिबा फुले, डॉ. बाबासाहेब आंबेडकर, आचार्य विनोबा भावे, बाबा आमटे वगैरे कितीतरी... त्याचप्रमाणे निरनिराळ्या संशोधनांद्वारे मानवी जीवन सुलभ, सुखी, रोगमुक्त करणारे एडिसन, आइन्स्टाईन, तत्त्वज्ञ ॲरिस्ट्रॉटल, सॉक्रेटिस, फॅरडे, लुई पाश्चर, सुफी संत वगैरे... असे कितीतरी दाखले देता येतील. या मानवांनी या मापदंडानेच कार्य केलेले आहे. म्हणून त्यांनासुद्धा अंशावतार म्हणावयास हरकत नाही.

या सर्वांना त्या त्या काळातील गरजेपोटी निर्माण झालेले युगपुरुषच म्हणता येईल.

याचा अर्थ नैतिक दृष्ट्या अधोगतीकडे चाललेल्या समाजात नवचैतन्य आणण्यासाठी युगपुरुषांचा जन्म होतो.

आणि ही प्रक्रिया प्रत्येक संस्कृतीत सुरूच असते. भगवद्‌गीतेत श्रीकृष्णाने म्हटल्याप्रमाणे 'संभवामि युगे युगे' म्हणजे युगायुगांत अवतार होतात, ही कल्पनाही सत्य ठरते.

मात्र, अवतार आणि अंशावतार यांत फरक आहे. अवतारांत भगवंत दुष्टांचे निर्दालन करू शकतात. दुष्टांना सजा देण्याचा त्यांना अधिकार असतो. परंतु, अंशावतारी पुरुष फक्त समाजप्रबोधन करू शकतात.

दहा अवतारांचा विचार केला, तर पहिले चार अवतार हे कलावतार आहेत. वामन, परशुराम हे आवेश अवतार आहेत. राम हा मर्यादावतार पुरुषोत्तम आहे, तर श्रीकृष्ण हा पूर्णावतार आहे.

निरनिराळ्या धर्मांत अवतारांच्या निरनिराळ्या कल्पना आहेत आणि त्यांना निरनिराळ्या नावांनी संबोधले जाते, परंतु अवतार घेण्याची कारणे साधारण एकसारखीच आहेत.

१) मुस्लिम धर्मांत ईश्वर (अल्ला) आपला दूत म्हणून प्रेषित पाठवितो. महंमद

पैगंबर हे अल्लाचे प्रेषित आहेत.

२) ख्रिश्चन धर्मात अवतार न मानता प्रेषितच मानले जाते.

३) बौद्ध धर्मांत गौतम बुद्ध हा सर्व विहारांत अंश रूपाने जन्म घेतो. त्यांना बोधिसत्त्वही म्हणतात.

४) तिबेटमध्ये महालामांना प्रमुख मानले जाते. त्यांच्यात चिरंतन ईशतत्त्व स्थापित झालेले असते. हे तत्त्व दलाई लामांत येते, अशी त्यांची समजूत आहे. म्हणून एखादा लामा मरण पावल्यास तो पुन्हा दुसऱ्यांच्या पोटी जन्म घेतो, अशी कल्पना नाही. उलट तो मेल्यानंतर, त्या दिवशी जी तेजस्वी बालके जन्माला आली असतील, त्यांच्यातील विशिष्ट कसोट्या लावून एका बालकाची निवड करण्यात येते. त्यानंतर त्याला लामास उपयुक्त असे शिक्षण दिले जाते. त्या बालकामध्येच महालामाचे ईशतत्त्व येते, असे मानतात. म्हणजेच, त्या बालकात ईशतत्त्वाचा 'आवेश' म्हणजे अंतर्भाव होतो. जीव निर्मित होताच त्यात ईशशक्तीने प्रवेश केला, म्हणून तो 'आवेश अवतार' झाला.

तिबेट, मंगोलियात, चीन इ. देशांत आजही ही प्रथा सुरू आहे. हासुद्धा एक प्रकारे अवतारवाद.

इतर निरनिराळ्या धार्मिक संप्रदायांतसुद्धा हीच कल्पना निराळ्या प्रकारांत आहे.

झरतुष्ट्र संप्रदायात जरा निराळी कल्पना आहे. देव, मृतात्मा, सूर्य, चंद्र यांना सामर्थ्य देणारे 'व्हरेनाह' हे एक अद्‌भुत तेज आहे आणि ते राजाच्या ठिकाणी वास करते.

इजिप्शियन संप्रदायात 'रा'ची कल्पना आहे. ज्या-ज्या वेळी संकट येते, त्या वेळी ही 'रा' शक्ती राजाचे रूप घेऊन राणीजवळ येते व तिच्याशी समागम करून तिच्यात दैवी अंशाचा प्रवेश करविते. सृष्टीत राजा हाच ईश्वराचा अंश असतो, म्हणून राजघराण्यातच ईश्वरीय अंश जन्म घेतो. ही कल्पना पौराणिक कथांमधील राजा हा विष्णूचा अंश असतो, या कल्पनेशी जुळणारी आहे.

ग्रीक वाङ्मयांत अवताराची कल्पना नाही, परंतु संकटाचे वेळी किंवा प्रासंगिक अडचणींचे वेळी ईश्वर वाटेल त्या रूपात एखाद्या प्राण्याचे किंवा मानवाचे रूप घेऊन मदतीला येतो, अशी धारणा आहे.

जैन संप्रदायात अवताराची कल्पना दिसून येत नाही. त्यांच्यात तीर्थंकरांना मान्यता आहे, परंतु ते कोणत्याही परमात्म्याचा अवताररूप नसतात. संसारी माणसांमधूनच एखादी व्यक्ती आध्यात्मिक विकास करीत-करीत जनकल्याणासाठी तीर्थंकर पद प्राप्त करते. तीर्थंकर म्हणजे मानवी जीवन, आत्मविकासाची चरणसीमा. त्यानंतर

ती व्यक्ती त्या सीमेवरच निरंतर स्थित राहते, म्हणजेच नराचा नारायण बनते.

शीख धर्मामध्ये 'वाहेगुरू' या मंत्राने ईश्वराची प्रार्थना करतात. 'वाहेगुरू' हा चार युगपुरुषांपासून बनलेला शब्द आहे. 'वा' म्हणजे विष्णू, 'हे' म्हणजे हरी, 'गु' म्हणजे गोविंद आणि 'रू' म्हणजे राम. त्याचप्रमाणे वाहेगुरूची प्रत्येक अक्षरे चार युगे दाखवितात. त्रेता, सत्य, द्वापार, कली आणि वरील चार पुरुष हे त्या-त्या युगांचे प्रवर्तक मानले जातात.

भारतीय संस्कृतीत अवतारवादाची कल्पना व इतर धर्मांतील तद्सदृश असलेल्या कल्पना सांगितल्याशिवाय अवतारवादाची पूर्ण कल्पना येऊच शकणार नाही.

दुर्जन जेव्हा चित्शक्तीची मदत घेऊन इच्छाशक्तीचा दुरुपयोग करू लागतात, त्या वेळी संपूर्ण जग त्रस्त होते व आर्त वाणीने प्रभूला हाक मारते. तेव्हा ईश्वर स्वत: मनुष्यरूपात किंवा इतर योनिरूपांत जन्म घेतो; म्हणजेच अवतार.

असे भारतीय संस्कृतीत मानले जाते आणि हीच कल्पना कमी-जास्त स्वरूपांत इतर संप्रदायांतसुद्धा आहे.

या दृष्टिकोनातून विचार केला, तर अशा प्रसंगी काही व्यक्ती दुर्बलांचे रक्षण करण्यासाठी व वाईट प्रवृत्तींचा नायनाट करण्यासाठी समाजात वेळोवेळी निर्माण होतात. त्याचप्रमाणे दुष्टांचा केवळ नाश करून भागात नाही, तर समाजांतील दुष्ट प्रवृत्तींचासुद्धा नाश करून सत् प्रवृत्ती समाजांत रूढ करण्याचे कामही अनेक व्यक्तींनी केलेले आहे, असे आढळून येते. उदा. शिवाजीमहाराज.

शिवाय समाजाचा सर्वांगीण विकास— उदा. भौतिक, आध्यात्मिक, वैज्ञानिक, आरोग्य इत्यादी—घडविणाऱ्या व्यक्तीही कालाकालांतराने निर्माण होत असतात. उदा. विचारवंत, तत्त्वज्ञानी, संत, शास्त्रज्ञ, संशोधक वगैरे.

अशा व्यक्ती अंशावतारी पुरुष म्हणूनच गणल्या गेलेल्या आहेत. हाच 'अवतारवाद'.

हीच संकल्पना भागवतातील २४ अवतारांत दिसून येते. मानव, ऋषी, इतर योनींमधील प्राणी वगैरे हे सर्वच अवतारस्वरूप मानलेले आहेत.

१) सनक-सनन्दन-सनातन-सनतकुमार, २) वराह, ३) नारद, ४) नर-नारायण, ५) कपिल, ६) दत्तात्रेय, ७) यज्ञनारायण, ८) ऋषभदेव, ९) पृथू, १०) मत्स्य, ११) कच्छप, १२) धन्वंतरी, १३) मोहिनी, १४) नरसिंह, १५) वामन, १६) परशुराम, १७) पराशर, १८) व्यास, १९) राम, २०) बलराम, २१) कृष्ण, २२) बुद्ध, २३) कलकी, २४) हयग्रीव.

ऐत्तरेय ब्राह्मणात हरिश्चंद्र व शुन:शेष यांचे छोटेसे आख्यान आहे. त्या कथेचा विस्तार मार्कंडेय, ब्रह्म व देवीभागवत या पुराणांनी केला आहे. त्यातसुद्धा मार्कंडेय पुराणातील हरिश्चंद्राख्यान हे प्रभावी व अत्यंत मनोरम आहे.

वेदांमध्ये एखाद्या प्रतकाराद्वारा एखादा सिद्धांत सांगितला जातो, तो सामान्य लोकांना उमजत नाही. त्याचे रहस्य, सुबोध वर्णनशैलीत पुराणांनी कथांद्वारे प्रकट केलेले आहे.

उदाहरणार्थ —

'अहिल्यायै जार:।' हे त्यापैकी एक उदाहरण घेऊ. हे वैदिक साहित्यात अनेक ठिकाणी आलेले आहे. वास्तविक, हे दिन रात्रविषयक प्रतीक आहे. हे सूर्योदयाचे वर्णन आहे. हे लाक्षणिक लेखन असल्याने आपण समजू शकत नाही.

'अहल्या' म्हणजे रात्र, 'जार:' म्हणजे म्हातारी बनवतो तो 'जृणतीति जार:।' अहल्या म्हणजे- 'अहर्लियते यस्या सा' - जिच्यात दिवस विलीन होतो, ती. आता रात्रीला म्हातारी कोण बनवतो, तर तो सूर्य. जेव्हा सूर्योदय होतो, तेव्हा रात्र नष्ट होते.

यापैकी एक अर्थ —

प्रजापती आपल्या उषा नावाच्या कन्येचे रूप पाहून तिच्यावर भाळला व तिच्याशी — म्हणजेच स्वत:च्या कन्येशी — वाईट संबंधाची इच्छा धरून तिच्या मागे लागला. उषाने मृगाचे रूप धारण करून ती धावू लागली. प्रजापती तिच्यामागे व्याध होऊन पाठलाग करू लागला. हे वर्णन मृग नक्षत्र व व्याध तारा यालाही लागू पडते. त्याचप्रमाणे सूर्योदयालाही लागू पडते. ही मूळ संस्कृतीमध्ये असलेली प्रतीकात्मक कथा पुराणांनी लिहून त्यातील अर्थही उलगडून दाखविला.

त्यातील एक अर्थ आपण सुरुवातीसच बघितला; आता दुसरा अर्थ —

सूर्याचे एक नाव प्रजापती आहे. सूर्योदयापूवी उष:काल होतो. तिलाच उषा म्हटलेले आहे. ही उषा म्हणजे सूर्योदयापूर्वीची आकाशांतील लालिमा. ती सूर्यामुळेच उत्पन्न होते. म्हणजेच सूर्याची (प्रजापती) कन्या उषा झाली. सूर्य उगवल्यावर ती नष्ट होते, प्रजापतीच्या कर्माने ती भ्रष्ट होते; हा एक अर्थ.

दुसरा— इंद्र हा गौतम ऋषींची पत्नी अहल्या हिच्यावर भाळला व तिच्याशी कपटाने जारकर्म केले. नंतर गौतमऋषींनी तिला शिळा होऊन पडशील, असा शाप दिला व इंद्राला सहस्र भदे पडतील, असा शाप दिला. नंतर प्रार्थना केल्यावर, त्यांनी रामपदस्पर्शाने अहल्योद्धार होईल व इंद्राला सहस्रनेत्र प्राप्त होतील, असा उ:शाप दिला, अशी लौकिक कथा आहे.

याचा लाक्षणिक अर्थ असा, की अहल्या म्हणजे रात्र- रजनी व रजनी-पती

तो चंद्र. चंद्राचे एक नाव गौतम आहे. म्हणजे, गौतम (चंद्र) पत्नी अहल्याला (रजनी) इंद्राने शीलभ्रष्ट केले. या ठिकाणी सूर्याचे एक नाव इंद्र आहे. हे संपूर्ण वर्णन म्हणजे, सूर्योदय होताच रात्र नाहीशी होते. चंद्राने (गौतम) सूर्याला (इंद्राला) शाप दिल्यानंतर सहस्त्र नेत्र प्राप्त होतील, असा उःशाप दिला. म्हणजे, रामप्रहरी रात्र पावन होऊन पुन्हा येते म्हणजेच अहल्योद्धार व सूर्याची सहस्त्र किरणे म्हणजेच सहस्त्रनेत्र.

किती सुंदर कल्पना आहे की नाही!

अशा कितीतरी अवघड असलेल्या कल्पना पुराणांमध्ये उलगडून दाखविल्या आहेत.

सर्व पुराणांत पाच भाग समानच असतात.

१) सर्ग - सृष्टीची उत्पत्ती.

२) प्रतिसर्ग - प्रलय, नाश.

३) मन्वंतर - निरनिराळ्या मनूंचा कालखंड व त्यांतील मानवांचे वर्णन.

४) वंश - सूर्यवंश, सोमवंश व इतर वंशांचे वर्णन.

५) वंशातुचरित - त्या वंशांतील श्रेष्ठ महापुरुषांची वंशावळ व त्यांचे कार्य.

यांतील काही मुख्य पुराणांची थोडक्यात ओळख.

मत्स्यपुराण -

यात मत्स्यावताराची कथा विस्तृतपणाने दिलेली आहे. पितरांचे तर्पण करताना मनूच्या ओंजळीत एक लहान मासा आला. त्याची दया येऊन मनूने त्याला कमंडलूत ठेवले. रोज तो बारा अंगुले वाढू लागला, म्हणून त्याला अनुक्रमे रांजणात, विहिरीत, सरोवरात व शेवटी महासागरात सोडले. मी विष्णूचा अवतार असून प्रलयकाळी मी तुला वाचवीन, असे त्याने सांगितले. मनूने त्याच्या सूचनेनुसार सर्व पाण्यांचे, पक्ष्यांचे बीज घेऊन आपला व आपली पत्नी 'इला' हिचा बचाव केला. त्या मनूचे वंशज म्हणून आपणास मानव म्हणतात. या मत्स्याने हे पुराण मनूला सांगितले, म्हणून त्याचे नाव 'मत्स्यपुराण'.

यातील महत्त्वाच्या गोष्टी —

१) पुराणांची विषयानुक्रमणी.

२) प्रवर मुनींच्या वंशाचे वर्णन.

३) राजधर्म विवरण - याचे सविस्तर विवेचन २९ व्या अध्यायात आहे. दैव, त्याचप्रमाणे पुरुषप्रयत्न, राज्य करण्याचे उपाय — याच्या चार नीती सांगितल्या आहेत. साम, दाम, दंड, भेद. राजांच्या दुर्गांविषयी सविस्तर

वर्णन, त्याला संपत्तीचे साह्य इ. चे तपशीलवार विवेचन आहे.

४) देवांच्या प्रतिमा लक्षण- देवांच्या प्रतिमा कशा कराव्यात, त्यांची मापे, आकारमानाप्रमाणे उंची, प्रतिष्ठापना यांचे वर्णन.

५) हिमालय पर्वताचे सुंदर वर्णन यात सापडते.

६) भक्तीची महती व कर्मयोगाची श्रेष्ठता.

७) हरिहराचे म्हणजे विष्णू व शिवाचे आणि त्यांच्या अवतारांचे नि:पक्षपाती वर्णन.

ब्रह्मपुराण-

हे व्यासकृत प्रथम पुराण. यात विविध आख्याने व तीर्थक्षेत्रांचे माहात्म्य यांचे सविस्तर वर्णन आहे. वसिष्ठ मुनींनी 'कराल जनकाल' याचे जे तत्त्वज्ञान सांगितले, ते 'सांख्य' तत्त्वज्ञान यात आहे. माणसाची पाप-पुण्यानुसार होणारी मरणोत्तर स्थिती, यमलोक, नाक, श्राद्धकल्प, सदाचार इ. विषयी सविस्तर विवेचन यांत आहे. धर्मभ्रष्ट ब्राह्मण हीन योनींत जातो व सदाचारी शूद्रसुद्धा ब्राह्मणत्वाला प्राप्त होतो, असे स्पष्टपणे सांगितले आहे.

विष्णुपुराण-

यांत ध्रुव, पृथू, प्रल्हाद यांची आख्याने आहेत. इंद्राला दुर्वासऋषींनी दिलेला शाप व त्यामुळे त्याचे सर्व वैभव क्षीरसागरात लुप्त झाले. त्यासाठी समुद्रमंथन केले गेले. त्याची सुरस कथा विस्ताराने दिलेली आहे. पृथ्वीचे नऊ खंड असून, सप्त स्वर्ग, सप्तपाताल यांचे वर्णन आहे. जंबुद्वीपातील भारत हा एक श्रेष्ठ भूभाग. पुण्यवान माणसालाच येथे जन्म प्राप्त होतो. येथील लोक फलासक्ती सोडून कर्म करतात व फल ईश्वराला अर्पण करतात, म्हणून त्यांच्यात भक्तिलालसा निर्माण होऊन ते ईश्वरापर्यंत पोचतात. गंगावतरण, चंद्राने केलेले ताराहरण इत्यादी सुरस कथा-उपकथा यांत आहेत. या कथांच्या रूपांतूनच शेवटी तत्त्वज्ञान सांगितले आहे. निष्काम कर्मयोग व त्याच्या जोडीला ज्ञानयोग, याचे आचरण करून ईशप्राप्ती होते, असे प्रतिपादन केले आहे. चित्तशुद्धी, लौकिक सुख, सन्मानाने प्रगती प्राप्त करण्यासाठी निरनिराळी व्रते, त्यांचे पालन कसे करावे, हे यात सांगितले आहे. त्याची विविध रूपे सृष्टीत दिसतात वगैरे आध्यात्मिक व तत्त्वज्ञानाचे सविस्तर विवेचन सुरम्य कथांच्या साह्याने केले आहे.

पद्मपुराण-

हे एक दुसरे वैष्णव पुराण आहे. यात चार खंड आहेत.

१) **सृष्टी खंड** - यात सृष्टीची उत्पत्ती, प्रलयाचे वर्णन आहे. त्याचप्रमाणे वराह अवताराद्वारे पृथ्वीचे उद्धरण, चार वर्णांची उत्पत्ती, बाणासुरचरित्र, गरुड संपाति, जटायू यांच्या जन्मकथा, पांडवकृष्णाच्या जन्मकथा, दशावतार, सरस्वती माहात्म्य, दधिची कथा, अगस्त्यचरित्र, वामनावतार कथा, तारकासुर कथा, दुर्गापूजा, सूर्यचरित्र, शिवकृत ब्रह्मशिरच्छेद, शिवाला ब्रह्महत्येबद्दल शाप, भृगूंचा विष्णूला शाप, गंगामाहात्म इ. सविस्तर व मनोरंजक कथा सांगितल्या आहेत.

२) **भूमी खंड** - यात शिवशर्मा ब्राह्मणाला पितृभक्तीद्वारा झालेली स्वर्गप्राप्ती, इंद्राला इंद्रपदप्राप्ती, नहुष-ययाती आख्यान, स्वर्गवर्णन, वासुदेवस्तोत्र, अशोक सुंदरीची कथा, वगैरे सुरम्य कथा आहेत.

३) **स्वर्ग खंड** - यात दुष्यंत चरित्र, अप्सरालोकवर्णन, सूर्यलोकवर्णन, त्याचप्रमाणे इतर लोकांची वर्णने, गंगावतरण, हरिश्चंद्र-व्यांधाता यांची चरित्रे, आश्रमधर्म, राजधर्म, दक्षयज्ञ, सतीचा देहत्याग इ. कथा आहेत.

४) **उत्तरा खंड** - हे खंड फार मोठे असून ते नंतर जोडलेले आहे. यात अनेक क्षेत्रांचे माहात्म्य, त्याचप्रमाणे नानविध व्रतांचे माहात्म्य, विष्णुसहस्त्रनामस्तोत्र, रामरक्षा, वैष्णवलक्षण, गीता माहात्म्य, भागवत सप्ताह विधी, दशावतार यांचे वर्णन आहे.

गरुड पुराण-

यातील धर्मकांडातील प्रेतखंडाचा भाग गरुडपुराण या नावाने माणसाच्या मरणानंतरच्या उत्तरक्रियेचा भाग म्हणून माणसांच्या मृत्यूनंतर वाचले जाते. प्रेतखंडात मृताचे और्ध्वदेहिक (अंत्यसंस्कार) कसे करावेत, हे सांगितले असून, रौरव, कलसूत्र, अतिशीत इ. नरक कोणत्या पातकांनी प्राप्त होतात, त्याचप्रमाणे ८४ लक्ष योनींची प्राप्ती का होते याचे विवेचन केलेले आहे. अंत्यक्रियेस अधिकारी व्यक्ती नसेल, तर आत्मश्राद्धादी कर्मे कशी करावीत, हेही सांगितले आहे. पिशाच-बाधेपासून मुक्त होण्यास अयुत गायत्री जप किंवा विष्णुबली इ. विधी करावेत, असे सांगितले आहे. हे प्रेतखंड मरणोत्तर तेरा दिवसांत वाचल्याने मृतात्म्यास शांती व मोक्ष मिळतो, असा समज आहे.

याशिवाय या पुराणातील ब्रह्मखंडात विष्णूचे श्रेष्ठत्व वर्णिले आहे. गरुडाची उत्पत्ती सूत्रनामक वायूपासून झाल्याचे सांगून शेषावताराचे वर्णन केलेले आहे.

नीतिपर सुभाषितांचा संग्रह हे या पुराणाचे एक वैशिट्य आहे. राजधर्म, स्त्रीधर्म, पुरुषार्थ, सामान्य नीती याविषयीची सुभाषिते यात आहेत.

इतर पुराणांप्रमाणे यांतही जगदुप्तत्ती, सूर्यवंशीय व सोमवंशीय राजांच्या वंशावली, विष्णूची स्तुती, अवतार कथा इ. गोष्टी आहेत.

सर्व पुराणांमध्ये एक समान गोष्ट आढळते, ती ही, की प्रलयकाळात पृथ्वीवरील सर्व प्राणी नष्ट झाले व नंतर मनूने पुन्हा पुनरुत्पादन केले.

इतिहास संशोधकांच्या म्हणण्याप्रमाणे साधारण १० ते १५ हजार वर्षांपूर्वी कोणत्यातरी नैसर्गिक आपत्तीने पृथ्वीवर — निदान युरेशियामध्ये — जलप्रलय होऊन गेला असावा.

कारण जलप्रलयाच्या कथा प्रत्येक प्राचीन, मध्यम संस्कृतीतील वाङ्मयांमध्ये सापडतात. पुराणांप्रमाणेच बायबल, नाईल संस्कृती, तैग्रीस संस्कृती, एवढेच नव्हे तर अमेरिकेतील इंका किंवा माया संस्कृतीतसुद्धा याच्या दंतकथा आहेत.

प्रलयकालानंतर एक जोडी शिल्लक राहते व तिच्यापासून मानववंशाचा विस्तार पुन्हा होतो. नावेची गोष्ट व ती पर्वतशिखरावर जाते, हे सगळीकडेच समान सूत्र आहे. वैदिक कथांमध्ये 'हिमालय', तर बायबलमध्ये 'आल्प्स' यांच्या शिखरांचा उल्लेख आहे. अर्थात, तो एक संशोधनाचा विषय आहे.

मस्त्यावतारात ही कथा विस्ताराने दिलेली आहे. त्यांत मनू हा नाव घेऊन जातो, तर बायबलमध्ये 'नोहा' हा जातो. नोहाज् आर्क म्हणजे नोहाची नाव.

साधारण १० ते १५ हजार वर्षे हा काळ गृहीत धरण्याचे कारण असे, की सर्व ज्ञात 'सभ्य संस्कृती'चा इतिहास साधारण १० हजार वर्षांपासूनचा सापडतो.

मनुस्मृती-

मत्स्यावतारांत मासा मनूला वाचवून हिमालयापर्यंत नेतो व हळूहळू पाणी ओसरल्यावर तो मैदानी प्रदेशांत येतो, त्या वेळी सर्वत्र हाहाकार झालेला असतो.

या प्रलयातून वाचलेले लोक, त्याचप्रमाणे हिमालय रेंजच्या उंच भागात राहणारे लोक हे सर्व एकाच मैदानी प्रदेशात आले. हिमालयीन लोक असंस्कृत व रानटी होते. त्यांनी या विद्वान तेज:पुंज ऋषींकडे येऊन त्यांना आपले नायक नेमले व त्यांच्या आज्ञेत ते राहू लागले.

त्यांच्यापासून एक मोठा सभ्य समाज निर्माण झाला व तो दूरवर पसरला गेला; परंतु त्यांच्यात शिस्त नव्हती, त्यामुळे त्यांची आपापसात सदैव भांडणे होत, लढाया होत, शिकारीवरूनही भांडणे होत.

मनूने या लोकांना कृषिविद्या शिकविली. जीवन जगण्याची विद्या शिकविली. सुखी, शांत आणि स्वस्थ जीवनाचा मंत्र दिला.

समाजजीवन सुसंस्कृत होऊन हळूहळू स्थिरावू लागले. समाजजीवनास

आकार येऊ लागला. ज्याला जे काम जमत असेल, ते त्याच्यावर सोपविण्यात आले. येथूनच पुढे चातुर्वर्ण्य व्यवस्था अस्तित्वात आली असावी आणि ती केवळ समाजाच्या, स्थैर्याच्या दृष्टिकोनातून असल्यामुळे ती आजच्या म्हणण्याप्रमाणे जातिव्यवस्था नसून केवळ समाजव्यवस्था होती.

ज्ञानाचे संशोधक, बुद्धिशाली लोकांचा एक वर्ग निर्माण झाला. त्यांच्याकडे ज्ञान-विज्ञान जतन करण्याचे व पुढील पिढीला उपलब्ध करून देण्याचे कार्य सोपविले गेले. अर्थात, ते शारीरिक दृष्ट्या त्यामानाने दुर्बलच होते. ज्यांच्याकडे हे एवढेच काम सोपविले गेले, त्यांना ब्राह्मण हे नाव दिले. तो ब्राह्मण वर्ग.

काया, माया, धन, पशुधन, संपत्ती, शेती, स्त्री, बालगोपाल, शहरे, गावे यांचे परकीय आक्रमणापासून संरक्षण करण्याचे काम बलवान व सशक्त माणसांवर सोपविण्यात आले. त्यांना 'क्षत्रिय' हे नाव दिले. तोच क्षत्रिय वर्ग. अर्थात, तेच पुढे राज्यकर्ते झाले.

त्याचप्रमाणे वरील कोणतेही कार्य ज्यांना जमणे शक्य नव्हते, त्यांच्यावर शेती उत्पादन, व्यापार (पणन), वाहतूक वगैरेंचे कार्य सोपविण्यात आले. त्यांना वैश्य हे नाव दिले. अर्थात अर्थव्यवस्था त्यांच्याकडे आली. तोच वैश्य वर्ग.

समाजाला लागणारी आवश्यक सामग्री बनविण्याचे, त्यांचे उत्पादन करण्याचे काम — उदा. शेती अवजारे, घरसाहित्य, गाड्या, रथ, युद्धोपयोगी अस्त्रे, हत्यारे, कपडे, घर बांधणे — ज्यांच्यावर सोपविले, त्यांना शूद्र नाव दिले. सर्वांच्या भौतिक गरजा भागविणे, हे त्यांचे काम होते.

वरील समाजपद्धतीचा विचार केला, तर या ठिकाणी कोणीही कनिष्ठ नाही किंवा कोणीही वरिष्ठ नाही. समाजव्यवस्थेची गरज म्हणून ज्याने-त्याने त्याला येत असलेले व स्वेच्छेने जे कार्य स्वीकारले, तो त्याचा वर्ग ठरला.

त्या काळाचा विचार केला, तर अत्यंत विस्कळीत असा टोळ्या-टोळ्यांनी राहाणारा समाज होता. स्वेच्छेने आणि गुणकर्माने वर्ग निर्माण झाले होते. त्यामुळे शूद्राला नीचवर्गीय समजले जात नव्हते.

अर्थात कालांतराने त्याच्यात कसकसा फरक पडत गेला, ते बघणे निश्चितच मनोरंजक ठरेल.

वरील कामे नेमली ती पुरुषवर्गासाठी; परंतु स्त्रीवर्गाचा प्रश्न तसाच राहिला. स्त्रियांच्या दृष्टिकोनातून विचार केला, तर स्त्रियांवर फार मोठी जबाबदारी निसर्गाने सोपवलेली आहे. ती म्हणजे, प्रजोत्पादनाची. केवळ स्त्रियांमध्येच ही शक्ती निसर्गत: निर्माण झालेली आहे. त्यामुळे त्या पुरुषांच्या मानाने शारीरिक दृष्ट्या दुर्बल आहेत. म्हणून त्यांच्यावर घराची, कुटुंबाची जबाबदारी व अपत्य संगोपनाचे काम साहजिकच

सोपविले गेले.

परंतु, एवढे करूनसुद्धा समाज एकसंध होत नव्हता. जो-तो स्वत:चा मुखत्यार होता. ते अराजकता माजण्याचे कारण ठरू शकत होते. त्यांना एकसंध राखण्यासाठी काहीतरी नियमावली — की ज्यात त्यांनी कसे वागावे, त्या प्रत्येकाची कर्तव्ये कोणती; राजा, प्रजा, ब्राह्मण, क्षत्रिय, शूद्र, वैश्य यांची कर्तव्ये कोणती, त्याचप्रमाणे शासनासाठी काही नियम, कायदे करणे आवश्यकच वाटू लागले. त्यासाठी मनूने एक विस्तृत ग्रंथ लिहिला. तोच 'मनुस्मृती'.

माझ्या मते, एकाच पिढीत हे सर्व शक्य झाले नसावे. त्यासाठी अनेक पिढ्या गेल्या असाव्यात. कालांतराने आतापर्यंतच्या अनुभवांवरून, घडत असलेल्या घटनांचे परिणाम बघून, त्या सर्वांचा सारासार विचार करून कालौघात जुन्या नियमांची जागा नवीन नियमांनी घेतली असावी. आजसुद्धा घटनादुरुस्ती होतेच ना!

परंतु मनुस्मृती या नावानेच तो ग्रंथ कायम राहिला. कारण मनूची गादी चालविणारा तो मनू या नावानेच ओळखला जात असावा. आजसुद्धा आद्य शंकराचार्यांनी स्थापन केलेल्या पीठांतील मुख्य आचार्याला शंकराचार्य म्हटले जाते.

मनुस्मृतीबद्दल माझ्या मते वाद झालेले आहेत ते केवळ गैरसमजाने. मनुस्मृती ज्या काळी लिहिली गेली, तो काळ व वर्तमानकाळ यांत फरक आहे. चालू मापाने तो काळ तोलणे गैर आहे. त्यातील काही गोष्टी कालबाह्य झालेल्या असल्या, तरी बऱ्याचशा गोष्टी आजसुद्धा उपयुक्त आहेत. त्याकालानुरूप काही विचार कदाचित योग्य असतील, परंतु त्यांत नंतरच्या काळात सुधारणा निश्चितच करावयास हवी होती. परंतु उलट त्यात कर्मठपणा घुसविला गेला. काही अग्राह्य गोष्टी त्यात घुसविल्या गेल्या, त्याला त्या-त्या काळांतील समाज जबाबदार आहे. स्वार्थासाठी सोईचा अर्थ ठेवून बाकी संदर्भ गाळून टाकण्यात आला. त्याचा परिणाम म्हणून समाजात एक हलका वर्ग निर्माण केला गेला. त्यामुळे या सर्व गोष्टींना केवळ महर्षी मनूला जबाबदार धरून दोष देणे योग्य नाही.

तत्राप मनुस्मृतीतील काही चांगल्या गोष्टी व ज्यामुळे मनू बदनाम झाला, त्या आता आपण बघू. अर्थात मनुस्मृतीतील विचार किंवा नियम हे त्या काळानुसार सुमारे ४ ते ५ हजार वर्षांपूर्वीचे होते. त्यात कालानुसार बदल निश्चितच करावयास हवा होता; तो झाला नाही. मूळ उद्देश बाजूला ठेवून त्यांत अत्यंत घातक अशी समाजाला दुभंगणारी दरी निर्माण झाली व तिचे परिणाम आपल्याच हाडामांसातील समाजाला अत्यंत वाईट रीतीने भोगावे लागले, हा इतिहास नजरेसमोरून नाहीसा होणे अशक्य नसले, तरी शक्य आहे. भारतास स्वातंत्र्य मिळाल्यानंतर त्यांत निश्चितच सुधारणा झालेली आहे, होत आहे आणि पुढेही होत राहील.

प्रथम आपण मनुस्मृतीची माहिती करून घेऊ या.

मनुस्मृती हा हिंदुधर्मशास्त्राचा एक प्रमुख ग्रंथ आहे. वेदांच्या खालोखाल त्याला महत्त्व दिले जाते. एवढेच नव्हे, तर तो एक प्रमाणभूत ग्रंथ मानला जातो. ही त्या वेळच्या वैदिक हिंदूंची एक आचारसंहिता होती.

या ग्रंथाचा संपादक भृगू ऋषी आहे, म्हणून त्याला भृगू संहिता म्हणूनही संबोधले जाते. हा प्राचीन ग्रंथ 'गुरू-शिष्य' परंपरेने पाठांतराने जतन केलेला होता. या ग्रंथात देश-काळ-परिस्थितीनुसार परिवर्तन होत राहिले. आजची प्रत संस्कारित होत होत तयार झाली आहे.

या ग्रंथाचे एकूण बारा अध्याय आहेत.

पहिल्या अध्यायात सृष्टीची उत्पत्ती कथा आहे.

दुसऱ्या अध्यायात धर्माची लक्षणे व विद्यार्जनाच्या अंगोपांगांची चर्चा आहे. धर्माचे चतुर्विद लक्षण असे — वेद, स्मृती, सज्जनांचा आचार व स्वत:च्या आत्म्याचे समाधान अशी लक्षणे सांगितलेली आहेत.

तिसऱ्या अध्यायात विवाहापासून गृहस्थधर्मातील कर्तव्यांची सविस्तर मांडणी आहे. अष्ट विद् विवाहांचे प्रकार, पंचमहायज्ञ, श्राद्ध, आतिथ्य, माता-पिता सेवा इ. गोष्टींचा समावेश आहे. अधर्माने व्यवहार करून धनसंपदा मिळविणाऱ्याला सुख प्राप्त होत नाही.

अन्नदानाचे पुण्य व महत्त्व फार मोठे असते.

चवथ्या अध्यायात आदर्श नागरिक कसे असावेत, हे सांगितलेले आहे. सदैव सत्यशील व सत्शील वर्तन असावे. केवळ आवडले म्हणून आचरण करू नये. सत्कर्माचा गर्व करू नये. समाजासाठी निरंतर कार्य करावे. आपल्या आचरणामुळे कधीही इतर जनांस , ग्रामास, देशास हानी पोहोचेल असे कार्य वा आचरण करू नये. सत्य बोलावे, वितंडवाद टाळावा. दैनंदिन कर्मांत नेहमी लवकर उठावे, लवकर झोपावे, रात्री फार खाऊ नये. नास्तिकता, वेदनिंदा, देवतानिंदा, द्वेष, दंभ, मान, क्रोध व कर्कशता वर्ज्यावी. सत् आचाराने आयुष्य लाभते, इच्छित संपत्ती लाभते, अक्षय धन प्राप्त होते आणि अशुभ लक्षणांचा नाश होतो. नेहमी एकांतात एकाकी आत्महित चिंतावे.

पाचव्या अध्यायात दीर्घ जीवनाविषयी सांगितलेले आहे. मांस भक्षण करू नये. ज्ञान, तप, अग्नी, आहार, माती, मन, पाणी उपांजन (सारवण), वायू, कर्म, सूर्य व काळ ही प्राण्यांची शुद्धी करणारी होत. क्षमेने विद्‌वान शुद्ध होतो. निषिद्ध कार्य करणारा दानाने, गुपचूप पाप करणारा जपाने आणि उत्तम वेदवेत्ता तपाने शुद्ध होतो. पाण्याने गोत्रे शुद्ध होतात. मन सत्याने शुद्ध होते. विद्या व तप यांनी भूतात्मा

आणि ज्ञानाने बुद्धी शुद्ध होते.

सहाव्या अध्यायात वानप्रस्थ व संन्यासाश्रमातील कर्तव्ये, बंधने, ध्यान-योग, मोक्षसाधक-कर्तव्ये इ. यांचा ऊहापोह आहे. संन्यासाश्रमासाठी बाहेर पडलेल्या मुनीने प्राप्त सत्याचीच वाणी ठेवावी. शुद्ध व पवित्र मनाने आचरण करावे. जंतूंच्या संरक्षणासाठी रात्री व दिवसा जमिनीकडे पाहून चालावे. निंदा सहन करावी. कुणाचाही अवमान करून नये. देहासाठी कुणाशीही वैर करू नये. रागावणाऱ्यावर उलट रागावू नये. प्राणायामाने दोषांना जाळावे. धारणेने किल्मिष, प्रत्याहाराने संसर्ग आणि ध्यानाने आसुरी संपत्ती जाळावी. कर्मायोग्यांसाठी — ब्रह्मचारी, गृहस्थ, वानप्रस्थ आणि संन्यास हे गृहस्थाधारित चार वेगवेगळे आश्रम होत. धर्मलक्षणे — धृति, क्षमा, दम, अस्तेय, शौच, इंद्रियनिग्रह, धी, विद्या, सत्य व आक्रोश ही दहा धर्मलक्षणे असून त्यांचे सेवन करावे. (आचरावे.)

सातव्या अध्यायात राजधर्माचे सविस्तर मार्गदर्शन आहे. यात राजकर्तव्ये, राजधर्म, दंडविधी, सचिवांची नियुक्ती व त्यांची कार्ये, राजदूत, सेनापती, युद्ध साहित्य, शत्रू व मित्र, उदासीन लोकांचे व राजाचे गुण यांचे वर्णन आहे. आदर्श राज्यव्यवस्था कशी असावी, ते यावरून कळते.

राजाने वृद्ध, वेदज्ञ यांची सेवा करावी. त्याने शाश्वत धर्मनीती, तर्कशास्त्र व आत्मविद्या शिकावी. लोकांकडून व्यापार, शेती इ. ची माहिती घ्यावी.

दहा कामोद्भव आणि आठ क्रोधजन्य दु:ख-व्यसने वर्ज्यावी. दहा कामोद्भव— मृगया, द्यूत, दिवास्वप्न (दिवसाची झोप), निंदा, स्त्री आसक्तता, मद, नृत्य, गायन, वादन व भटकणे. क्रोधजन्य — पैशुन्य (दुष्टपणा), अविचारी साहस, द्रोह, ईर्ष्या, असूया. अर्थदूषण (लाच आणि परद्रव्य अपहार), वाणीचा निष्ठुरपणा व कठोरता हे आठ क्रोधजन्य होत.

प्रजाजनांना अभय द्यावे. न्यायसभेत गेल्यास समंजसपणे बोलावे. न बोलणारा किंवा भलतेच बोलणारा माणूसही दोषी होतो.

मनोविज्ञान — आकार, इंगित, गती, चेष्टा, बोलणे, नेत्र व मुख यांचे भाव यांवरून मनातील भाव ओळखू येतात.

साक्षीदार — साक्षीदारांत मतभेद असतील; तर बहुमत, सम असतील तर उत्कृष्ट गुणवानाची साक्ष ग्राह्य धरावी.

आपण आपलेच साक्षीदार असतो. जरी ठरवतो, की कोणतेही कृत्य करताना आपणास कोणीच पाहत नाही, परंतु आपण म्हणजेच आपला देहस्थित आत्मा त्या सर्व कृत्यांना पाहत असतो. त्याचप्रमाणे आकाश, भूमी, जल, हृदय, चंद्र, सूर्य, अग्नी, यम, वायू, रात्र, दोन्ही संध्या आणि धर्म हे आपणा सर्व प्राण्यांची कृती बघत

असतात.

आठव्या अध्यायात व्यवहार, अठरा प्रकारचे विवाद, साक्षीदार, सीमावाद, व्यापार, आय-व्यय, निरीक्षण (अंदाजपत्रक) यांची परिपूर्ण चर्चा आहे.

नवव्या अध्यायात स्त्रीशिक्षण, स्त्रीस्वभाव, स्त्रीधन, विविध अपराधांसाठी विविध दंड यांवर मार्गदर्शन आहे. शिवाय ब्राह्मण-क्षत्रिय म्हणजेच ज्ञान व युद्धशास्त्र — विद्वान व रक्षणकर्ते यांच्यात समन्वय झाला, तरच प्रजा सुखी होते.

दहाव्या अध्यायात वर्णसंकर व विविध प्रकारचे आपद्धर्म यांचे विवेचन आहे.

अकराव्या अध्यायात स्नातकांचे (पदवीधर) प्रकार, पदवी-शपथ, विविध अपकृत्यांसाठी विविध प्रायश्चित्ते यांची सविस्तर चर्चा आहे.

बाराव्या अध्यायात शुभाशुभ कार्यांचे फळ, मानसकर्मे तसेच विविध शरीरकर्मे यांची चर्चा आहे.

काही महत्त्वाचे मुद्दे-

मोक्षपदाची सहा कर्मे - वेदाध्ययन, तप, ज्ञान, इंद्रियनिग्रह, अहिंसा व गुरुसेवा ही कर्मे सांगितलेली असून त्याविषयी सविस्तर वर्णन आहे.

परमात्मा सर्वत्र व्यापलेला असून त्याचे दर्शन हेच धर्माचे ध्येय आहे.

जो मनुष्य सर्व भूतांच्या ठायी आत्म्याला आत्म्याच्या योगाने पाहतो, त्याला समतेचा अनुभव येऊन मोक्षप्राप्ती - परमपद किंवा ब्रह्मप्राप्ती होते.

मनुस्मृतीतील राजधर्म-

मनूने राज्याची सात अंगे सांगितलेली आहेत

१) राजा (स्वामी), २) अमात्य (मंत्री), ३) पूर, ४) राष्ट्र,

५) कोष (खजिना), ६) दंड-न्याय व सजा, ७) सुहृद - मित्र.

ही सात अंगे म्हणजे विभागांचा समतोल राखून, त्यांत धर्मानुसारच कामे करावीत. दंडाचा म्हणजे शिक्षेचा वापर विचारपूर्वक व नि:पक्षपातीपणाने करावा. मंत्री परिषदेत आठ मंत्री असावेत. ते आपापल्या कार्यात म्हणजे राज्यव्यवस्था, युद्ध, न्याय, कोष, परराष्ट्रसंबंध इ. मध्ये प्रवीण असावेत. तसेच ते शूर व साहसी असावेत. आपत्तीच्या प्रसंगी त्यांनी गोंधळून न जाता आपत्ती निवारण्याचे कार्य धडाडीने केले पाहिजे. ते प्रजाहितदक्षच असावेत. राजाने त्यांचा योग्य समन्वय साधून व त्यांच्याशी सखोल चर्चा तसेच विचारविनिमय करूनच राज्यकारभार चालवावा.

न्यायसंस्थेचे विस्तृत विवेचन मनूने केले आहे. सर्वोच्च न्यायालय म्हणजे धर्मसभा असावी. तीमध्ये विद्वान त्याचप्रमाणे सत्शील लोक, मंत्री व राजा यांचा समावेश असावा. राजाने या लोकांचा सल्ला घेऊनच न्यायनिवाडा करावा. राज्यांतील विविध पदांवर काम करणारी माणसे कोणती व ती कशी असावीत, त्यांची नियुक्ती कशी करावी, त्यांना किती वेतन द्यावे, त्यांच्या देखरेख कशी ठेवावी (Administration) यांचे सविस्तर विवेचन यात आहे.

समाजव्यवस्था-

त्या काळात चातुर्वण्यव्यवस्था प्रस्थापित झाली होती. ब्राह्मण, क्षत्रिय व वैश्य यांनाच संस्कारांचा व धर्मग्रंथांच्या अध्ययनाचा अधिकार असावा; परंतु शूद्रांना हे अधिकार नसावेत. दास व शूद्रांना फारसे अधिकार नव्हते. त्यांना दस्यू, म्लेंच्छ म्हणत. ब्राह्मणांना सर्वोच्च स्थान होते; परंतु ते सत्ता, संपत्तीवर अधिष्ठित नव्हते; तर त्यांचे ब्रह्मज्ञान, त्यांचे सच्चरित्र, तपानुष्ठान यांवर आधिष्ठित होते. त्यांची सर्वानुभूती मैत्री व आचरण यांवर अवलंबून होते. त्यांच्याकडे विद्या म्हणजे ज्ञान-विज्ञान, इतिहास वगैरे शास्त्रांचा योग्य अभ्यास करून जतन करणे व ते प्रदान करणे, हे महत्त्वाचे काम नेमलेले होते. त्यांच्या पालनपोषणाची जबाबदारी राज्यकर्त्यांनी व इतरांनी घ्यावी, त्याचप्रमाणे त्यांनी धनसंचय करून मालमत्ता करू नये, असा संकेत होता.

आर्य व स्थानिक अनार्य यांच्या संकरांतून निर्माण झालेल्या संततीला गुणकर्मानुसार आर्य किंवा अनार्य ठरविले जाई. निंदित वा निषिद्ध कर्म व व्यवसाय करणारा ब्राह्मण पतित मानला जाई.

क्षत्रियाला शस्त्राभ्यास व सैनिकी पेशा आवश्यक असे. वैश्यांना समुद्रयात्रेची परवानगी होती.

याच काळात भारतीय उच्च संस्कृतीला काळिमा आणणाऱ्या काळ्याकुट्ट इतिहासाची सुरुवात झाली, असे नाइलाजाने म्हणावे लागते.

कारण याच काळात शूद्रांना कमी दर्जाचे समजण्यात येऊ लागले. गुणकर्मांनुसार आधारलेली, चार विभागांत वाटलेली समाजव्यवस्था कोलमडली. श्रेष्ठ व कनिष्ठवाद समाजात रुजू लागला. त्यामुळे मुळात पहिल्या तीन वर्गांइतकाच शूद्र वर्गाला असलेला मान नष्ट झाला. त्यांच्याकडे गुणकर्मांनुसार असलेली श्रमशक्ती, कारागिरी वगैरे काढून घेण्यात आली आणि त्यांना फक्त पहिल्या तीन वर्गांची सेवा करण्यास भाग पाडण्यात आले. नवीन अर्थाने 'शूद्र' वर्ग निर्माण झाला, तो आजपर्यंत.

या निर्बंधामुळेच समाजात भीषण दऱ्या निर्माण झाल्या आणि त्यामुळेच डॉ.

बाबासाहेब आंबेडकरांनी मनुस्मृतीला निंद्य संबोधून तिची होळी केली होती.

चार वर्ण-

वैदिक काळात आर्य व स्थानिक आदिवासी म्हणजेच मूळचे रहिवासी यांच्यात युद्धे होत. आर्यांकडे त्या कालखंडाच्या मानाने सुधारलेली शस्त्रास्त्रे होती. आर्यांनी आधुनिक शस्त्रविद्या व रणकुशलेवर आदिवासींना जिंकून घेतले आणि त्यांना दास बनवून त्यांच्याकडून सेवेची कामे करून घ्यावयास सुरुवात केली. अर्थातच तेव्हा हे लोक शूद्र म्हणून गणले जाऊ लागले. जित आणि जेते यांच्यात नेहमीच जित म्हणजे जिंकलेले ते सेवक व जेते म्हणजे जिंकणारे ते मालक, असा न्याय आता-आतापर्यंत चालत आलेला आहे. पाश्चिमात्य युरोपियन राष्ट्रांनी आफ्रिका, आशिया वगैरे खंडातील देश जिंकून स्थानिक लोकांचे सर्व अधिकार काढून घेऊन त्यांना गुलामगिरीचे जीवन जगण्यास भाग पाडले होते. रोमन व ग्रीक इतिहासात तर गुलामी प्रथा अत्यंत वाईट व क्रूर रीतीने अवलंबिली जात असे. स्पार्टाकसची कथा सर्वांनाच परिचित आहे. अमेरिकेंतील गुलामगिरी विसाव्या शतकाच्या सुरुवातीपर्यंत अस्तित्वात होती. डॉ. बुकर टी. वॉशिंग्टन, डॉ. जॉर्ज कार्व्हर हे सुरुवातीला गुलामच होते. डॉ. मार्टिन ल्युथर किंग हेसुद्धा निग्रोच होते. काळे व गोरे या वर्णवादाविरुद्ध व गुलामगिरीविरुद्ध त्यांनी लढा दिला. काळ्यांना व गुलामांना न्याय मिळवून देण्यासाठी त्यांचे सर्व आयुष्य खर्ची पडले. एवढेच नव्हे, तर स्वत:चे बलिदान द्यावे लागले. त्यांचा खून एका गोऱ्या धर्मवेड्याने केला.

ज्या इंग्रजांच्या लोकशाहीचा उदो-उदो होतो व ज्यांच्यावरून आपली घटना कायदेकानू अंशत: तयार केले गेले; त्या इंग्रजांचे वारस सांगणाऱ्या साऊथ आफ्रिकेच्या गोऱ्या राज्यकर्त्यांनी विसाव्या शतकाच्या आठव्या दशकापर्यंत अख्खे राष्ट्र गुलामगिरीत ठेवले होते. नेल्सन मंडेलांनी ३५ वर्षे तुरुंगात काढली. आज गल्फ कंट्री — अरब राष्ट्रांत अत्यंत क्रूरपणाने, परंतु उघड गुप्ततेत गुलामी प्रथा सुरू आहे.

वर उल्लेखिलेले गुलाम म्हणजेच आर्यांचे शूद्र होत. म्हणून केवळ आर्यांना दोष देणे संयुक्तिक वाटत नाही. शूद्रांना विद्याध्ययनाचा अधिकार दिलेला नव्हता. मुळात आर्यांचे तीन वर्ण होते — ब्राह्मण, क्षत्रिय, वैश्य. अनार्यांना त्या काळात शूद्र म्हणून संबोधले जाई.

पुढे पौराणिक व महाभारतकाळात याची विभागणी निराळ्या अर्थाने झाली. गीताकार म्हणतात

चातुर्वर्ण्यं मयासृष्टं गुणकर्मविभागश:।
तस्य कर्तारमपि मां विद्धयकर्तामव्ययम॥१३॥ अ. ४

अर्थ - गुण आणि कर्म यांचे विभाग करून, चार वर्णांचे लोक निर्माण केले आहेत. या कर्माचा जरी मी कर्ता आहे, तरी (परमार्थतः) मी अकर्ता व अव्यय आहे.

हे चार वर्ण गुण व कर्म यांच्या अनुरोधाने उत्पन्न झालेले आहेत. त्यांचा स्वभाव व गुण यांच्यावरून कर्माची योजना आहे. हे सर्व मनुष्य एकच आहेत, परंतु त्यांची विभागणी स्वभावतः गुणकर्मांमुळे झालेली आहे. अशा अर्थव्यवस्थेचा मी कर्ता मुळीच नाही. याचा अर्थ, गीताकारांनी चातुर्वर्ण्यव्यवस्था ही जातिव्यवस्था नसून कर्माशक्तीवर आधारित समाजव्यवस्था आहे, असे म्हटलेले आहे.

या चातुर्वर्ण्याविषयी थोडेसे विस्तृत विवरण करणे योग्य वाटते.

विधात्याने विश्व निर्माण केले व निरनिराळ्या मंत्रांद्वारे पशू, पक्षी, मानवप्राणी, वनस्पती वगैरे निर्माण केल्या, असे पुरुषसुक्तात म्हटलेले आहे.

चराचर सृष्टी निर्माण झाली व त्याबरोबरच मानवही निर्माण झाला. मानव जसजसा प्रगत होत गेला तसतशी त्याला समाज करून राहण्याची गरज भासू लागली. इतर प्राणिमात्रांना समाज करून राहण्याची गरज नसते. समाज किंवा समूह आला म्हणजे त्याला आवश्यक असलेल्या गोष्टीसुद्धा आल्या. परंतु कोणताही समाज सुदृढ व सशक्त होण्यासाठी चार गोष्टी आवश्यक असतात.

१) ज्ञान, २) बल, ३) अर्थ आणि ४) श्रम.

कोणताही समाज या चार गोष्टींशिवाय उभाच राहू शकत नाही. यांनाच अनुक्रमे —

१) बुद्धिशक्ति २) शस्त्रशक्ती ३) वित्तशक्ति आणि ४) श्रमशक्ती म्हणता येईल.

पुरुषसुक्ताच्या तेराव्या मंत्रात विराट समाजपुरुषाची कल्पना केलेली आहे, ती एक प्रकारे समाजव्यवस्थाच आहे. ती कोणत्याही प्रकारे जातिव्यवस्था नाही.

ब्राह्मणोऽस्य मुखमासित। बाहू राजन्यः कृतः।।
उरु तदस्य यद्वैश्यः। पदभ्याम् शूद्रो अज्ञायत।।१३।।

अर्थ — या विराट समाजपुरुषाचे मुख ब्राह्मण आहे, त्याचे शक्तिशाली बाहू म्हणजे क्षत्रिय आहेत, मांड्या किंवा मध्यभाग (पोट) म्हणजे वैश्य आणि पाय म्हणजे शूद्र आहे.

कोणत्याही पुरुषाला मुख, बाहू, पोट आणि पाय हे अवयव आवश्यक असतात. यातील कोणताही एक अवयव नसला, तर माणूस दुर्बल बनेल. त्याचा विनाशही होऊ शकतो.

माणसाला बुद्धी म्हणजे ज्ञान आवश्यक असते. ते नसेल, तर माणूस

आणि पशू यांच्यामध्ये फरकच रहाणार नाही. ज्ञान म्हणजे बुद्धी—ही मेंदूत असते, म्हणून ज्ञानशक्ती म्हणजे मुख.

माणसाला स्वत:चे संरक्षण करणेही आवश्यक असते आणि बल हे बाहूत असते. त्याने तो शरीराचे रक्षण करू शकतो, म्हणून बलशक्ती म्हणजेच बाहू.

माणसाला शरीराचे पोषण होण्यासाठी अन्न आवश्यक असते. ते पचविण्याचे काम पोट करते. अन्न म्हणजेच अर्थशक्ती किंवा वित्तशक्ती म्हणून, मध्यभागाला अर्थशक्ती म्हटलेले आहे.

माणसाला कोणतेही कार्य करू शकण्यासाठी हालचाल करणे, फिरणे आवश्यक असते. कोणतेही श्रम करावयाचे, तर पायांची आवश्यकता असते. माणसाचे पायाशिवाय काहीच चालू शकत नाही, म्हणून पाय म्हणजे श्रमशक्ती.

या चारही शक्तीच चार वर्णांमध्ये विभागल्या गेल्या आहेत. तीच 'समाज - व्यवस्था', म्हणजेच 'चातुर्वर्ण्यव्यवस्था'.

या शक्तींची अनुक्रमे ब्राह्मण, क्षत्रिय, वैश्य, शूद्र या चार वर्णांत विभागणी केली आहे.

या ठिकाणी एक गोष्ट प्रथम लक्षात घेतली पाहिजे, की ही जातिव्यवस्था नसून समाजव्यवस्था आहे. कोणत्याही राष्ट्राचा समाज किंवा राष्ट्र समर्थपणे उभे राहण्यासाठी या शक्ती आवश्यकच असतात. चवथा वर्ण जो 'शूद्र' — याचा अर्थ आपणास प्रचलित असलेल्या अर्थापेक्षा संपूर्णपणे वेगळा आहे. तो श्रमकरी, कष्टकरी म्हणून वापरला गेला आहे.

या चारही शक्ती आपापल्या कर्मांनुसार श्रेष्ठ आहेत. त्यांची कामेही मनुष्य-स्वभावावर व प्रवृत्तीवर आधारलेली आहेत.

विद्याध्ययन, अध्यात्मज्ञान, नैतिक व मानसिक सद्‌गुणांचा विकास या गोष्टींची आवड असणाऱ्यांनी 'क्षात्रवर्ण' 'ब्राह्मण वर्ग' स्वीकारावा.

पराक्रम, राज्यशासन, व्यवहारज्ञान, समाजरक्षण, न्यायदान इ. गुणांची आवड असणारांनी 'क्षात्रवर्ण' स्वीकारावा.

शेती, पशुपालन, व्यापार, उद्योगधंदे यांच्याकडे ज्यांची प्रवृत्ती असेल, त्यांनी 'वैश्यवृत्ती' स्वीकारावी.

वरील गोष्टींची आवड किंवा क्षमता नसेल, केवळ दिलेले काम करण्याचा स्वभाव आहे, त्यांनी 'शूद्र वर्णाचा' आश्रय घ्यावा.

परंतु, काहीही झाले तरी, एकदा स्वीकारलेले काम सोडून आपल्या स्वभावाला न जमणारे काम करू नये.

भगवद्‌गीतेतसुद्धा हेच तत्त्व सांगितलेले आहे — स्वधर्मे निधनं श्रेय:।।

चवथी शक्ती म्हणजे श्रमशक्ती. ही वास्तविक बघता, त्या काळी अत्यंत महत्त्वाची होती. श्रमशक्ति म्हणजे शरीरशक्ती व कलासक्ती. सर्व कला त्यांत येतात. कारागिरी, उत्पादकता, वगैरे वगैरे. त्या सर्व शूद्र वर्णाच्या हातात होत्या. घरबांधणीपासून रथ, शेती अवजारे तयार करणारे, शस्त्रास्त्रे तयार करणारे सर्व श्रमकरी त्या वेळी शूद्र वर्णात मोडले जात होते. त्यांच्यावाचून समाजाचे पदोपदी अडत असे.

परंतु कालानुरूप अशा कोणत्या स्थित्यंतराने शूद्रांना अतिनीच, अस्पृश्य असे मानले जाऊ लागले?

याचे कारण चातुर्वर्ण्याची समाजव्यवस्था हळूहळू लयास जाऊन तिची जागा जातिव्यवस्थेने घेतली. चातुर्वर्ण्यांतच पुढे-पुढे जातिव्यवस्था विकास पावू लागली. प्रत्येक वर्गात जाती, पोटजाती निर्माण झाल्या. प्राचीन शूद्र म्हणजे श्रमशक्ती असणारेसुद्धा पहिल्या तीन वर्णांत मोडू लागले. त्या वेळेचे कलाकार, कारागीर हे सुद्धा उच्चवर्णीय मानले जाऊ लागले. (सुतार, लोहार, सोनार वगैरे) पुढे जन्माने जाती ठरू लागल्या. ब्राह्मणाचा मुलगा तो ब्राह्मण, सुताराचा मुलगा तो सुतार झाला. वगैरे. त्यामुळे शूद्र वर्ण म्हणजे श्रमशक्ती पहिल्या तीन वर्णांतच विलीन झाली.

गुणकर्मांनुसार ठरणारी वर्णव्यवस्था लयास जात-जात संपूर्णपणे नष्ट झाली आणि नवीनच प्रकारची जातिव्यवस्था निर्माण झाली. जन्माने जात ठरू लागली. परिणामी, अनेक जाती निर्माण झाल्या.

पूर्वीच्या वर्णव्यवस्थेचा विचार केला, तर त्या वेळी स्वत:च्या अंगी असणाऱ्या गुणांना व कर्मांना अनुसरून वर्ण ठरविले जात. उदा. -

ब्राह्मण — ज्ञान संपादन करणे, जतन करणे, त्यांत नवीन संशोधनांची भर घालणे, निरनिराळ्या ज्ञान-विज्ञान शाखांचा तसेच इतर शास्त्रांचा अभ्यास व विस्तार करणे आणि ज्ञानदान म्हणजे शिकवणे वगैरे. परंतु, ब्राह्मण वर्णापैकी काही विशिष्ट जणच याप्रमाणे आचरण करू लागले. जन्मानुसार जाती ठरल्यामुळे ब्राह्मण इतरही कामे करू लागले. त्या वेळच्या त्यांच्या नेमस्त कर्माचा (कार्याचा) विचार केला, तर आज काही शेकड्यांनी असणाऱ्या ब्राह्मणांनाच खऱ्या अर्थाने 'ब्राह्मण' म्हणता येईल. बाकी केवळ जन्मानेच ब्राह्मण आहेत.

क्षत्रियसुद्धा जन्माने ठरू लागल्यामुळे त्यांत अनेक जाती, पोटजाती, भेद निर्माण झाले.

वैश्य — यांनीसुद्धा निरनिराळे व्यवसाय पत्कारले आणि व्यापारउद्योग करणारा तोच वैश्य (सध्याच्या भाषेत वाणी) आणि तोही जन्माने ठरू लागला. गोपालन करणारे ते गुराखी किंवा गोपाल, कृषी करणारे ते शेतकरी-कुणबी, वगैरे

नवीन जाती निर्माण झाल्या. त्यांत पूर्वीचे ब्राह्मण, क्षत्रिय यांनीसुद्धा निरनिराळे व्यवसाय पत्करले.

शूद्र — त्या वेळी कलाकार, कारागीर, कल्पक, श्रम करू शकणारे यांचा शूद्र वर्ण नष्ट होऊन ते सर्व पहिल्या तीन वर्णांतच गणले जाऊ लागले. पुढे तर जाती या जन्माबरोबरच व्यवसायानुसार ठरू लागल्या. जे अडाणी, निरक्षर राहिले; ते शूद्र म्हणून गणले जाऊ लागले. त्यांच्यामध्ये अनार्य, आदिवासींचा त्याचप्रमाणे असंस्कृत रानटी लोकांचाच भरणा जास्त होता.

पूर्वी आर्य त्यांना सामावून घेत होते, ते पुढे-पुढे सामावून घेईनासे झाले. त्यांना शूद्र म्हणून संबोधण्यात येऊ लागले व पूर्वीच्या 'शूद्र' वर्णाची वेगळीच व्याख्या तयार झाली.

त्यामुळे पूर्वीची चातुर्वर्ण्यव्यवस्था नष्ट होऊन केवळ दोन वर्ण साधारणपणे अस्तित्वात आले. उच्चवर्णीय व नीचवर्णीय असे दोनच वर्ण शिल्लक राहिले. पहिल्या तीन वर्णीयांनासुद्धा पूर्वीच्या तीन वर्णांनी न ओळखता जातीनुसार वर्ग झाले.

त्याचप्रमाणे प्रत्येक व्यवसायातसुद्धा उच्च-नीच भेद निर्माण झाले. जाती, जमाती, पोटजाती अस्तित्वात आल्या. जो-तो आपापल्या जातीलाच चिटकून राहिला. परिणामी, पूर्वीच्या चातुर्वर्ण्य काळातील एकसंध समाज निरनिराळ्या जातींमध्ये विभागला गेला, विस्कळीत झाला. प्रत्येक जातीत समाजाने आपापले आचार-विचार काही बाबतीत स्वतंत्र ठरविले. (रोटीबेटी व्यवहार वगैरे.)

त्यानंतर नवीन झालेल्या 'शूद्र' वर्णाला जाणूनबुजून दूर केले. त्यांना ज्ञान मिळू देऊ नये वगैरे अलिखित नियम पाळले जाऊ लागले आणि तेथूनच समाजात 'अस्पृश्यता' निर्माण झाली. तिने मोठे भयानक स्वरूप घेतले ते विसाव्या शतकापर्यंत.

पाश्चिमात्य पंडितांनी मनूला गौरवून त्याच्या अलौकिक कार्याची प्रशंसा केलेली आहे. मनूने त्या काळी विस्कळीत, गोंधळलेल्या अताव्यस्त समाजाला व्यवस्थित, समर्थ समाजाचे व राज्याचे रूप दिले. समाजाला आध्यात्मिक, नैतिक, मानसिक विकासाचा मार्ग दाखविला. या मनुस्मृतीचा उपयोग आधुनिक काळात, विद्वान कायदेपंडित, न्यायाधीश, अध्यापक, समाजसुधारक, शिक्षणशास्त्रज्ञ, राज्यशास्त्रज्ञ, या सर्वांनी आपापल्या क्षेत्रांत करून घेतलेला आहे.

'मानव आत्मप्रयत्नाने आपल्या दैवाचा शिल्पकार बनू शकतो,' हा मनूचा विचार नित्शे या जर्मन पंडिताला पटला व त्यामुळे अत्यंत प्रभावित होऊन त्याने जाहीरपणे सांगितले, की 'बायबल बंद करा व मनुस्मृती उघडा.'

त्या काळातील 'शूद्रांना कसलाच अधिकार नाही', हा विचार समाजात

इतका रुजवला गेला की, त्यामुळेच मनू बदनाम झाला. या विचाराचा समाजाने अतिरेक केला आणि एक मोठा घटक समाजप्रवाहांतून अपमानस्पद रीतीने दूर केला गेला.

एवढा एक मुद्दा सोडला, तर बाकी कितीतरी महत्त्वाचे विचार आपणा सर्वांना सर्वकाळी मार्गदर्शक ठरू शकतात.

मनू म्हणतो, 'कोणत्याही परिस्थितीत दैववादावर अवलंबून न राहता, स्वत:च्या कर्तबगारीवर अवलंबून राहा.'

हा मौलिक विचार केव्हाही मौलिकच ठरू शकतो.

स्थित्यंतरे-

उपनिषद कालखंडात एक फार मोठे विचारमंथन घडून आले आणि नवनवीन धार्मिक प्रवृत्तींचा उदय झाला. जैन व बौद्ध उदयास आले.

प्राचीन काळापासून प्रतिष्ठित वैदिक धर्माबरोबरच अनेक लौकिक धर्म-पंथ वैदिक धर्माच्या विकासातही प्रभावी ठरले. जैन धर्म तर सुरुवातीपासूनच अस्तित्वांत होता. त्यांच्या देव-देवता भिन्न प्रवृत्तीच्या असून धार्मिक आचारही वेगळे होते. त्यांत स्थानिक (द्रविड वगैरे) जनजातीचे लौकिक धर्म वैदिक धर्माकडे आकर्षित झाले. त्यांनी धर्माच्या श्रद्धा, विचार, आचार या सर्वांचाच बऱ्याच प्रमाणात स्वीकार केला नाही, तरी ते तर वेदांना मानत राहिले. तरीसुद्धा त्या सर्वांनी त्यांचे मूळ आचार, देवता काही प्रमाणात तशाच ठेवल्या.

परिणामत: बरेचसे (आदिवासी) लौकिक धर्म, त्यांच्या देवता व आचार यांच्यासह ते सर्व एका संघटनेत बांधले गेले आणि अशा प्रकारे हिंदू धर्म उदयास आला.

प्रतिष्ठित वैदिक धर्माच्या इंद्र, वरुणादी देवतांची जागा शिव, विष्णू यांच्यासारख्या देव-देवतांनी घेतली.

उपनिषदपूर्वकालखंडात असलेल्या देव-देवतांना उपनिषदकाळात गौण स्वरूप प्राप्त झाले. त्यांच्या जागी कैवल्यस्वरूप परब्रह्माची प्रतिष्ठापना केलेली होती. पुढे स्थित्यंतरे घडत असताना विशिष्ट व्यक्तित्व असलेल्या देवतांचे पुनरुज्जीवन झाले. लोक ईश्वराकडे तारक, सखा व उद्धारकर्ता या न्यायाने पाहू लागले. यज्ञविधीची जागा पूजाविधीने घेतली. उपनिषदकाळी असलेले तप वगैरे अध्यात्म मागे पडले. त्यांची जागा सुलभ अशा भक्तिमार्गाने घेतली. तो सहज आचरता येत असल्याने लोकप्रिय झाला. या भक्तितूनच देवपूजा, मूर्तिपूजा वगैरे उगम पावली. कर्मसंन्यासापेक्षा लोक कर्मयोग आचरू लागले.

याच कालखंडात महाभारत, भागवत इत्यादी महाकाव्ये आणि पुराणांची रचना झाली. वेददेवतांपेक्षा सामान्य जनतेच्या देवता यांच्याशी संबंध असलेला भक्तिमार्ग म्हणजे 'सर्वसामान्यांचा वेदच' जणू, तो अगदी खालच्या स्तरापर्यंत पोचला.

याच कालखंडात हिंदू धर्मांतच शैव, वैष्णव इ. पंथ निर्माण झाले.

वरील स्थित्यंतरे सांगितल्याशिवाय भारतीय इतिहास व संस्कृती यांची खरी ओळख होणार नाही.

संस्कार

जगातील बहुतेक धर्मसंप्रदायांत काही विशिष्ट संस्कारांना विशेष महत्त्व दिलेले आढळते; किंबहुना, तो एक आवश्यक व धार्मिक विधी म्हणून गणला जातो.

व्यक्ती जन्मल्यापासून मरेपर्यंत त्याच्या व्यक्तिमत्त्वाचा विकास करण्यासाठी, सामाजिक जाणीव करून देण्यासाठी त्याचप्रमाणे आचार-विचार (एटिकेट्स) शिकण्यासाठी काही क्रिया किंवा जडण-घडण करणे याला 'संस्कार' म्हणतात.

संस्कार म्हणजे शुद्ध करण्याचा विधी. हा शब्द सुंदर करणे, वैगुण्य दूर करणे व त्याला आकर्षक रूप देणे वगैरे अर्थाने बनला आहे. ज्या क्रियेच्या योगाने मनुष्याच्या ठिकाणी सद्‌गुणांचे विकसन व संवर्धन होते, त्या क्रियेला 'संस्कार' म्हणतात.

असे संस्कार बालपणापासून घरी, दारी, शाळेत, समाजात सतत होत असतात. त्यामुळे मुलांमध्ये प्रेम, नम्रता, आदर, संयम, क्षमा, सदाचार आदी गुणांचे संवर्धन होते.

जीवनात गर्भावस्थेपासून मृत्यूपर्यंत भारतीय संस्कृतीत एकूण १६ संस्कार सांगितले आहेत.

१) गर्भादान २) पुसंवन ३) सीमंतोन्नयन ४) जातकर्म
५) नामकरण ६) निष्क्रमण ७) अन्नप्राशन ८) चुडाकर्म
९) कर्णवेध १०) उपनयन ११) वेदारंभ १२) समावर्तन
१३) विवाह १४) वानप्रस्थ १५) संन्यास १६) अंत्येष्टी

हे संस्कार विधीपूर्वक करावयाचे असून त्यांचा मुख्य उद्देश प्रत्येक व्यक्तीत शारीरिक, मानसिक, बौद्धिक व आत्मिक बल आणि गुण वाढीस लागून ती व्यक्ती सुसंस्कृत, समर्थ आणि उत्कृष्ट दर्जाची व्हावी, हा आहे. या विधीतील धार्मिक

क्रियांची, नियम व आचरणपद्धतीत संपूर्ण व्यक्तिमत्त्वाची शुद्धी अन् पूर्णता व्हावी, हा मुख्य उद्देश आहे. माणसाचे जीवन, व्रत-नियम, धर्मकर्तव्य यांचे कठोर पालन करून तेजस्वी व्हावे व भूत-प्रेत, अमानवी व दैवी शक्तीपासून संरक्षण व्हावे, हाही एक हेतू आहे.

सांप्रत बरेच संस्कार लुप्त झाले असून ४/५ संस्कारच होत असतात. गर्भादान, पुसंवन, सीमंतोन्नयन, जातकर्म, निष्क्रमण, चुडाकर्म, कर्णवेध, वेदारंभ, समावर्तन, वानप्रस्थ, संन्यास हे संस्कार जवळजवळ नष्ट झाले आहेत.

'नामकरण' मात्र थाटात केले जाते, परंतु त्याला संस्कार हे रूप राहिलेले नाहीतर, एक दिखाऊ व व्यवहारी रूप प्राप्त झाले आहे. एक नवीन कार्यक्रम सध्या नव्या स्वरूपात अस्तित्वात आलेला आहे, तो म्हणजे 'वाढदिवस'. आणि तोही अवास्तव खर्च करून धुमधडाक्यात साजरा केला जातो. त्याचप्रमाणे विवाह हा पवित्र संस्कार किंवा विधी मानला जातो; परंतु त्यालाही केवळ दिखाऊ, बाजारू स्वरूप प्राप्त झालेले आहे.

'उपनयन' संस्कार फक्त ब्राह्मणांतच होतात, परंतु तेही समारंभ स्वरूपात. 'उपनयन' म्हणजे बालपण संपून गुरुगृही शिक्षणासाठी मुलाला पाठविण्याचा विधी. इथूनच ब्रह्मचर्याश्रम सुरू होतो.

विवाह-

शिक्षण संपल्यावर लग्न करून गृहस्थाश्रमात पदार्पण करणे; तरुण-तरुणी आई-वडील, नातेवाईक, आप्त, इष्टमित्र यांच्या उपस्थितीत देव (देवक), अग्नी ब्राह्मण (पुरोहित) यांच्या साक्षीने पती-पत्नी म्हणून 'संबद्ध, होण्याचा हा संस्कार होय. माणसाच्या आयुष्यातील हा फारच महत्त्वाचा विधी समजला जातो.

विवाहाचे आठ प्रकार होते —

१) ब्रह्म विवाह २) प्रजापत्य विवाह ३) आंतर्विवाह

४) देवविवाह ५) असुरी विवाह ६) राक्षस विवाह

७) गांधर्व विवाह ८) पैशाचिक विवाह

यांत ब्रह्म विवाह हा श्रेष्ठ प्रकार असून तोच आता रूढ आहे. यात वधुपिता सुसंस्कृत, विद्वान वराला स्वत: आमंत्रण देऊन आपल्या सालंकृत कन्येचे विधीपूर्वक दान करतो.

भारतीय संस्कृतीत विवाह हा कायम टिकणारा धार्मिक संस्कार आहे. तो पाश्चात्त्यांप्रमाणे 'करार' (Agreement) नाही. ते एक पवित्र बंधन आहे. (मानले तर). तो संस्कार सहजासहजी तोडता येत नाही. पती-पत्नी अग्नी व देवाब्राह्मणांसमोर

'धर्मेश्च, अर्थेश्च, कामेश्च नातिचरामि नातिचरामि' नातिचरामि, अशी शपथ घेतात. पत्नीच्या अर्ध्या वचनात राहून तिला अर्धांग मानून मी संसार करीन, पती-पत्नीने एकमेकांशी एकनिष्ठ राहून धर्म, अर्थ, काम हे तीन पुरुषार्थ एकमेकांच्या साह्याने प्राप्त करावयाचे असतात.

संसार हे एक पुरुष मानला, तर त्याचे एक अंग पतीचे व दुसरे पत्नीचे असते. त्याचप्रमाणे संसाररथाची दोन चाके म्हणजे पती व पत्नी. कोणतेही एक चाक लहान (कनिष्ठ) नाही की कोणतेही दुसरे चाक मोठे (श्रेष्ठ) नाही. दोन्ही चाके समान असतील, तरच रथ सुरळीत चालू शकतो.

विवाह व त्याविषयी एक मजेदार श्लोक आहे —

'कन्या वरयते रूपम्, माता वित्तम पिता श्रुतम्।
बांधवा कुलमिच्छान्ति। मिष्टान्ने इतरे जनाः।'

अर्थ- कन्या भावी नवरदेवाच्या सौंदर्याबद्दल विचार करते. वधुमाता वराच्या आर्थिक संपत्तीचा विचार करते व वधुपिता वराच्या शिक्षणाबद्दल, तो सुशिक्षित असावा, असा विचार करतो. कुलबांधव व भाऊबंध, आप्त नातलग वराच्या कुलशीलाचा विचार करतात; अन्य मात्र वरातीत मिळणाऱ्या मिष्टान्नांचाच विचार करतात.

भारतीय संस्कृतीत विवाह हे पवित्र बंधन मानले आहे. संसारी विवाहजीवन म्हणजे विशिष्ट प्रकारे जीवन-वहन करण्याची पद्धत.

दांपत्यजीवनाची आधारशिला म्हणजे विवाह. विवाह म्हणजे शारीरिक विकारांची पूर्ती नसून ती धर्मतत्त्वावर आधारित अशी एकसारखी सामाजिक प्रक्रिया आहे.

श्री भगवान गुरुजींच्या शब्दांत —

विवाह म्हणेज परस्परमुक्तीचा आनंद प्राप्त करण्यासाठी आत्म्यांचे मिलन.
प्रकाशाचे प्रकाशाशी मिलन. एक प्रखर असावा, तर दुसरा शीतल.
विवाह कामवासनापूर्तीसाठी नसून निकोप प्रजोत्पादनासाठी आहे.
विवाह म्हणजे केवळ नर-मादीचे मिलन नव्हे.

विवाहाच्या ८ प्रकारांची थोडक्यात माहिती —

१) ब्रह्मविवाह - श्रेष्ठ विवाह. अग्नी -ब्राह्मण -समाज यांच्या उपस्थितीत संपन्न.
२) प्रजापत्य विवाह - अग्नी-ब्राह्मणांची अनुपस्थिती, केवळ मातापित्याची उपस्थिती.
३) आंतर्विवाह - आश्रमांत ऋषी-मुनींच्या अंतर्ज्ञानाने होणारा विवाह.
४) दैव विवाह - दान-दक्षिणेसह कन्यादान होते.
५) गांधर्व विवाह - ज्या ठिकाणी वधू-वर विवाहित आहेत किंवा नाहीत, हे बघत नाही.

६) आसुरी विवाह - पैसे घेऊन मुलीची विक्री. वर कसाही असला तरी पाहिले जात नाही.

७) राक्षसी विवाह - घेण्या-देण्यावरून, हुंड्यासाठी भांडणे होतात.

८) पैशाचिक विवाह - आई-वडिलांना न विचारता मुलीचे अपहरण करून केलेला विवाह.

पूर्वीपासून चालत आलेला व आजकाल बऱ्याच वेळेस होत असतो, तो प्रेमविवाह.

१६) अंत्येष्टी - मनुष्य मरण पावल्यानंतर मुलाने किंवा अधिकारी वारसाने मृतदेहाचे हविद्रव्य म्हणजे दहन करणे.

प्राचीन संस्कृतीत आदर्श जीवन आचारसंहिता -

भारतीय संस्कृतीत सर्वांत महत्त्व कशाला सांगितले असेल, तर ते मोक्षाला. मोक्ष म्हणजेच जन्म-मृत्यूच्या चक्रातून मुक्त होऊन परमधाम प्राप्त करणे. परमधाम म्हणजे विश्वनिर्माता, जगन्नियंता, अनादि अनंत, अशा चैतन्यरूपी परमात्म्यात विलीन होणे.

मनुष्यजन्म हा अत्यंत अप्राप्य आहे. तो अनेक योनी व जन्मांतरांनंतर मिळतो, म्हणूनच मनुष्यजन्म मिळाल्याचा योग्य उपयोग करून मोक्ष प्राप्त करावा, असे वेदोपनिषदांपासून गीतेपर्यंत अनेक ग्रंथांत सांगितले आहे. कारण इतर योनींमध्ये कोणतीही साधना, उपासना करता येत नाही किंवा कर्मयोगाचे आचरणही करता येत नाही म्हणूनच मनुष्यजन्माला अनन्यसाधारण महत्व आहे.

अनेक जन्मांतरे झाल्यानंतर, अनेक योनींमधून फिरल्यानंतर हा मानवी जन्म मिळत असल्याने तो सत्कारणी लावून मोक्ष प्राप्त करण्यासाठी भारतीय संस्कृतीत फारच उत्तम मार्गदर्शन केलेले आहे.

त्यासाठी चार आश्रम, चार ऋण, पुरुषार्थ — अशी सुंदर कल्पना सांगितलेली आहे. या तत्त्वांचे शास्त्रसंयत पालन व आचरण करून माणसाने, मानवाने आपला अप्राप्य जन्म सार्थकी लावावा.

प्रथम चार आश्रमांची माहिती करून घेऊ या.

चार आश्रम-

आश्रम हा शब्द श्रम [कष्ट करणे या धातूपासून तयार झालेला आहे.

'आश्रयति अस्मिन, अनेन वा इति' — माणसाला श्रम म्हणजेच तप, स्वाध्याय, कष्ट करावे लागतात. तो आश्रम. ज्याचा आधार कर्तव्यपालनाचे सर्व

परिश्रम करावे लागतात' तो आश्रम होय.

आश्रम ही भारतीय संस्कृतीची संस्था किंवा समाजव्यवस्था आहे. येथे आश्रम म्हणजे घर किंवा ऋषींचा आश्रम, असा अर्थ नाही; तर माणसाच्या एकूण आयुष्याचे चार भाग पाडून त्या-त्या कालावधीला आश्रम म्हणतात.

एकूण चार आश्रम सांगितलेले आहेत.

१) ब्रह्मचार्याश्रम, २) गृहस्थाश्रम, ३) वानप्रस्थाश्रम आणि ४) संन्यासाश्रम.

प्रत्येक माणसाने वरील दिलेल्या आश्रमांच्या कालावधीत जीवन कसे व्यतीत करावे? कर्तव्ये कोणती वगैरेबद्दल बराच ऊहापोह प्राचीन वाङ्मयांत सापडतो. परंतु, वेदांमध्ये आश्रमांचा उल्लेख कुठेही सापडत नाही.

त्या एकूण काळी त्रैवर्णिकांची मुले गुरुगृही राहून वेदाध्ययन करीत. हे करताना त्यांना तेथे गुरूची शेती, पशुपालन, समिधा गोळा करणे, भिक्षा, गुरू व गुरुपत्नीची सेवा अशी कष्टाची कामे करावी लागत. या श्रमांच्या कर्तव्यांतूनच ब्रह्मचर्याश्रमाची कल्पना विकसित झाली. चार आश्रमांचा स्पष्ट उल्लेख, मुंडक व जाबाल उपनिषदांत प्रथम आलेला आहे.

भारतीय संस्कृतीचे मुख्य उद्दिष्ट मोक्ष किंवा परमेश्वरप्राप्ती आहे. हे ध्येय माणसाला सहजासहजी, ऐहिक सुखांत रममाण होऊन प्राप्त होत नाही. त्यासाठी ज्ञान व बलप्राप्ती, इंद्रिये व मन यांचा निग्रह, मर्यादित स्वरूपांत ऐहिक सुख उपभोगतानाच ईश्वरप्राप्तीची साधना व संसारातून मुक्त होण्याची वृत्ती, यांचा अवलंब करावा लागतो.

आश्रमांचे स्वरूप व कर्तव्ये -

हिंदू धर्मशास्त्रज्ञांनी सर्वसाधारण मानवी आयुष्य १०० वर्षांचे कल्पून त्याची चार विभागांत विभागणी केली आहे.

१) ब्रह्मचर्याश्रम -

वयाच्या पंचवीस वर्षापर्यंत याचा कालावधी असे. संपूर्ण जीवन यशस्वी करण्याचा पायाच या पहिल्या आश्रमात भक्कम करून आयुष्याची रूपरेषा ठरविण्याचा हा कालावधी असतो.

मुलाचे उपनयन (मौंज) होऊन तो गुरुगृही विद्याध्ययनासाठी जायचा. गुरुगृही जाण्याचे वय वर्णानुसार - ब्राह्मणपुत्र ८ व्या वर्षी, क्षत्रियपुत्र १० व्या वर्षी आणि वैश्यपुत्र १२ व्या वर्षी गुरुगृही विद्याध्ययनासाठी जायचे. गुरुगृही व्रतस्थ राहून वेदाध्यायनाबरोबरच गुरुसेवा, गुरुकार्य करून विद्याप्राप्ती करायचे. फक्त दोन वर्षांचाच पोषाख असे. भिक्षान्नावर उदरनिर्वाह करावा लागे. सुखचैनींपासून अलिप्त राहून

कठोर दिनचर्या, आदी व्रते आचरून जीवन संयमी व सुसंस्कृत करावयाचे. सर्व शिष्यांना समान वागणूक असे. राजाचा, गरिबाचा, श्रीमंताचा असे भेदभाव नसत. वेदाध्ययनाशिवाय वर्णानुसार, धनुर्विद्या, राजकारण, आयुर्वेद, अर्थशास्त्र आदी १८ विद्या, ६४ कला इत्यादी विषयांचेही अध्ययन करावे लागे. अध्ययन पूर्ण झाल्यावर सुमारे १२ वर्षांनी समावर्तन विद्याध्ययन समाप्ती हा संस्कार करून गुरूला दक्षिणा देऊन स्वगृही परत जायचे.

आजच्या पदवीदान समारंभासारखा समावर्तन-विद्याध्ययन समाप्ती हा संस्कार असे. त्या वेळी स्नातकांना 'विद्येचा दुरुपयोग करणार नाही, सदाचरण आचरीन, समाजसेवा करीन', अशी शपथ घ्यावी लागे. पुढे बहुतेक विद्यार्थी लग्न करून गृहस्थ बनत. त्यापैकी थोडे नैष्टिक ब्रह्मचारी बनून गुरुगृही राहून अध्यापन करीत.

शास्त्रे सांगतात की, या काळांत संयमाने व्रताचरण करून विद्या, शरीरबल, मानसिक बल प्राप्त करीत असतानाच अंतिम ध्येयाकडे वाटचाल करावयाची असते. त्या काळी मात्र शूद्राला (अनार्य, आदिवासी) विद्याध्ययनाचा अधिकार नव्हता.

रोजचा दिनक्रम - गरीब, श्रीमंत, राजा, रंक, जाती-पाती वगैरे भेद गुरुकुलांत पाळले जात नसत. सर्वांनाच पहाटे लवकर उठून आश्रमांतील सर्व कर्मे मिळून-मिसळून करावी लागत. नंतर अध्ययन व सात्त्विक जेवण असे. काही विशिष्ट विद्या सोडल्या, तर ऐच्छिक विद्या शिकविल्या जात. बारीक-सारीक कामांचीसुद्धा सवय झाल्यामुळे विषमता नष्ट होऊन नम्रता आपोआप येत असे.

असा खडतर अभ्यासक्रम पूर्ण करूनच पंचविसाव्या वर्षी स्नातक गुरुकुलातून बाहेर पडे. सर्वविद्यासंपन्न असल्यामुळे जगाच्या व्यवहारांत गोंधळून न जाता स्वत:च्या विद्येच्या जोरावर, स्वपायावर उभा राहून गृहस्थाश्रम स्वीकारून, कुटुंब-संसाराची जबाबदारी पेलण्याची क्षमता त्यांच्यात निर्माण होत असे. प्रत्येक विद्यार्थ्यास त्याच्या बुद्धीची कुवत व क्षमता बघूनच त्या-त्याप्रमाणे शास्त्रे, कला, विद्या यांचे शिक्षण मिळत असल्याने पुढे तो संसारात पैसेही मिळवू शकत असे.

या ठिकाणी ब्रह्मचर्य म्हणजे काय, याचा खरा मथितार्थ समजणे जरुरीचे आहे. ब्रह्मचर्य म्हटले म्हणजे आपणास एकच गोष्ट माहीत असते; ती, म्हणजे अविवाहित जीवन किंवा लैंगिक (SEX) विरहित जीवन.

परंतु, ब्रह्मचर्य याची व्याप्ती फार विस्तृत आहे. प्रथम सांगावयाचे म्हणजे, संयम व इंद्रियनिग्रह. यांत सर्व प्रकारचा संयम आला. ऐषाराम, चंगळप्रवृत्ती, सुखासीनता, चैन, खाणे-पिणे वगैरे व दुसरे म्हणजे इंद्रियनिग्रह. आपण आपल्या पंचेन्द्रियांद्वारे सर्व प्रकारचा ऐहिक उपभोग घेत असतो. अगदी सेक्ससुद्धा. त्यांत

संयम असावा, त्याचा अतिरेक नसावा. आवश्यक तेवढाच उपभोग घ्यावा, म्हणजे सुद्धा ब्रह्मचर्यच.

२) गृहस्थाश्रम -

ब्रह्मचर्याश्रमानंतर, म्हणजे २५ वर्षांनंतर हा सुरू होतो. सर्वांत महत्त्वाचा कालावधी. कारण माणसाचा सर्वांगीण विकास म्हणजे आत्मिक, शारीरिक, ऐहिक, भौतिक वगैरे विकासांसाठी हा सर्वश्रेष्ठ काळ. तो सर्व जातींतील, वर्णांतील स्त्री-पुरुषांना आवश्यकच असतो.

प्राचीन काळी हा आश्रम सर्वश्रेष्ठ समजला जाई, कारण सर्व आश्रमांचा आधारभूत हा आश्रम आहे. या आश्रमांत चार पुरुषार्थांपैकी तीन-धर्म, अर्थ व काम प्राप्त करायचे असतात. धर्म म्हणजे कर्तव्य व ईश्वरसेवा. ऋणांमध्ये देवऋण, पितृऋण व ऋषिऋण फेडायचे. यज्ञयाग, देवतोपासना करून देवऋण फेडावयाचे. उत्कृष्ट संतती निर्माण करून त्यांचे पालन, पोषण, शिक्षण करून त्यांना सुसंस्कृत, समर्थ नागरिक बनवायचे. माता-पित्यांची सेवा करायची. अशा प्रकारे पितृऋण फेडावयाचे. स्वाध्याय, ज्ञानोपासना करून ऋषिऋण फेडावयाचे. नीतिनियमांनुसार 'कामांची' (विविध इच्छांची) तृप्ती करावयाची. हे करत असताना पुढील वानप्रस्थ व संन्यासाची (ईश्वरप्राप्तीची) तयारी करायची.

आजचा विचार केला; तर त्यातील संयम, धर्म, अर्थ, काम, मोक्ष हे पुरुषार्थ साधण्याकडे आणि चार ऋणे फेडण्याकडे आपण दुर्लक्ष करतो. भोगी व चंगळवादी वृत्ती अवलंबतो. कर्मयोगी न बनता कर्मभोगी बनण्याकडेच माणसांची जास्त प्रवृत्ती असते.

उलट, ही कर्तव्ये कालबाह्य झालेली नाहीत.

कुलाचार, कुलधर्म, मातृ-पितृऋण, मुलांवर संस्कार, आतिथ्यधर्म, समाजऋण, परोपकार वगैरे कर्तव्यांचे पालन याच आश्रमांत होऊ शकते.

परंतु, आजच्या फ्लॅटसंस्कृतीत, त्याचप्रमाणे 'हम और हमारे दो' या विचारसरणीमुळे गृहस्थाश्रम न राहता केवळ वास्तू राहिली आहे.

वास्तविक, भारतीय संस्कृती टिकून राहिली आहे, याचे मुख्य कारण म्हणजे भक्कम पायावर उभी असलेली व आधारलेली एकत्र कुटुंबपद्धती.

गृहस्थाश्रमातील मुख्य कर्तव्य असते आतिथ्यशीलता; परंतु शहरी किंवा नागरी व बऱ्यापैकी श्रीमंत, अतिश्रीमंत यांच्यामध्ये ती अभावानेच असल्याचे जाणवते. घरात पाहुणा किंवा दारात याचक आला, तरी या सधन, विद्याविभूषित माणसाच्या कपाळाला आठ्या पडतात. पाहुण्यांचीसुद्धा वरवरच्या आतिथ्यावर

बोळवण होते, तर याचकाला अक्षरश: हाकलून लावले जाते.

परंतु अजूनपर्यंत सुद्धा ग्रामीण भागात थोडीफार आतिथ्यशीलता टिकून आहे. फाटकी घोंगडी अंथरून, फुटक्या कपातील चहा देऊन व प्रसंगी मीठ-भाकरी देऊन पाहुण्याचे आतिथ्य केले जाते; हीच भारतीय संस्कृती. शहरी, अहंमन्य लोकांच्या दृष्टिकोनात भलेही ते अशिक्षित, अडाणी असतील; परंतु यांच्यापेक्षा तेच खरे सुसंस्कृत आहेत.

३) वानप्रस्थाश्रम -

वानप्रस्थाश्रम म्हणजे गृहस्थाश्रमाचा त्याग करून, पण संन्यास न घेता मुनिवृत्तीने वनात (गावापासून एकांतस्थळी) राहणे. यांत फळे, कंदमुळे वा भिक्षा मागून जगायचे. या आश्रमात ईशचिंतन करून आत्मशुद्धी व तत्त्वज्ञान प्राप्त करावयाचे. त्यासाठी ग्रंथवाचन करावयाचे. कालावधी सुमारे ६५ ते ७५-८०.

४) संन्यासाश्रम -

वानप्रस्थात वैराग्य प्राप्त झाले किंवा तत्पूर्वीच वैराग्य प्राप्त झाले, की हा आश्रम स्वीकारावयाचा असतो. या आश्रमात मोक्षप्राप्तीसाठी ध्यान, धारणा, जप, तप करावे. सामान्यत: भिक्षा मागून, फिरते राहून, सर्वसंग परित्याग करून मोक्षप्राप्ती करावी.

तसे बघितले, तर संन्यास तरुण वयापासून प्रौढावस्थेतसुद्धा घेतल्याचे दाखले सापडतात.

चार प्रकारचे संन्यासी सांगितले आहेत.

१) कुटीचक्र - मुलाने बांधून दिलेल्या झोपडीत राहणारा व मुलाच्या, आप्तांच्या घरी भिक्षा मागून जगणारा.

२) बहुदक - भगवी वस्त्रे धारण करून भिक्षा मागणारा.

३) हंस - एका गावात एक दिवस व नगरांत तीन दिवस राहणारा भटकता संन्यासी.

४) परमहंस - झाडाखाली, मोकाट घरी किंवा स्मशानात राहणारा.

चार आश्रम - उद्देश व अवलंब -

भारतीय संस्कृतीचे मुख्य ध्येय — मोक्ष किंवा परमेश्वरप्राप्ती हे आहे. हे ध्येय माणसाला सहजासहजी, ऐहिक सुखात रममाण होऊन प्राप्त होत नाही. त्यासाठी ज्ञान व बलप्राप्ती, इंद्रिय व मनोनिग्रह, मर्यादित स्वरूपांत ऐहिक सुख

भोगत असतानाच ईश्वरप्राप्तीची साधना, संसारातून मुक्त होण्याची वृत्ती यांचा अवलंब करावा लागतो.

हे बहुतेक सर्वसामान्य माणसांना प्राप्त करण्यासाठी, जीवनाच्या विविध टप्प्यांत विशिष्ट प्रकारे प्रयत्न करावे लागतात.

हे प्रयत्न जीवनाच्या चार टप्प्यांत कसकसे करावयाचे व त्यांतूनच अंतिम उद्दिष्ट कसे गाठावयाचे, हेच चार आश्रम व्यवस्थेत भारतीय संस्कृतीने उत्तम प्रकारे सांगितले आहे.

ब्रह्मचर्याश्रमात संयमाने व्रताचरण करून विद्या, शरीरबल, मानसिक व आत्मिक बल प्राप्त करावयाचे. हे करीत असतानाच अंतिम ध्येयाकडे वाटचाल करावयाची असते. सामान्य माणूस सुखोपभोग व इंद्रियलालसा टाळू शकत नाही.

म्हणूनच भोग वगैरेंचा धर्माधिष्ठित व संयमित प्रमाणात आस्वाद घ्यावा आणि तो घेत-घेत, विविध ऋणे फेडत, संसारनिवृत्तीची कृती व ईश्वरप्राप्तीचे प्रयत्न करून हे साध्य करावयाचे.

या महान उद्देशाने ही आश्रमव्यवस्था भारतीय संस्कृतीने निर्माण केलेली आहे.

आश्रमांचा अवलंब-

काही आश्रम काही लोकांना (वर्णांना) झेपणारे नसतात, म्हणून हे कोणी व कसे स्वीकाररायचे; त्याचप्रमाणे कोणत्या वर्णांनी कोणते आश्रम अवलंबवायचे, हे ऋषी मुनींनी सांगितले आहेत.

याज्ञवल्क्यऋषी म्हणतात —

‘यत्वारो ब्राह्मणस्योक्ता आश्रमः श्रुतिचोदितः।
क्षत्रियस्य त्रयः प्रोक्ता, द्वावेको वैश्य शूद्रयो॥’

अर्थ - ब्राह्मणाला चारही आश्रम विहित आहेत. क्षत्रियाला पहिले तीन, वैश्याला पहिले दोन व शूद्राला फक्त एकच गृहस्थाश्रम सांगितला आहे.

आश्रमांची युक्तायुक्तता-

सामान्य माणसालाही—मग तो कोणत्याही वर्णाचा असो—विद्या, शक्ती, बुद्धी, संपन्न होण्यासाठी ब्रह्मचर्याश्रमाची नितांत आवश्यकता आहे. पूवी शूद्राला विद्याध्ययनाचा अधिकार नव्हता, पण आता तो प्राप्त झालेला आहे.

आज प्रत्यक्ष गुरुगृही जाऊन विद्याध्ययन करणे शक्य नाही. कारण पूर्वीसारखी गुरुकुले राहिलेली नाहीत. त्यांची जागा शाळा, कॉलेजेस् यांनी घेतली आहे.

अध्ययनाच्या पद्धतीही बदलत्या आहेत. विद्या कुणीही प्राप्त करू शकतो.

तरीसुद्धा आजही या विद्याध्ययनाच्या काळात, पूर्वीच्या ब्रह्मचर्याश्रमातील सांगितलेला संयम, व्रतनिष्ठा, केवळ विद्याध्ययनाचाच ध्यास हे पूर्वीचे सूत्र अवलंबिणे आवश्यक आहे.

त्यामुळे विद्या ज्ञानप्राप्ती व शक्तिप्राप्ती ही उद्दिष्ट्ये साधणे शक्य होऊ शकते. या अर्थाने हा आश्रम आजही आवश्यक व उपयुक्त असून तो सार्थ केला पाहिजे.

वर्तमानकाळीसुद्धा या पद्धतीने ज्यांनी अध्ययन केले; ते त्यांच्या शास्त्रात, विषयांत प्रकांड पंडित झाले.

परंतु दुर्दैवाने आज अभ्यासक्रम, पद्धती—सर्वच बदलल्या आहेत. इन्स्टंट ज्ञान प्राप्त करण्याकडे (व तेही परीक्षेपुरतेच) कल वाढत आहे. त्यामुळे केवळ पदवी प्राप्त होईल, परंतु सखोल ज्ञान प्राप्त होणार नाही.

गृहस्थाश्रम बहुतेक सर्वच स्त्री-पुरुष स्वीकारतात; अर्थात तो आवश्यकच आहे. परंतु त्यांतील संयम, धर्म (कर्तव्य), अर्थ, काम हे पुरुषार्थ; त्याचप्रमाणे तीनही ऋणे फेडण्याकडे आपण दुर्लक्ष करतो. भोग व चंगळवादी वृत्ती अवलंबतो. आजच्या काळातसुद्धा भारतीय संस्कृतीत सांगितलेली गृहस्थाश्रमातील कर्तव्ये (धर्म) कालबाह्य झालेली नाहीत; त्याउलट त्यांची आजच्या भोगवादी संस्कृतीत नितांत गरज आहे. मोक्ष व ईश्वरप्राप्ती हे अंतिम ध्येय गाठावयाचे असेल, तर प्राचीन गृहस्थाश्रमाचे पालन हेच मार्गदर्शक ठरू शकेल.

गृहस्थाश्रमातील इतर जबाबदाऱ्यांबरोबरच 'अतिथी देवो भव' हे कर्तव्य आवश्यकच असते. कारण त्यावरच घराचे गृहस्थाश्रमत्व अवलंबून असते. वास्तविक, माणसांत माणसाने ईश्वराला पाहण्याचा हा कांचनरूपी प्रवास आहे. आपापल्या कुवतीनुसार त्यांचा आदर करणे, स्नेह वृद्धिंगत करणे आणि हे सर्व काही निरपेक्ष बुद्धीने करणे; धर्म, जात, गरीब-श्रीमंत कोणताही भेद न आणता निरपेक्ष पाहुणचार करणे.

परंतु, सद्य:स्थितीत माणूस माणसाशी माणसासारखा वागतो का?

पूर्वी घरी आलेल्या पाहुण्याला गूळ-पाणी देण्याची पद्धत होती. 'दोन घास तरी जेवून जा', असा आग्रह केला जात असे. आणि हे सर्व मनापासून केले जात असे. त्या वेळी आजच्यासारखे कोणीही, कोणालाही 'वेळ नाही, नंतर या', 'पुन्हा केव्हातरी' असे सांगत नव्हते. सारे वागणे दिलखुलास असे. एकमेकांच्या मनाचा, भावनांचा, व्यक्तिमत्त्वाचा आदर केला जाई. विचारांची देवाण-घेवाण आपलेपणाने, हक्काने, आपुलकीच्या अधिकाराने होत असे.

त्या वेळी 'संयुक्त कुटुंब'पद्धतीच्या अवलंबामुळे मूलभूत गरजा विनासायास भागविल्या जात. या सर्वांत महत्त्वाची गोष्ट म्हणजे, माणसातल्या माणसाची माणसास खरीखुरी ओढ होती. म्हणून ऋणानुबंधाच्या गाठी आदरातिथ्याने अधिकच दृढ होत असत.

सध्या 'दोन या तीन' जमान्यात संयुक्त कुंटुबपद्धती नष्ट होत आहे. फ्लॅट सिस्टीममध्ये तर आई-वडिलांना सुद्धा जागा नसते. दोघेही दिवसभर नोकरीसाठी घराबाहेर राहतात. याचे कारण अर्थप्राप्ती हे दाखविले जाते.

परंतु, पूर्वीदेखील माणसे काम करून, आपला व्यवसाय सांभाळून माणूसपण जपत होती. संयुक्त कुटुंबपद्धतीमुळे घरांतील स्त्रियांवर कामाचा ताण अधिक असे. आजच्यासारखी सुख-सुविधांची आधुनिक साधने नव्हती. 'पाळणाघरे' नव्हती. सर्व व्याप सांभाळून केवळ आपलेपणाच्या, आदराच्या भावनेतून येणाऱ्या अतिथींचे 'आदरातिथ्य' साक्षात ईश्वरसेवा करणे; हा परमधर्मच मानला जाई.

आज 'संयुक्त कुटुंबपद्धती' लोप पावत आहे. आज घराचे आणि मनाचे दरवाजेसुद्धा बंद असतात. प्रत्येक जण फक्त स्वत:तच मग्न असून स्वत:च्याच भावविश्वात रमत असतो. रीती पाळण्यांऐवजी टाळण्याकडे संस्कृती झुकत आहे.

त्यामुळे वेळी-अवेळी, अपरात्री गरज पडल्यास कुणीही, कुणासाठी धाव घेत नाही; उलट 'मला काय त्याचे' म्हणून स्वत:च्या खुराड्यातच बसून राहतात. फार झाले, तर कोरडी सहानुभूती; मदत करणे तर दूरच.

असो. जितके लिहावे, तेवढे थोडेच आहे.

वानप्रस्थाश्रम किंवा संन्यासाश्रम वर्तमानकाळी शक्य नाही, परंतु संसारात राहूनही विरक्त किंवा कामनारहित जीवन जगता येते. या कालावधीपर्यंत माणसावर असलेल्या बहुतेक जबाबदाऱ्या संपलेल्या असतात. मुलेमुली मोठ्या होऊन सुना, जावई आलेले असतात. स्वत: कमवून कुटुंब पोषणाची जबाबदारी कमी-जास्त प्रमाणात संपलेली असते. नोकरवर्गाला पेन्शन मिळत असल्याने तर त्यांना मुलांवर अवलंबून राहण्याचीही गरज नसते. व्यावसायिकही थोड्याफार प्रमाणात निवृत्त झालेले असतात.

परंतु मुलांनीसुद्धा कर्तव्य कर्म विसरता कामा नये. कारण त्यांनासुद्धा यांत प्रवेश करावा लागणारच असतो.

तरीसुद्धा क्वचित थोडे लोक निराळ्या अर्थाने हा आश्रम स्वीकारतात; आपला आतापर्यंतचा अनुभव, काळ-परिस्थितीनुसार प्राप्त झालेले ज्ञान दुसऱ्यांना देत समाजाचे प्रबोधन करतात. समाजोन्नतीसाठी, विकासासाठी प्रयत्न करतात. तोसुद्धा एक प्रकारचा वानप्रस्थाश्रमच.

या वेळी वृद्ध माणसांनी अध्यात्म्याकडे, योगसाधनेकडे चित्त वळवून एखादा समाजोपयोगी व्यासंग लावून घ्यावा. त्याचप्रमाणे मुलांच्या संसारात, व्यवसायात निष्कारण लुडबुड न करता नातवांवर सुसंस्कार घडवण्याचे कार्य करावे. संसारात असूनही वृत्तीने राहावे. आपल्या इच्छा-आकांक्षांना मुरड घालावी. एवढ्या -तेवढ्यावरुन संतापू नये, चिडू नये. आपली मते तरुणपिढीवर लादण्याचा प्रयत्न करू नये व शेवटी ईशचरणी लीन व्हावे.

शेवटपर्यंत सुखी संसार असण्याचा हाच मार्ग आहे.

एक मुख्य प्रश्न राहतो; तो हा, की स्त्रियांसाठी हे आश्रम नाहीत, अशी चुकीची समजूत होण्याची शक्यता आहे. प्राचीन काळाचा विचार केला, तर हे आश्रम स्त्रियांसाठीही खुले होते आणि आजही ते खुले असून आवश्यकही आहेत.

ब्रह्मचर्याश्रम व गृहस्थाश्रम स्त्रिया स्वीकारतातच; नव्हे, गृहस्थाश्रमात त्यांचाच मोठा वाटा असतो. परंतु, त्यांनीसुद्धा वानप्रस्थाश्रमातील प्राचीन व अर्वाचीन तत्त्वांची योग्य सांगड घालून अंतिम साध्य गाठावे, हेच भारतीय संस्कृती सांगते.

◆◆

षड्शास्त्रे, दशग्रंथ, १८ विद्या

भारतीय संस्कृतीत षड् (सहा) शास्त्रे, दशग्रंथ, १८ विद्या सांगितलेल्या आहेत.

१) षड्शास्त्रे -

कर्माच्या ठिकाणी प्रवृत्ती, कर्मापासून निवृत्ती आणि माणसांचे धर्म या गोष्टी ज्यांत उपदेशिलेल्या आहेत, त्याला शास्त्रवेत्ते 'शास्त्र' म्हणतात.

शास्त्राचे महत्त्व - शास्त्र हे अनेक संशयांचे निराकरण करून मानवाच्या स्थूल चक्षूंना अगम्य असा अर्थ अभिव्यक्त करते.

त्यामुळे शास्त्र हाच सर्वांचा डोळा आहे. तो ज्याला लाभला नाही, तो अंध होय. शास्त्रालाच 'दर्शन' अशी दुसरी संज्ञा आहे.

वैदिक षड्शास्त्रे - १) न्याय, २) वैशेषिक, ३) सांख्य, ४) योग, ५) मीमांसा आणि ६) वेदान्त.

शास्त्रांमध्ये जीव, जगत, ईश्वर आणि मोक्ष यांचा प्रामुख्याने विचार केलेला आहे. त्यांचा व्यासंग करताना प्रज्ञावंतांना काही शंका उत्पन्न होतात, काही सिद्धांत व विवेचने पटत नाहीत. अशा वेळी त्या-त्या शास्त्रांच्या पंडितांमध्ये एक पूर्वपक्ष, तर दुसरा उत्तरपक्ष असे दोन पक्ष पाडून चर्चा करणे, एकमेकांचे खंडन-मंडन करणे, या वादसभेस शास्त्रार्थ म्हणतात. आद्य शंकराचार्य व मंडन मिश्र यांच्यात झालेला शास्त्रार्थ प्रसिद्ध आहे.

२) दशग्रंथ -

वेदकाळातील दहा ग्रंथ म्हणजे ज्ञानाचा खजिनाच होत. या ग्रंथांचा अभ्यास करणे, हे अत्युच्च विद्याध्ययन मानले जाई. या दशग्रंथांचा अभ्यास केलेल्या माणसाला दशग्रंथी ब्राह्मण — महाविद्वान मानले जाई. अशा दशग्रंथी ब्राह्मणास

विद्वानांमध्ये अत्युच्च स्थान प्राप्त होत असे.

३) दहा ग्रंथ -

१) संहिता, २) ब्राह्मण, ३) पदक्रम, ४) आरण्यक, ५) शिक्षा,
६) छंद, ७) ज्योतिष, ८) निघंटू, ९) निरुवेक्त आणि १०) अष्टाध्यायी.

४) अठरा विद्या -

' न हि ज्ञानेन सदृशम् इह विद्यते'

या गीतावचनावर अपार श्रद्धा होती.

विशिष्ट अध्ययनसामग्रीच्या द्वारे प्राप्त होणारे ज्ञान म्हणजे 'विद्या'. ज्ञान हे पवित्रतम मानले जात असल्यामुळे भारतीय संस्कृतीत विद्येला देवता मानलेले आहे. भारतीयांना विद्याप्राप्ती हे जीवनाचे सारसर्वस्व वाटत होते. विद्येच्या योगाने अमृतत्वाची प्राप्ती होते, असे मनू सांगतो.

विद्या, तप व धन ही मानवाची तीन बलस्थाने आहेत. त्यामुळे मानवाचे इहपर कल्याण साधते. प्राचीन ऋषी-मुनींनी या विद्यांची संख्या १४ किंवा १८ मानली आहे. त्या अशा —

चार वेद, चार उपवेद, सहा वेदांगे मिळून चौदा विद्या आणि त्यांत त्याची उपांगे, — 'दर्शन', 'इतिहास', 'पुराणे' व 'यज्ञ' यांची भर पडून एकूण विद्यांची संख्या १८ होते.

याशिवाय योगबलाने प्राप्त होणाऱ्या दिव्य विद्यांना सिद्धी म्हणत. या सिद्धी आठ आहेत.

१) अणिमा, २) महिमा, ३) गरिमा, ४) लघिमा,
५) प्राप्ती, ६) प्राकाम्य, ७) ईशत्व ८) वशित्व.

आता वर्तमानकाळी विद्यांच्या अनेक शाखा व उपशाखा निर्माण झाल्या आहेत.

चौसष्ट कला-

१)   **गानविद्या** - अनेक राग व सप्तस्वर हे जगात आजही मानले गेले आहेत.
२)   **वाद्य** - अनेक प्रकारच्या वाद्यांची निर्मिती करून ते वाजविणे.
मुख्य चार भेद -
अ)   **तत**- तार अगर तंतूंचा उपयोग होणारी वाद्ये.
ब)   **सुबिर** - ज्यामध्ये आतील भाग सच्छिद्र असतो. बासरी, शहनाई,

बँड, हार्मोनिअम, शंख.

क) **अपनद्ध** - चामड्याने मढवलेले — ढोल, नगारा, तबला, नाल, पखवाज, मृदंग

ड) **धन** - परस्पर आघातांनी वाजवता येणारी वाद्ये — झांज, मंजिरा, करताल, चिपळ्या, टाळ.

३) **नृत्य** - हावभाव इ. ची बरोबर गती म्हणजे नृत्य. नृत्यात करण, अंगहार, विभाव, भाव, अनुभाव आणि रसाची अभिव्यक्ती केली जाते. सध्या पबमध्ये होणारी नृत्ये नसून केवळ वेडेवाकडे अंगविक्षेप व धांगडधिंगा असतो. त्यात कलेचा आविष्कार शून्य असतो.

४) **नाट्य** - यात नाट्य व अनाट्य असे प्रकार स्वर्ग व नरक या पृथ्वीच्या निवासींचे कृतीचे अनुकरण म्हणजे नाट्यनृत्य व अनुकरणविरहित नृत्य म्हणजे अनाट्य नृत्य. अतिप्राचीन काळापासून ही कला भारतात उन्नत दशेत होती. उदा.-

अ) शिव तांडव नृत्य. या कलेचा व्यवसाय करणारी जात, तिला कथक म्हणतात.

ब) वर्षाऋतूत मेघगर्जनेतील मोराचे नृत्य. यातून प्रसन्नता व्यक्त होते.

क) अनेक रूपांचा आविर्भाव व्यक्त करणे. या कलेचा उपयोग हनुमंताने प्रथम भेटीत ब्राह्मणवेशात केला होता.

५) **चित्रकारी** - चित्रकला, चित्रे रेखाटणे. भारतात या चित्रकलेचा अत्यंत विकास झालेला होता. प्राचीन मंदिरे व बौद्ध गुंफा-लेणी याची साक्ष आहेत. चित्रकलेची सहा अंगे आहेत. -

अ) रूपभेद - रंगांचे मिश्रण, ब) प्रमाणबद्धता (डायमेन्शन), क) चेहऱ्यावरचे भाव - लावण्य वगैरे, ड) सादृश, इ) वर्णिका - रंगज्ञान, फ) भंग - रचनाकौशल्य

'समरांगण सूत्रधार' या प्राचीन ग्रंथात (शिल्पग्रंथ) या कलेचे उत्तम विवरण केलेले आहे.

६) **वेलबुट्टी** - जरीकाम - नक्षीकाम. शय्या वगैरेंच्या चादरींवर नक्षी, वेलबुट्टी काढणे, निरनिराळ्या प्रकारांनी पुष्पमाळा गुंफणे.

७) **रांगोळी** - आरास. देवापुढे तांदूळ, फुले, निरनिराळे रंग वापरून मंडल बनविणे. ते रंग, हळद, कुंकू, गुलाब, बुक्का यांचा उपयोग करूनच रंगवत.

८) **द्यूत** - एक प्रकारचा मनोरंजक खेळ. चौपट, सारीपाट, अक्ष क्रीडा वगैरे

प्रकार. हा एक प्रकारचा जुगारच. नल, युधिष्ठिर, शकुनी या कलेत निपुण होते. कोणताही क्षत्रिय द्यूतकलेचे आव्हान स्वीकारत असे.

९) **रतिक्रीडा** - हे एक शास्त्र होते. निरनिराळ्या आसनांद्वारे रतिक्रीडेचा आनंद लुटता येतो. या कलांचा उल्लेख गांधर्ववेदांत केलेला आहे.

१०) **आसवे** - मद्य बनविणे - अर्क बनविणे.

११) **वेदनाशमन** - शल्य किंवा जखम यांची वेदना थांबविणे. शस्त्रक्रिया (शल्यक्रिया), चिकित्सा व वेदनाशमन (ॲनेस्थेशिया)

१२) **पाककला** - निरनिराळे खाद्यप्रकार, त्याच प्रकारे रुचकर खाद्यपदार्थ बनविणे. नल-भीम या कलेत निपुण होते.

१३) **कृषिशास्त्र** - फुलबाग, फळबाग, फुलझाडे यांची लागवड करून उत्कृष्ट जातीची फुले, फळे निर्माण करणे. उपद्रवांपासून म्हणजे कीटक, रोगांपासून रक्षण करणे. सुरम्य उपवन, उद्यान कसे करावे.

१४) **खनिज** - निरनिराळ्या खाणींमधून खनिज काढून शुद्ध करणे.

१५) **शर्करा** - साखर तयार करणे.

१६) **रसायन** - सुवर्ण वगैरे धातूंपासून संयुगे बनविणे. त्यापासून निरनिराळी औषधे बनविणे. उदा. सुवर्णभस्म, मौक्तिक भस्म वगैरे.

१७) **मिश्र धांतूचे अलगीकरण** - ॲनालिसिस

१८) **मीठ** - समुद्राच्या पाण्यापासून मीठ काढणे.

१९) **कवायत** - परेड, शिस्तबद्ध हालचाल.

२०) **मुष्टियुद्ध** - नियुद्ध - शरीराच्या भागांवर, सांध्यावर आघात करत अंग प्रत्यंगांना खेचत युद्ध करणे. (ज्युडो, कराटे किंवा बॉक्सिंग) प्राचीन भारतात ही कला सर्वांगाने विकसित झालेली होती. श्रीकृष्ण- चाणूर - मुष्टिक, भीम - जरासंध यांची द्वंद्वयुद्धे प्रसिद्ध आहेत.

२१) **निपीडन** - बाहू मुष्टियुद्ध, हल्ला-प्रतिहल्ला, कृती-प्रतिकृती.

२२) **यंत्रकला** - दारुका यंत्र. एक प्रकारची तोफ. निशाणावर अस्त्र, शस्त्र फेकून लक्ष्याचा नाश करणे.

२३) **धनुर्वेद** - व्यूहरचना - युद्धशास्त्र, चतुरंग दलाची व्यूहात्मक रचना करून युद्ध करणे.

२४) **आसन** - योगविद्या - विविध आसने, मुद्रा - अंकुश, पाश, धेनू इ. मुद्रा करून देवतांना प्रसन्न करणे. या मुद्रांद्वारे शक्तिसंचय करता येतो.

२५) **सारथ्य** - रथचालकत्व - अश्वरथाची योग्य काळजी घेऊन युद्धाचे वेळी शत्रूचे डाव ओळखून रथाचे सारथ्य करणे. श्रीकृष्ण, मातली, शल्य.

२६) **कुंभार** - मातीची किंवा धातूची भांडी बनविण्याचे शास्त्र.
२७) **वास्तुशास्त्र** - मोठमोठे महाल बनविणे, घरे, तलाव, विहिरी वगैरे बांधण्याचे शास्त्र.
२८) **घड्याळे** - कालनिदर्शक यंत्र तयार करणे.
२९) **यंत्र** - निरनिराळी यंत्रे बनविणे. वालुका यंत्र, जलयंत्र, वातयंत्र वगैरे बनविणे.
३०) **बाष्पीभवन रोध** - जलापासून होणारे बाष्पीभवन थांबवणे. जल-वायू संयोग निरोधन. भोजदेव कृत सम सूत्रधार या ग्रंथात या कलेचा उल्लेख आहे.
३१) **जलसाधने बनविणे** - नौका, जहाज, जलयान बनविण्याचे शास्त्र.
३२) **दोर बनविणे.**
३३) **वस्त्र विणणे.**
३४) **रत्नपारख** - रत्नपरीक्षा करून पैलू पाडणे, छिद्र पाडणे वगैरे.
३५) **सुवर्णकार** - सोन्याचांदीपासून अलंकार बनविणे.
३६) **सोने-चांदी शुद्ध करणे.**
३७) **धातूंना मुलामा देणे** (पाणी देणे)
३८) **चर्मकार** - कातडे कमावून त्यांच्यापासून निरनिराळ्या वस्तू बनविणे.
३९) **पशुपालन** - गवळी. गाय, म्हैसपालन व दोहन करून लोणी, तूप विकणे.
४०) **शिवणकाम.**
४१) **पोहण्याची कला.**
४२) **भांडी घासणे.**
४३) **रजक** - धोबी. कपडे धुणे.
४४) **क्षौरकर्म** - न्हावी.
४५) **तैलउत्पादन** - निरनिराळ्या गळिताच्या धान्यांपासून तेल तयार करणे.
४६) **कृषी व्यवसाय.**
४७) **वृक्षारोपण** - कलमे तयार करणे, वनसंगोपन.
४८) **सेवा कला.**
४९) **बुरुड** - झाडाच्या सालीपासून, वेळू-बांबूपासून टोपल्या वगैरे बनविणे.
५०) **काचेची भांडी** - बांगड्या वगैरे बनविणे. (कासार)
५१) **कृषी जलसिंचन.**
५२) **पाणथळ जमीन** निचरा करून मशागतीस योग्य करणे.
५३) **लोहारकाम.**

५४) **खोगीर बनविणे** - बैल, घोडे, उंट, हत्ती वगैरेंच्या पाठीवरचे खोगीर बनविणे.

५५) **बालसंगोपन.**

५६) **कुटुंब पालन-पोषण.**

५७) **खेळणी बनविणे.**

५८) **वकिली ज्ञान.**

५९) **विडा बनविणे.**

६०) **आदान-प्रदान.**

६१) **मंत्रविद्या** - वशीकरण विद्या.

६२) **इतर कला.**

देवांसाठी फुलांची शेज बनविणे, गोंदणे, स्फटिकाची फरशी बनविणे, शय्या रचना, जलस्तंभन, विचित्र सिद्धी यंत्र, कपडे रंगविणे, इंद्रजाल - जादू, बहुरूपी वेष, हस्तलाघव, कौशल्य, पाककला, पेय-सरबत, खेळणी (बाहुल्या, कठपुतळी), कथाकथन (गप्पा), तसबीर, कूटनीती, ग्रंथवाचन, नाट्यआख्याने यांची रचना, समस्यापूर्ती, चापबाण शस्त्रे बनविणे, गालिच्या-सतरंजी-गाद्या बनविणे, गवंडी, पशूंना बोलावयास शिकविणे, उच्चाटन विधी, मनकवडा, परकीय भाषांचा अभ्यास, दुभाषा, भातृका वगैरे यंत्रे बनविणे, सांकेतिक भाषा (खुणा) ज्ञान, कट-कारस्थान, भाषाकोश, आकर्षण विद्या, भूगर्भ संशोधन, पशूंना झुंज शिकविणे.

थोडक्यात सार -

वर्तमानकाळात चार आश्रमांचे तंतोतंत पालन करणे अशक्य आहे. ब्रह्मचर्याश्रम म्हणजे 'विद्याध्ययन'. विद्या मिळविताना संयम जरुरी होता. खाण्या-पिण्याचा संयम, ऐषारामाचा संयम, नियमितपणा याला महत्त्व होते. गरीब, श्रीमंत, जाती-पाती, वर्ण वगैरे आश्रमांत पाळले जात नसत.

अठरा विद्या व इतर कला यांचा विचार केला, तर सर्व स्तरांतील लोकांना त्या उपयोगी होत्या. स्त्रियांसाठीही उपयुक्त होत्या.

परंतु त्यांत दोषही होते. हे शिक्षण सर्वांना घेणे शक्यच नव्हते. त्रैवर्णांतील काही जण हे शिक्षण घेऊ शकत असत. शूद्र म्हणजे दास, गुलाम. त्यांना शिक्षण वर्ज्य होते. इतर जीवनोपयोगी चौसष्ट कलांमध्ये घरच्या घरीच मागील पिढीपासून पुढील पिढीपर्यंत शिक्षण दिले जात असे. त्यातूनच जन्माने जातिव्यवस्था निर्माण झाली. धर्म किंवा देव-देवता याबद्दलच्या कल्पना जरी समान असल्या, तरी जाती-जमाती संस्था निर्माण झाल्या व पूर्वीची चातुर्वर्ण्य व्यवस्था नष्ट होत गेली.

अठरा विद्या, त्यातल्या त्यात वेद वगैरेंचे ज्ञान फक्त ब्राह्मणवर्गापर्यंतच सीमित राहिले. त्यांच्यातही पोटजाती - भेद निर्माण झाले. सामान्य माणसे शिकू शकत नव्हती, म्हणून ती उच्च वर्णाची—विशेषत: ब्राह्मणांचीच—मक्तेदारी ठरली. त्यामुळे आपोआप उच्च-नीचता निर्माण झाली. तेथूनच पुढे शूद्र निर्माण झाले. पूर्वीच्या शूद्र वर्णाचे स्वरूप नीच जातीत झाले. पुढे-पुढे तर त्याने भयाण रूप धारण केले. त्याचेच पर्यवसान विसाव्या शतकात डॉ. बाबासाहेब आंबेडकर यांनी धर्मांतर करण्यात झाले. विराट समाजपुरुषाचा एक मोठा अवयव गळून पडला. हा एक भारतीय संस्कृतीला मोठा कलंकच लागला, यात शंका नाही. परंतु विसाव्या शतकात व स्वातंत्र्योत्तरकाळात हा कलंक पुसला गेला. आज सर्वांना शिक्षण खुले झाले आहे.

परंतु, प्राचीन ब्रह्मचर्याश्रम लाक्षणिक नव्हे, तर लौकिक अर्थाने आजसुद्धा उपयोगी आहे. आज गुरुकुले नष्ट झाली आहेत. आश्रमव्यवस्था शिल्लक नाहीच. परंतु त्याची जागा शाळा, महाविद्यालये यांनी घेतली आहे. सर्वांना शिक्षण खुले झाले आहे; परंतु संयम, नियमितपणा, विनयशीलता ही प्राचीन ब्रह्मचर्याश्रमाची तत्त्वे आजही लागू होऊ शकतात.

गृहस्थाश्रम सर्वच स्वीकारतात; परंतु आजच्या स्वतंत्र विचारसरणीमुळे गृहस्थाश्रम न राहता केवळ वास्तू राहिली आहे.

अर्थात बरेच विचारवंत आता याबद्दल विचार करू लागले आहेत.

आज भारताची संस्कृती टिकून राहिली आहे याचे मुख्य कारण म्हणजे भक्कम पायावर उभी असलेली व आधारलेली एकत्र कुटुंबपद्धती.

अर्थात, सदैव एकत्र राहणे जरी शक्य नसले, तरी निदान नातू कमावते झाल्यावर मुलांनी वेगळे राहावयास हरकत नाही. तोपर्यंत वडिलधारे, आजोबा-आजी यांनी कदाचित जगाचा निरोप घेतलेला असेल.

◆◆

प्राचीन युद्धकला, युद्धशात्र, अस्त्र वगैरे

ब्रह्मचर्याश्रमात गुरुगृही १८ विद्या व इतर कला, शास्त्रे यांच्या बरोबरच युद्धशास्त्र शिकविले जात असे. यात सेनापतीला आवश्यक असलेली सैन्यदलाची व्यूहरचना, गजदल, अश्वदल, पदाती, रथदल यांची रचना याविषयी ज्ञान दिले जाई. धनुर्विद्येबरोबरच समोरासमोर लढण्याची द्वंद्वयुद्धे यांचेही शिक्षण दिले जाई. शस्त्रांची नावे - शूल, तोमर, परिघ, प्रास, शतघ्नी, भृशुंडी, भाला, परशू, खड्ग, त्रिशूल, दांडपट्टे, गदा, चक्र, तलवार इत्यादी शस्त्रांनी समोरासमोर द्वंद्वयुद्धे किंवा हातघाईची लढाई करीत.

शतघ्नी, भृशुंडी -
लांबवर दगड फेकण्याचे यंत्र.

दारुका यंत्र -
तटावरून वेढा घातलेल्या सैन्यावर पेटते गोळे, दगड वगैरे फेकण्याचे यंत्र (तोफखाना).

धनुर्विद्या -
पोलादी असलेले चाप, पेलण्यास कठीण, उच्च प्रतीचे स्थितिस्थापकत्व असलेले. प्रत्यंचा चामड्याच्या वादीची असे. उंची ६ फूट, साधारण ५० ते ७० मीटरपर्यंत बाण फेकण्याची क्षमता.

बाणांचे प्रकार -
१)   दोन शूलाग्रे असलेला कर्णी बाण. तो पोटात घुसला, की बाहेर काढताना

आतडी बाहेर पडत.

२) नलिका बाण -हा जाड पात्याचा असून त्याला वाकडे दात असत. त्यामुळे शरीरात घुसलेला बाण काढताना आसपासच्या धमन्या तोडूनच काढावा लागे.

३) लिप्तबाण - या बाणाच्या अग्राला विषारी वनस्पती रस लावल्यामुळे तो अतिशय दाहक असे.

४) बस्तिक बाण - शरीरात घुसे, पण बाहेर खेचला, की त्याचा फक्त दंडच हातात येई आणि सगळे पाते तसेच लक्ष्याच्या शरीरात राही.

५) सूचीबाण - या बाणाचे टोक सुईसारखे अणकुचीदार, शेवटी निमुळते व टोकदार असल्यामुळे बारीक अशा लक्ष्याचा (पक्ष्याचा डोळा) वेध घेता येत असे.

६) जिदम - हा बाण वाकडा-तिकडा जाई, परंतु लक्ष्यात मात्र बरोबर घुसे.

७) गवास्थी - बैलांच्या हाडांचा.

८) गजास्ती - हत्तीच्या हाडांचा.

९) कपिश - काळ्या रंगाचा.

१०) पूती - उग्र वासाचा.

११) कंकमुख

१२) सुवर्ण पुरव

१३) नाराच

१४) अश्वास्थी - घोड्यांच्या हाडांचा.

१५) अंजलिख

१६) सन्नतपर्व

१७) सर्पमुखी

१८) यम पुरव

१९) क्षुर

इत्यादी बाणांचे कितीतरी प्रकार होते. हे बाण कसे मारायचे याचे शिक्षण अतिकठीण होते. ते आत्मसात केलेला योद्धा रथी, अर्धरथी, महारथी होत असे.

अस्त्रविद्या - निरनिराळी अस्त्रे -

ही अस्त्रे चालविणे केवळ ऋषींच्या आश्रमांतच शिकविले जात असे; तर अस्त्रे बनविणे, ही एक अवघड गोष्ट होती. अत्यंत परिश्रमपूर्वक, बऱ्याच वर्षांच्या कालावधीत निरनिराळ्या संशोधनांद्वारे विकसित करून ती बनविणारा एक शास्त्रज्ञांचा

(संशोधकांचा) विशिष्ट वर्ग असावा. तेसुद्धा तपोनिधी ऋषीच असत.

ही शस्त्रविद्या (Formula) किंवा तयार अस्त्रे प्रदान करताना योग्य व्यक्तींची पारख - परीक्षा करूनच दिली जात. अस्त्रधारकाने स्वार्थासाठी अस्त्राचा दुरुपयोग करता कामा नये, असा दंडक होता. अस्त्रे विकली जात नसत. राष्ट्ररक्षण, धर्मरक्षण, खलनिर्दालन, त्याचप्रमाणे विस्तृत समाजहित यासाठीच अस्त्राचा उपयोग करावा, असा नियम होता. अस्त्रे केव्हाही स्वार्थासाठी वापरावयाची नसत आणि सगळे उपाय संपल्यावरच त्याचा उपयोग करावा, असा संकेत होता. त्यामुळे ही अस्त्रे नेहमीच वापरता येत नसत. त्या वेळचा इतिहास बघितला, तर ही अस्त्रे सक्षम योद्ध्यांकडे सुद्धा एखाददुसरेच असते.

अस्त्रे तयार करण्याची विद्या ठरावीक लोकांनाच अवगत होती व ती अत्यंत गुप्त ठेवण्याची अलिखित पद्धत किंवा बंधन होते.

पुढे-पुढे या अस्त्रविद्येचा दुरुपयोग होऊ लागल्यामुळे माहीतगार ऋषींनी ती जाहीर वा सार्वजनिक न करता गुप्त ठेवली. त्यामुळे अस्त्रविद्या प्रदान करणे, अस्त्रे बनविणे क्वचितच होऊ लागले. तिची कृती (Formula) हळूहळू नष्ट होऊन तिचे अस्तित्व लोप पावत-पावत आज कायमचे संपले आहे. फक्त वर्णने शिल्लक राहिली आहेत.

सध्याच्या तथाकथित विचारवंत, पुरोगामी व विद्वान समजल्या जाणाऱ्या लोकांना हे सर्व असत्य भासते; परंतु सांप्रत अस्त्र प्रकार व पूर्वीचे अस्त्रवर्णन यांत कमालीचे साधर्म्य आढळते.

प्राचीन काळातील शास्त्रज्ञ ऋषींनी पंचमहाभूतांचा, वातावरणाचा, त्याचप्रमाणे निसर्गात असलेल्या सुप्त शक्तींचा खोलवर अभ्यास करून त्यांचे बरेचसे गुपित व सुप्त शक्ती जाणून घेतल्या होत्या. त्या शक्तींचा व प्राप्त ज्ञानाचा उपयोग करून त्यांनी निरनिराळी अस्त्रे बनविली.

अस्त्रांचे प्रकार-

१) ब्रह्मास्त्र -

सूर्यकिरणांइतके प्रखर आणि दिव्य. प्रखर प्रकाशझोत टाकून किंवा सोडून कोणतीही कठीण वस्तू, धातू-अधातू वगैरे वितळवून टाकण्याची शक्ती. सर्व अस्त्रांत हे श्रेष्ठतम मानले जात असे.

पूर्वीच्या शास्त्रज्ञ ऋषींनी शोधून काढलेले एक शक्तिमान अस्त्र. शक्यता —

(१) लेसर किरण शोधून काढून वर्तमानकाळातील लेसरगनसारखे शस्त्र.

(२) सूर्यकिरण संचयित करून नंतर विशिष्ट प्रक्रियेद्वारे लक्ष्याचा वेध घेणारे

शस्त्रे. अनेकदा वापरता येत असे.

२) आग्नेयास्त्र -

आकाशातून - शत्रुसैन्याच्या डोक्यावर, उंचावर अनेक स्फुल्लिंग, अग्निकण किंवा अग्निगोलांचा वर्षाव. त्यामुळे शत्रुसैनिकांचे कपडे पेट घेऊन ते जळत असत. हत्ती, घोडे घाबरत व उधळत. त्यामुळे ते स्वत:च्या सैन्यालाच तुडवीत. त्यामुळे हाहाकार होऊन सैन्याची दाणादाण होत असे.

शक्यता — या अस्त्राचा शोध कपोलकल्पित निश्चितच नाही. सुरुंगाची दारू, राळ, लाख, फॉस्फरस, ग्लिसरीन, पोटॅशियम परमँगनेटपासून बनविणे शक्य आहे. बाण आग्नेयास्त्राच्या मंत्राने अभिमंत्रून शत्रूवर सोडणे, हे पटत नाही. उलट, ही अस्त्रे महारथीच हाताळत आणि त्यांचा रथांतच साठा असे.

एकदाच वापरता येत असे. याची तुलना हँडग्रेनेड किंवा रॉकेटशी करण्यास हरकत नसावी.

३) वरुणास्त्र -

याचे वर्णन सापडते. हे अस्त्र गोल असून त्याला शेपटाच्या शेवटी हत्तीच्या कानासारखे पंख असत. सध्याच्या रॉकेट बाणालासुद्धा मागे प्रॉपेलर्स असतात. ते आकाशात उंचावर सोडून शत्रूंवर जलवर्षाव करता येत असे.

शक्यता — (१) आकाशात ढग असतानाच हे अस्त्र वापरता येत असावे. ह्यांत सुरुंगाची दारू वरती नेण्यासाठी इंधन किंवा दुसरे एखादे त्या वेळी शोधले गेलेले इंधन + सिल्व्हर आयोडाईड किंवा सोडियम क्लोराईड वापरून ढगांचे सांद्रिभवन करुन पाऊस पाडता येतो. आजसुद्धा कृत्रिम पाऊस पाडणे शक्य आहे. आज आपणास हे अजून शक्य झालेले नाही. प्रयोग सुरू आहेत. त्यांना अंशत: यश येत आहे.

परंतु, प्राचीन शास्त्रज्ञ ऋषींनी हे शास्त्र विकसित केले असावे.

इतर ग्रंथसंपदा व शस्त्रांचे प्रकार बघता, हा शोध लावण्याइतकी त्या ऋषींची प्रज्ञा व पात्रता निश्चितच होती.

४) वायव्यास्त्र -

याचे वर्णन - ते पसरट असून असंख्य अस्त्रे एकाच वेळी सोडून हवेची पोकळी निर्माण करून कृत्रिम चक्रवात उत्पन्न करण्याची परिस्थिती निर्माण करणे.

आज ही गोष्ट अशक्य वाटते, परंतु त्यामागील तत्त्व विज्ञानाधारित वाटते.

एखाद्या विशिष्ट ठिकाणी उष्णता केंद्रित करून तेथील हवा किंवा वातावरण उष्ण होऊन हवा ऊर्ध्वगामी होऊ शकते, त्यामुळे हवेची पोकळी निर्माण होऊ शकते. त्यातून चक्रवात — की ज्याला आपण भोवरा म्हणतो तो — निर्माण होऊ शकतो. आपण नेहमीच बघतो की, उन्हाळ्यात अचानक छोटा भिवरा निर्माण होऊन हां! हां! म्हणता मोठ्या चक्रवाताचे रूप धारण करतो. या अस्त्रप्रयोगाने अशी परिस्थिती निर्माण करणे शक्य आहे आणि हवेत कृत्रिम पोकळी निर्माण करून वातचक्र सुरू होऊन बघता-बघता प्रचंड स्वरूप येऊ शकते.

५) संमोहनास्त्र किंवा मोहिनी अस्त्र -

शत्रुसैन्यावर या अस्त्राचा प्रयोग करून त्यांना काही काळ संभ्रमावस्थेत किंवा बेशुद्धावस्थेत ठेवता येत असे. काही कालावधीनंतर शत्रुसैन्य या अवस्थेतून पुन्हा भानावर येत असे.

हे अस्त्र सर्वांत सोपे. याची तुलना आजच्या अश्रुधूर नळकांडे, गोळे किंवा रासायनिक अस्त्रांशी (Chemical Weapans) करता येऊ शकते. लाफिंग गॅस किंवा क्लोरोफॉर्म वापरून शत्रुसैन्य काही काळ संभ्रमावस्थेत किंवा बेशुद्धावस्थेत ठेवणे सहज शक्य होते.

याशिवाय नारायणास्त्र, नागास्त्र वगैरे बऱ्याच अस्त्रांचा उल्लेख सापडतो. जर याचा वैज्ञानिक किंवा शास्त्रीय कसोटी लावून विचार केला, तर ते सहज शक्य होते, हे आपणास दिसून येईल. हा सर्व विज्ञानाचाच चमत्कार होता.

आज आपण त्रिशूल, नाग, अग्नी, पृथ्वी वगैरे अस्त्रे निर्माण केलेली आहेत. कालांतराने यासुद्धा दंतकथा ठरू शकतात; परंतु त्या सत्यच असतात. केवळ जुने वा आपले ते बुरसटलेले विचार किंवा भाकडकथा नव्हे. त्या वेळीसुद्धा आपण विज्ञान-शास्त्रात कमालीची प्रगती केलेली होती.

मग आता प्रश्न असा निर्माण होतो, की नंतर ही अस्त्रे कशी नष्ट झाली किंवा त्याची कृतीसुद्धा कशी नष्ट झाली?

माझ्या मते, त्याच्या पुढील शक्यता असाव्यात.

(१) ज्या शास्त्रज्ञ-संशोधक ऋषींना या अस्त्रनिर्मितीचे ज्ञान होते, त्यांनी ते अगदी गुप्त ठेवले होते. सत्पात्र व योग्य शिष्यालाच ते अस्त्र (त्याची कृती किंवा ज्ञान नव्हे) देत असावे. ते देतानाही त्याच्या उपयोगाविषयी या वापराविषयी निश्चित संकेत केलेले असावेत. तेही देणाऱ्याला स्पष्ट केले जात असावेत. त्याचा दुरुपयोग होऊ नये व निष्कारणच मानवजात एखाद्या सत्तपिपासू व डोकेफिरू नराधमाच्या हातून नष्ट होऊ नये, यासाठी ही खबरदारी घेणे

जरुरीचे होते.

आजसुद्धा अणुबाँब, हैड्रोजन बाँब एखाद्या महत्त्वाकांक्षी राष्ट्रप्रमुखाच्या हातात पडल्यास सर्व जगाला धोका होऊ शकतो, म्हणून अण्वस्त्रधारी राष्ट्रे हे गुपित अत्यंत काटेकोरपणे जपत असतात.

(२) हे ज्ञान फक्त सदाचारी, विद्वान व सत्शील ऋषीला किंवा शिष्यालाच दिले जात असावे.

(३) पुढे कालांतराने राजे-महाराजे ऐषारामी, सत्तापिपासू व प्रजापराङ्मुख होऊ लागल्याने त्यांपैकी कोणालाच हे अस्त्र दिले गेले नाही.

(४) या अस्त्रांची कृती लिखित नसावी. वेदांप्रमाणेच गुरूकडून शिष्यांकडे संथापद्धती किंवा अष्टविकृती पद्धतीने दिली जात असावी. अष्टविकृती पद्धत गणितावर आधारित शब्दरचना आणि त्यानुसार म्हणणे यावर अवलंबित आहे. पुढे सत्शील, लायक व सत्पात्र राजे किंवा शिष्य न सापडल्याने आणि त्या अस्त्रांचा दुरुपयोग होण्याची शक्यता असल्याने कुणालाच ते तंत्रज्ञान दिले गेले नसावे.

हे तंत्रज्ञान संस्कृत व गूढ भाषेत असावे.

(५) नंतरच्या काळात ते संस्कृत भाषेत असल्यामुळे काही विशिष्ट वर्गापुरतेच सीमित राहिले असावे. इतर तत्त्वज्ञान वगैरेंचाच अभ्यास सुरू राहिला व हे वैज्ञानिक तंत्रज्ञान मागे पडले.

(६) पूर्वी छपाईकला अस्तित्वात नव्हती. ग्रंथांचे लिखाण हस्तलिखित होते. त्यामुळे जास्त प्रती अस्तित्वात नव्हत्या. ज्या थोड्या फार होत्या, त्या समजले नसल्याने किंवा अज्ञानामुळे कालौघात नष्ट झाल्या असाव्यात.

या सर्व शक्यतांचा, त्याचप्रमाणे आजसुद्धा शास्त्राधारित स्पष्टीकरण देता येऊ शकत असतानाही अस्त्रे कपोलकल्पित असावीत, हे म्हणणे अजिबात पटत नाही. सध्याच्या काळात प्राचीन व सनातन भारतीय ज्ञान म्हणजे भ्रामक असे म्हणण्याची तथाकथित, स्वयंघोषित विद्वानांमध्ये (?) फॅशन आहे. म्हणून भारतीय तत्त्वज्ञान किंवा ज्ञानभांडाराचे श्रेष्ठत्व कमी होणे शक्य नाही, कारण सोने ते सोनेच.

वर्तमानकाळातील भयानक अण्वस्त्रांची व प्राचीन अस्त्रांची तुलना केली, तर प्राचीन अस्त्रे व त्यांचा विनाशासारखा परिणाम मर्यादित दिसतो. एका विशिष्ट भागापुरताच तो सीमित होता. आताच्यासारखा सर्व विनाश घडविणारा प्रलयकारी निश्चित नव्हता, कारण त्यांना सर्व मानवजात नष्ट करावयाची नव्हती.

काही प्राचीन ऋषी-मुनींनी जगकल्याणासाठी, त्याचप्रमाणे ज्ञान-विज्ञानाचा शोध घेऊन त्यातील मानवास उपयुक्त ठरू शकणाऱ्या गोष्टींसाठी आपले संपूर्ण

आयुष्य समर्पित भावनेने व्यतीत केले. श्रीमद्‍भगवद्‍गीतेत श्रीकृष्णांनी त्यांचा स्वत:च्या विभूती म्हणून त्यांचा गौरव केलेला आहे.

त्यापैकी काही महान ऋषींचा थोडक्यात परिचय —

(१) अत्रिऋषी - यांनी ग्रहणे, पृथ्वी, नक्षत्रे व त्यांची गती, कक्ष यांच्यावर संशोधन केले. सूर्यग्रहणाचा शोध प्रथम या ऋषींनीच लावला.

(२) वसिष्ठ - यांचे वेदांमधील स्थान तर अद्वितीय आहे. त्यांच्या ज्ञानाचा गौरव करताना, त्यांच्या ज्ञानाला सागराची, आकाशाची उपमा दिली जाते. शिवाय त्यांची कुलपरंपराही थोर आहे. वसिष्ठ - शक्ती - पराशर - व्यास - शुक्र हे पाच महर्षी म्हणजे भारताचा गौरवशाली इतिहासच म्हणावा लागेल.

(३) मरीचि - सप्तर्षींपैकी एक. शिवाय एकोणपन्नास (४९) वायूंपैकी एकाचे नाव मरीचि आहे.

(४) पुलह - सप्तर्षींपैकी एक. अत्यंत तेजस्वी.

(५) अंगीरस - साक्षात अग्निस्वरूप अशी जाज्वल्य विद्वत्ता.

(६) क्रतू - त्यांचे जीवनच सर्वांना आदर्शवत् होते. अत्यंत कर्तव्यकठोर यज्ञांना क्रतू म्हणतात. यज्ञ म्हणजे कर्तव्यकर्म.

(७) पुलस्य - अत्यंत विद्वान - सप्तर्षींपैकी एक.

(८) कश्यप - यांचे वैशिष्ट्य हे, की त्यांनी अमानवी म्हणजे इतर प्रवृत्तींच्या शक्तीद्वारे विद्या प्राप्त केली. अग्नीकडून वेदविद्या, यंत्रविद्या, शस्त्रविद्या.

(९) भारद्वाज - यांनी विमानविद्या प्रकट केली, शिवाय इतर अनेक वाहनांची निर्मिती, वीज कशी निर्माण करावी यावर संशेधन केले.

(१०) विश्वामित्र - क्षत्रिय असूनही ब्रह्मर्षी झाले. मंत्रशास्त्रांत भर टाकली. सुप्रसिद्ध व अत्यंत श्रेष्ठ असा गायत्री मंत्र त्यांनी निर्माण केला. श्रीकृष्ण म्हणतात, की सर्व मंत्रांमध्ये मी गायत्री मंत्र आहे.

(११) गौतम - कृषिशास्त्रात संशोधन.

(१२) जमदग्नी - अत्यंत कर्तव्यकठोर, एकनिष्ठ, शुद्धाचरणाला विशेष महत्त्व. यांचाच पुत्र परशुराम. क्षत्रिय व राजेलोक कर्तव्यभ्रष्ट झाले आहेत, हे बघून त्यांनीच परशुरामाला ब्राह्मणधर्म सोडून क्षत्रियधर्म आचरावयास लावला आणि कर्तव्यभ्रष्ट क्षत्रियांना शासन करण्यात उद्युक्त केले. अत्यंत क्रोधिष्ट म्हणून त्यांची गणना होते. आजही एखाद्या कर्तव्यकठोर व त्यामुळे क्रोधविष्ठ झालेल्याला 'जमदग्नीचा अवतार' म्हणून संबोधले जाते.

(१३) अगस्ती - आर्य संस्कृतीचा प्रसार व प्रचार करण्यासाठी विंध्याचल ओलांडून दक्षिण भारतवर्षांत येऊन त्यांनी आर्य संस्कृती रुजविली.

(१४) पतंजली - यांनी योगशास्त्रावर संशोधन करून योगशास्त्रे, योगासने वगैरेंविषयी ग्रंथ लिहिले. आजही देश-विदेशात योगशास्त्राचा प्रवर्तक म्हणून त्यांचीच गणना होते.

(१५) धरेण्ड - योगशास्त्रांत अधिक भर घालून हटयोगशास्त्र लिहिले.

(१६) कपिल - शस्त्रास्त्रनिर्मितीवर संशोधन. जगाला सांख्ययोग दिला.

(१७) याज्ञवल्क्य - सूर्य ज्ञानात भर घातली.

(१८) कणाद - अणूंचे संशोधन करून अणू, त्रसरेणू, परमाणू, असे विभाजन करून अणूच्या उपायकारक व अपायकारक शक्तींचे ज्ञान जगाला दिले. एका अणूचे तीन तुकडे करून तिसऱ्या भागाला त्रसरेणू हे नाव दिले. त्रसरेणूचे आणखी सहा तुकडे करून परमाणू हे नाव दिले. या अणू संशोधनामुळेच त्यांना कणाद हे नाव पडले.

अशा प्रकारे अन्य अनेक ऋषींनीसुद्धा विविध शास्त्रांत संशोधन करून भविष्यकाळात उपकारक ठरेल, अशा विज्ञानाची निर्मिती केली. त्याचप्रमाणे अध्यात्म किंवा मोक्षमार्गातील उपयुक्त अशा प्रवृत्तिमार्ग व निवृत्तिमार्ग यांचे विवेचन केले.

या सर्व ऋषींनी सृष्टीचे रहस्य उलगडून दाखविण्याचा प्रयत्न केला. ज्ञान (अध्यात्म) होतेच, परंतु सृष्टीचे विज्ञान त्यांनी उलगडून दाखविले. ज्ञान-विज्ञान जगाला दिले, त्या अर्थी ते सृष्टीला, जीवनाला आकार देणारे ते भाष्यकारच नव्हे, तर शिल्पकारही आहेत.

या सर्व गोष्टींचा विचार केला, तर या महान प्राचीन ऋषींनी जगाला काय नाही दिले? सर्व काही दिले. अध्यात्म ज्ञान, जड-चेतन वस्तूंचे विज्ञान वगैरे सर्व काही दिले.

प्राचीन कालगणना -

ही ब्रह्मदेवाची कालगणना म्हणून मानली जाते.

सध्या प्रचलित असलेले कालमापन म्हणजे तास, मिनिटे व सेकंद. त्याचप्रमाणे ६० सेकंद म्हणजे एक मिनिट, ६० मिनिटे म्हणजे १ तास, २४ तास म्हणजे १ दिवस, ३० दिवस म्हणजे एक महिना व बारा महिने किंवा ३६५ दिवस म्हणजे एक वर्ष.

परंतु भारतीयांनी याच्यातही भाग पाडलेले आहेत. चालू कालगणनेतील सर्वांत सूक्ष्म एकक सेकंद आहे. परंतु प्राचीन भारतीयांनी या सेकंदाचेही कोटीपर्यंत भाग पाडून सुक्ष्मांतली सुक्ष्म वेळ सांगितली आहे. या दंतकथाही नव्हेत किंवा कल्पनाविलासही नव्हे.

हे पुढील कोष्टकावरून सहज सिद्ध होऊ शकते.

यांत सर्वांत सुक्ष्म वेळेला परमाणू म्हटलेले आहे. व त्याच्याशी प्रचलित तुलनात्मक कोष्टक खाली दिलेले आहे.

प्राचीन	कालगणना	प्रचलित कालगणनेशी तुलना	
१ परमाणू	-	.००००३२५५	सेकंद
२ परमाणू	१ अणू	.००००६५१	सेकंद
३ अणू	१ त्रसरेणू	.०००१९५३	सेकंद
३ त्रसरेणू	१ त्रुटी	.०००५८६	सेकंद
१०० त्रुटी	१ वेद	.०५८६	सेकंद
३ वेद	१ लव	.०१७६	सेकंद
३ लव	१ निमेष	.१३	सेकंद
३ निमेष	१ क्षण	१.६	सेकंद
५ क्षण	१ काष्टा	८	सेकंद
१५ काष्टा	१ लघू	२	मिनिटे
१५ लघू	१ नाडिका	३०	मिनिटे
२ नाडिका	१ मुहूर्त	१	तास
३ मुहूर्त	१ प्रहर	३	तास
८ प्रहर	१ अहोरात्र	२४	तास

यात सांगण्यासारखी गोष्ट एका त्रसरेणूच्या माध्यमातून सूर्यकिरणांना जाण्यास जेवढा वेळ लागतो, त्याला त्रुटी म्हणतात. त्रुटीचे आकारमान व सूर्यकिरणांना त्याच्यातून जाण्यास लागणारा वेळ आणि वेग हासुद्धा आपल्या द्रष्ट्या ऋषींनी मोजला होता.

आजच्या विज्ञानाने सांगितलेला प्रकाशाचा वेग व वरील वेग यात फारसा फरक नाही.

सध्याचा आपला दिवस २४ तासांत असतो. त्याला भारतीय कालगणना अहोरात्र म्हणते.

अशा १५ अहोरात्री म्हणजे १ पक्ष.

२ पक्ष म्हणजे एक मास. दोन मास म्हणजे एक ऋतू. (वसंत, ग्रीष्म, वर्षा, शरद, हेमंत, शिशिर)

प्राचीन युद्धकला, युद्धशास्त्र, अस्त्र वगैरे / ११९

६ ऋतू म्हणजे एक वर्ष.

यात सूर्यपरिभ्रमणाचा विचार करून एका वर्षात दोन आयन येतात. एका आयनाचे सहा महिने असतात. उत्तर गोलार्धात सूर्य असतो. म्हणजे संक्रांतीपासून सहा महिने ते उत्तरायण व दक्षिण गोलार्धात सूर्य असतो ते दक्षिणायन.

परंतु ब्रह्मदेवाची कालगणना निराळीच आहे. एक कल्प म्हणजे ब्रह्मदेवाचा एक दिवस होतो आणि ब्रह्मदेवाचा एक दिवस म्हणजे चतुर्युगे - त्रेता, सत्य, द्वापार आणि कली. ही चतुर्युगे एक हजार वेळेस आली म्हणजे, ब्रह्मदेवाचा एक दिवस होतो.

गणित केल्यास ८ अब्ज ६४ कोटी वर्षे होतात आणि हा कालावधी संपला, की प्रलय होऊन सर्व नष्ट होते आणि पुन्हा नव्याने सुरुवात होते.

आधुनिक विज्ञानातील एका सिद्धांतामध्ये हेच मत मांडलेले आहे, की हे जग निर्माण झाले व ते नाश पावून पुन्हा नवनिर्मिती होणार.

आपल्या मानवी गणनेनुसार ब्रह्माचे आयुष्य विलक्षण आणि अनंत असल्यासारखे दिसते; परंतु खगोल किंवा अंतराळ या शास्त्रांच्या दृष्टिकोनातून विचार केल्यास ज्याला आपण स्पेस (SPACE) म्हणतो, त्याची आपल्या कालगणनेशी तुलना केल्यास आपली कालगणना अगदीच नगण्य आहे. त्याचप्रमाणे ब्रह्मदेवाच्या कालगणनेनुसारसुद्धा आपली कालगणना नगण्यच आहे.

या कालमापकांना देवतांची नावे दिलेली असल्यामुळे आपण त्यांच्याकडे धार्मिक दृष्टीने बघतो व काणाडोळा करतो; परंतु या भाकडकथा नाहीत.

या ठिकाणी सांगितलेला ब्रह्माचा दिवस, ब्रह्मलोक, तेथील कालगणना, पृथ्वी म्हणजे मृत्युलोक व त्यावरील कालगणना आणि आधुनिक व वैज्ञानिक खगोलशास्त्राने शोधलेल्या निरनिराळ्या आकाशगंगा, पसरलेली विश्वे व त्यांचे कालमापन यांचा परस्परांशी नक्कीच काहीतरी संबंध असावा.

ब्रह्मदेव म्हणजे एक रूपकच आहे. ब्रह्मदेव म्हणजे ब्रह्मांड निर्माता. हा खगोलशास्त्रज्ञ व ज्योतिषशास्त्रज्ञ यांना एक संशोधनाचा विषयच आहे.

◆◆

माणसांवरील ऋणे

'पश्चाच्छोध्यत्वे नाऽङगीकृत्य गृहितं प्रव्यम्'।

परत करण्याच्या बोलीवर घेतलेले द्रव्य ते ऋण होय.

ऋण म्हटले, की आपण त्याचा व्यावहारिक अर्थ घेतो. तो म्हणजे कर्ज.

ऋग्वेदकाळापासून ऋण घेण्याची-देण्याची प्रथा होती. ऋण फेडणे हे नैतिक कर्तव्य आहे, असे प्राचीन काळापासून मानले गेले आहे. वाड-वडिलांनी कर्ज फेडण्याच्या आधी त्यांचा मृत्यू झाल्यास, धनको किंवा ऋणको यांचे वारसदार ऋण फेडणे हे आपले कर्तव्य मानीत असत.

परंतु वेदकाळात सांगितलेली तीन ऋणे ती ही नव्हेत. या लौकिक किंवा व्यावहारिक ऋणांतून पुढे नैतिक व सामाजिक ऋणांची कल्पना उगम पावली.

ऋण त्रय

१) देवऋण, २) ऋषिऋण आणि ३) पितृऋण.

प्रारंभी ही तीन ऋणे मानली जात. ही तीन ऋणे म्हणजे द्रव्यऋणे नव्हेत. ही सामाजिक, नैतिक ऋणे आहेत. ही तीन ऋणे घेऊनच माणूस जन्माला येतो, असे भारतीय संस्कृती मानते. तैत्तिरीय संहितेत ही तीन ऋणे व त्यांची फेड कशी करावी, हे सांगितले आहे. त्यांत जन्माला येणारा ब्राह्मण तीन ऋणांसह जन्मतो, असे म्हटलेले आहे. देवाचे ऋण यज्ञाने, ऋषींचे ऋण ब्रह्मचर्याने व पितरांचे ऋण प्रजोत्पादनाने फेडता येते.

पुत्रवान यजनशील व ब्रह्मचर्य पूर्ण करणारा मनुष्यच अनृणी (ऋणमुक्त) होतो.

परंतु पुढे शतपथ ब्राह्मणाने या कल्पनेत महत्त्वाच्या सुधारणा केलेल्या आहेत.

(१) ब्राह्मण शब्द वगळून मानवमात्रांना, म्हणजे सर्व वर्णीयांना तो सिद्धांत लागू केला आहे.

(२) महत्त्वाचे, म्हणजे तीन ऋणांबरोबरच मनुष्यऋण (समाजऋण) नावाचे चवथे ऋण मानले आहे. हे मनुष्यऋण अन्न व वस्त्र दिल्याने फिटते, असेही सांगितले आहे.

प्रत्येक मनुष्य अनेक गोष्टींचा सतत संचय करीत असतो उदा. धन, वस्तू, विद्या, कौशल्य इत्यादी. त्यांची देवाण-घेवाण करणे म्हणजेसुद्धा एक प्रकारची ऋण-मुक्तता. एखाद्याकडे जास्त संचय होणे व दुसरा त्यापासून वंचित राहणे, हे महापाप आहे, असे शतपथ ब्राह्मण म्हणते.

साम्यवादात कार्ल मार्क्सने वरीलप्रमाणेच तत्त्व सांगितले आहे.

ऋण कल्पना आश्रमव्यवस्थेशी जोडून दिलेली आहे. आश्रम धर्म हा ऋण कल्पनेवरच उभारला आहे. मानवसमाज देवघेवीवरच अधिष्ठित असतो. आपल्या- जवळ संचित केलेले धन, वस्तू, विद्या, कौशल्य—दुसऱ्या गरजू माणसाला दिल्याशिवाय व आपणही दुसऱ्याजवळील हे संचित घेतल्याशिवाय सामाजिक व्यवहार चालतच नाहीत. अर्थात, जे दुसऱ्याकडून घेतले, त्याची परतफेड करण्याची जबाबदारीही ऋणकोवरच येते.

(१) देवऋण -

म्हणजे पूजा-अर्चा नव्हे किंवा कर्मकांडही नव्हे. विश्वव्यवहार चालविणारा परमेश्वर माणसाला जन्माला घालून जीवनसाधनेही देत असतो. या उपकारांची जाणीव वेदांनी 'देवऋण' या संज्ञेने दिलेली आहे. हे ऋण माणसाने यज्ञयाग, भजन पूजन करून आणि धार्मिक व दैनिक कृत्ये करूनच फेडावयाचे असते. यज्ञ म्हणजे केवल अग्निमुखांत आहुती देणे नव्हे, तर यज्ञ म्हणजे कर्तव्यबुद्धीने केलेला अनेक वस्तूंचा त्याग होय.

(२) ऋषिऋण-

अध्ययनकाळात गुरुसेवा, आश्रमातील सर्व प्रकारची कामे करून व शेवटी गुरुदक्षिणा देऊन हे ऋण फेडता येते.

विद्या व कला यांचा पिढ्यान् पिढ्या संचय होऊन मानवसंस्कृती वाढत असते. ऋषी हे वेदकलांचे अर्थात् विद्याकलांचे प्रणेते होत. हे त्यांचे ऋण अर्थात वेद व विद्या यांचे अध्ययन करून आणि त्या विद्याध्ययनकाळात शिस्तबद्ध व व्रतधारी बनून, ब्रह्मचर्य पाळून फेडायचे असते.

सध्याच्या काळात हे ऋषी म्हणजे विद्वान, आचार्य, कलावंत होत. व्रतस्थाने विद्याध्ययन करून स्वत: विद्याकलासंपन्न होण्यानेच हे ऋण फिटते.

सद्य परिस्थितीत देवऋण+ऋषिऋण वगैरेंच्या कल्पना निराळ्या तऱ्हेने सांगता येतील. अध्ययन करून, ज्ञानप्राप्त करून व आपल्या ज्ञानाचा स्वार्थासाठीच केवळ उपयोग न करता, देशाच्या उन्नतीसाठी, समाजाला सुसंस्कृत करण्यासाठी व दुर्बलांसाठी योगदान देऊन ही ऋणे फेडता येतील.

यथायोग्य गृहस्थाश्रमाचे पालन, अतिथ्यशीलता त्याचप्रमाणे आपणास मिळालेल्या ज्ञानाचा उपयोग दुसऱ्यांचे दु:ख दूर करण्यासाठी करूनसुद्धा हे ऋण फेडता येऊ शकते.

(३) पितृऋण -

येथे पितृ (पितर) म्हणजे माता-पिताच नव्हे, तर आपले सर्व पूर्वज हा अर्थ अभिप्रेत आहे. अनादिकाळापासून आपल्या पूर्वजांनी आपत्तीशी झगडून मानव-जातीचे व त्यांच्या संस्कृतीचे रक्षण केले आहे. म्हणूनच आपल्याला जन्म, संरक्षण, समाजजीवन प्राप्त झाले आहे. हे आपले जीवन त्यांचे ऋणच होय. या ऋणातून मुक्त होण्यासाठी गृहस्थाश्रम स्वीकारून, समर्थ, सुसंस्कृत प्रजोत्पादन करून त्या संततीचे उत्कृष्टपणे संगोपन, शिक्षण करून हे ऋण फेडता येते.

त्याचप्रमाणे जन्मदात्यांच्या वृद्धापकाळी, त्यांचा योग्य, आदरयुक्त सांभाळ करणे, यांच्या योगाने हे ऋण फेडता येते. अर्थात, सांभाळ म्हणजे दोन वेळेची रोटी व कपडलत्ते नव्हेत.

(४) मनुष्यऋण किंवा समाजऋण -

ही ऋण कल्पना सुरुवातीला नव्हती. ती शतपथ ब्राह्मणांत आलेली आहे. मानवी प्रपंच-व्यवहार हा एकमेकांच्या सहकार्याने चालत असतो. सभोवतालचा मानवसमाज आपल्याला अनेक प्रकारे अनेक गोष्टी देत असतो. त्याचप्रमाणे पंचमहाभूते, निसर्ग यांचासुद्धा आपल्या विकासात सहभाग असतो, हेच समाजऋण किंवा निसर्गऋण होय.

विविध प्रकारे दान देऊन व सहकार्य करून या ऋणातून मुक्त होता येते. हीच गोष्ट निराळ्या अर्थाने सांगता येऊ शकते.

आपला विकास फक्त स्वत:च्याच कर्तबगारीवर होत नाही; त्याला इतरांचाही हातभार लागलेला असतो. बालपणी आई-वडील, तारुण्यात अध्यापक, मित्र, आप्त व समाज यांचाही त्यात वाटा असतो. त्याचप्रमाणे मातृभूमी, गाव यांचाही हिस्सा असतो. त्या सर्वांचे ऋण मानून, त्यातून निरनिराळ्या प्रकारे मुक्त होता येईल. जसे आपण आपल्याविषयी इतरांचे कर्तव्य गृहीत धरतो, तसेच आपण -

सुद्धा इतरांविषयी आपले काही कर्तव्य असते, याची जाणीव ठेवली पाहिजे.

चार पुरुषार्थ-

मानवाला आपले संपूर्ण जीवन कृतार्थ व यशस्वी करण्यासाठी भारतीय संस्कृतीतील बहुतेक पंथांमध्ये (धर्मांमध्ये) चार पुरुषार्थ सांगितलेले आहेत.

'पुरुषार्थ - पुरुषैः अर्थ्यते इति पुरुषार्थः।'

पुरुष ज्याची इच्छा करतात, ते.

भारतीय संस्कृतीनुसार मनुष्यजीवनाचे अंतिम ध्येय मोक्ष, ईशप्राप्ती, ब्रह्मनिर्वाण हे सांगितलेले आहे. ज्या ईश्वराने आपणाला निर्माण केले, जन्माला घातले; त्याच्यात विलीन होऊन जाणे यालाच मोक्षप्राप्ती म्हटलेले आहे. हा मोक्ष धर्माचरणानेच प्राप्त होतो. धर्माचरणासाठी जीवन धर्मानुकूल, धर्माधिष्ठित असायला हवे. असे कृतार्थ जीवन जगण्यासाठी अर्थ (धनसंपदा) व काम (उपभोग्य वस्तू) यांची आवश्यकता असते. या गोष्टी साध्य करणे म्हणजेच पुरुषार्थ साध्य करणे होय.

ते पुरुषार्थ- १) धर्म, २) अर्थ, ३) काम आणि ४) मोक्ष.

हे चार पुरुषार्थ मानवाने जीवनात प्राप्त करून घ्यावेत, म्हणजे त्याचे जीवन कृतार्थ होते व मानवी जन्म सफल होते, असे भारतीय संस्कृती मानते. जैन धर्मामध्येसुद्धा हे पुरुषार्थ व त्याचे आचरण याविषयी विवेचन आहे. दोघांमध्ये फारसा फरक नाही. फक्त मोक्षाविषयीच्या कल्पना थोड्या वेगळ्या आहेत.

१) धर्म-

या चारही पुरुषार्थांचा भक्कम पाया म्हणजेच अधिष्ठान धर्मच आहे. म्हणूनच त्याचे प्रथम स्थान महत्त्वाचे आहे. धर्माची व्याख्या खूपच विस्तृत होऊ शकते. प्रथम हे लक्षात घेतले पाहिजे की, हा धर्म म्हणजे हिंदू, ख्रिश्चन, मुस्लिम असा नाही.

सामान्यतः नैतिक आचरण, कर्तव्ये, वैयक्तिक, सामाजिक, आध्यात्मिक उन्नतीसाठी करावयाची कर्तव्यकर्मे म्हणजेच धर्म. यांत धार्मिक कृत्यांचाही समावेश होतो.

अध्यात्माच्या दृष्टिकोनातून धर्माचे दोन भाग होतात.

(१) प्रवृत्तिपर धर्म - म्हणजे संसारातील कर्मे करण्याचा धर्म.

(२) निवृत्तिपर धर्म- संसारांतून निवृत्त होऊन परमार्थाकडे जाण्याचा धर्म. (मोक्ष)

धर्माचे आचरण म्हणजे सर्व ठिकाणी प्रत्येक गोष्टीत, प्रत्येक कृतीत शुद्धाचरणाचा अवलंब करणे, ईश्वरभक्ती करणे, व्रतवैकल्ये, कुलधर्म, कुलाचार आचारणे, यज्ञ,

तप, दान व कर्म नित्य करीत राहणे, धर्मशास्त्रांत दिलेले नियम पाळणे, प्रत्येक आश्रमातील कर्तव्यकर्मे उत्तम प्रकारे पार पाडणे व आपल्यावरील ऋणे फेडणे.

थोडक्यात म्हणजे, धर्मानुसार अर्थप्राप्ती, धर्माधिष्ठित कर्म व काम आणि धर्माच्या आधारे मोक्षप्राप्ती; त्याचप्रमाणे नीतिमूल्ये पाळून, मानवता जपून जीवन जगणे म्हणजे हा पहिला पुरुषार्थ साध्य करणे होय.

हा पुरुषार्थ विद्याध्ययनापासूनच सुरू करावा, म्हणजे ब्रह्मचर्येपासून. त्या वेळेपासूनच नीतिमूल्ये आत्मसात करावीत. सदाचरण ठेवून फक्त ज्ञान संपादन करण्याचेच ध्येय निष्ठापूर्वक साध्य करावे. मनात चलबिचल, शंका किंवा तर्क नको. हा झाला पूर्वार्ध.

ब्रह्मचर्याश्रमातून गृहस्थाश्रमात प्रवेश केल्यानंतर मध्यार्ध सुरू होतो. गृहस्थाश्रमातील कर्तव्ये— कुटुंबाविषयी, समाजाविषयी, मातृभूमीविषयीची कर्तव्ये पार पाडीत असतानाच इतरांवर आर्थिक, धार्मिक, शारीरिक किंवा मानसिक अन्याय करू नये; त्याचप्रमाणे स्वत:वर होणारा अन्यायही सहन करू नये.

आणि शेवटी आयुष्याच्या उत्तरार्धात नातवंडांवर सुसंस्कार घडवणे, स्वत:जवळ असलेले ज्ञानभांडार इतरांना खुले करून देणे, स्वत:च्या आध्यात्मिक विकासासाठी ध्यान, धारणा, योग, तप वगैरेंद्वारे प्रयत्न करणे.

त्याचप्रमाणे मृत्यूचे भय न बाळगता त्याला केव्हाही सामोरे जाण्यासाठी आत्मिक बल वाढविणे.

या सर्व गोष्टींमध्ये समाज व देश यांचा विसर पडू न देता, त्याच्यासाठी आपल्या श्रमाचा, आपल्या कमाईचा वाटा अर्पण करणे.

या सर्व कर्मांनी हा पुरुषार्थ साध्य होऊ शकतो.

२) अर्थ-

'अर्थ्यते इति अर्थ:।' ज्याची अपेक्षा केली जाते, तो अर्थ होय.

धन, धान्य, जमीन, सुवर्ण, गुरेढोरे, उपकरणे, योगक्षेम, चरितार्थाची साधने इ. सर्वांना मिळून 'अर्थ' ही संज्ञा आहे. जीवन सुखमय व शांतीमय होण्यासाठी या सर्व वस्तूंची आवश्यकता असते. ही धनसंपदा नीतिनियमांचे, धर्माचे आचरण करून स्वकष्टाने मिळवायची असते. तिचे अपहरण करून किंवा अतिलोभ करून मिळवावयाची नसते. या अर्थाचा साठा जरुरीपुरता मर्यादित ठेवावयाचा असतो. अपमार्गाने हे धन मिळवावयाचे नसते. मिळालेल्या अर्थाचा खर्च सत्कार्यांत काटकसरीनेच करावयाचा असतो. ही धनसंपदा केवळ स्वार्थासाठीच वापरावयाची नसते, तर तिचा काही भाग धर्मकार्य व समाजकार्यासाठीही खर्च

करायचा असतो. हे साध्य केले म्हणजेच 'अर्थ' हा दुसरा पुरुषार्थ साध्य झाला, असे समजावे.

हा दुसरा पुरुषार्थ साध्य करताना अनीतीने पैसा कमावणे, हे निषिद्ध मानले आहे. केवळ धर्म, न्याय, नीतीच्या आधारावरच धनप्राप्ती करून स्वत:चा प्रपंच चालवून काही भाग धार्मिक कार्यासाठी देऊन हा पुरुषार्थ साध्य होतो.

गृहस्थाश्रमात अर्थार्जनाला विशेष महत्त्व आहे. कारण गृहस्थाश्रमाचे पालन करण्यासाठी धन आवश्यकच असतो; परंतु धन कमाविण्याच्या मार्गाला विशेष महत्त्व आहे.

सध्याच्या काळात तस्करी करून, गुंडगिरी करून, भ्रष्टाचार करून, त्याचप्रमाणे सत्तेचा गैरवापर करून पैसा मिळविला जातो; परंतु भारतीय संस्कृतीत हा 'अर्थ' पुरुषार्थ साध्य करण्याचा वरील मार्ग सांगितलेला नाही. त्यासाठी नीती व धार्मिकता यांचा तत्त्वाधिष्ठित पाया पाहिजे. अशा प्रकारच्या मार्गाने मिळविलेले धन 'कनिष्ठ' सांगितलेले आहे. त्यापासून भौतिक सुख मिळाल्यासारखे वाटत असले, तरी तो एक आभास असतो. त्यापासून मन:शांती व खरे सुख कधीच मिळत नाही. असा मनुष्य मन:शांती व सुरक्षा गमावून बसतो. सदैव बेचैन असतो आणि कधी ना कधी त्याला त्याचे प्रायश्चित्त भोगावेच लागते. उलट, प्रामाणिकपणे मिळविलेले धन खरी मन:शांती व सुख देते. ते शाश्वत असते, क्षणभंगूर नसते. या पुरुषार्थाद्वारेच समाजऋण फेडावयाचे असते.

विनासक्त यदृच्छेने झालेला स्वाभाविक लाभ स्वीकारावा, अतिलोभ करू नये आणि जीवनाच्या उत्तरार्धातील कालखंडात माणसाने कर्मफळाचीही आसक्ती न धरता जनहितार्थ आपल्या द्रव्याजर्नाचा वाटा खर्च करावा.

आज-काल तर जेवढे भ्रष्टाचारी, तस्कर, गुंड आहेत; त्याचप्रमाणे निवडणूक लढवू इच्छिणारे राजकारणी, पुढारी मोठमोठ्या धार्मिक कार्यात सढळ हाताने मदत करतात.

मग असा प्रश्न पडतो, की असा पैसा योग्य आहे का? अशा देणग्या स्वीकाराव्यात काय?

परंतु सर्वसामान्य जनतेला या पैशांच्या उगमाविषयी आस्था नसते किंवा जाणून घ्यावयाची इच्छा नसते. त्यांना फक्त मोठ्या देणगीचे अप्रूप असते. हा एक प्रकारे जनतेच्या विचारसरणीचा दोषच नव्हे काय? आम्हाला पापाचा पैसा नको, असे म्हणणारे कोणीही आढळत नाहीत. कारण पाप-पुण्यांच्या पैशांचा विचार करण्यापर्यंत त्यांच्या बुद्धीचीही पोच नसते.

एका जैन मुनींनी म्हटले आहे, की हा पैसा स्वीकारावा, कारण तेवढाच

पैसा वाममार्गीत खर्ची पडण्यापासून वाचतो.

एकंदरीत नीतीने, धर्माने अर्थार्जन करून, कोणालाही न लुबाडता धन मिळवून ते प्रपंचासाठी, समाजकार्य, धर्मकार्य, पीडितांचे दु:ख दूर करण्यासाठी खर्च करणे वगैरे आचरण करून हा दुसरा पुरुषार्थ साध्य करावा.

३) काम -

काम म्हणजे केवळ शरीरसुख नव्हे, तर काम म्हणजे प्रत्यक्ष उपभोग्य वस्तू किंवा उपभोगरूप जीवन होय. हा उपभोग आपण आपली विविध कर्मेंद्रिये, ज्ञानेंद्रिये व मनाद्वारे घेत असतो. आपल्या सर्व भौतिक, ऐहिक, शारीरिक व आध्यात्मिक इच्छा तृप्त करून घेणे म्हणजे काम हा पुरुषार्थ साध्य करणे होय. परंतु, हे उपभोग आपण धर्मशास्त्राला अनुसरून घेतले पाहिजेत. भगवद्‌गीतेतील सातव्या अध्यायातील अकराव्या श्लोकात भगवंत सांगतात —

'धर्माविरुद्ध भूतेषु कामोऽस्मि भरतर्षभ।'

मी त्रैलोक्यातील धर्माला मान्य असणारा किंवा धर्माच्या विरुद्ध नसणारा काम आहे.

येथे काम या शब्दाचे निरनिराळे अर्थ गृहीत धरलेले आहेत. काम म्हणजे कामना किंवा इच्छा. काम म्हणजे इंद्रियांच्या गरजांची पूर्तता. इंद्रिये म्हणजे कर्मेंद्रिये व ज्ञानेंद्रिये. त्याचप्रमाणे लैंगिक वासना (SEX).

या ठिकाणी कामाचे सेवन करण्यास मनाई नाही; परंतु त्यात अशी मेख आहे, की तो काम धर्म अविरुद्ध असावा म्हणजे धर्माविरुद्ध नसावा. धर्मसिद्ध असावा. स्वपत्नीशी रत होणे म्हणजेसुद्धा कामच. कारण प्रजननासाठी तो आवश्यकच आहे; शिवाय तो निसर्गनियमच आहे. परंतु त्यांत अतिरेक नसावा. संयम असावा. ओरबाडल्यासारखा नसावा. परस्त्रीगमन किंवा बलात्कार नसावा.

पती-पत्नीना एकमेकांचे शारीरिक आकर्षण असतेच; परंतु कामसेवन झाले म्हणजे संपले किंवा त्यासाठीच कामाचा वापर, हे धर्माविरुद्ध आचरण होऊ शकते.

धर्माच्या चौकटीत राहून किंवा नीतिमत्तेच्या आधीन राहूनच कामाचे सेवन केल्यास दोष येणार नाही.

या तत्त्वज्ञानाचा किंवा विचाराचा खोलवर विचार केला, तर दुसऱ्या कोणत्याही तत्त्वज्ञानाने कामाला अशी मान्यता दिलेली नाही. कामाला त्याज्य व तुच्छ मानलेले आहे. त्यामुळेच सामाजिक बिघाड होतो, असे म्हटले जाते. हे जरी खरे असले, तरी भारतीय तत्त्वज्ञानाने मान्यता दिलेल्या कामाने असे सामाजिक स्वास्थ बिघडू शकतच नाही. कारण कामसेवन हा मनुष्याचा स्वभावधर्म आहे आणि तो योग्य

रीतीनेच सेवन करावा, असे भारतीय तत्त्वज्ञान सांगते.

पाश्चिमात्य संस्कृतीत कामाचा म्हणजे उपभोगांचा अतिरेक आढळून येतो. हा चंगळवादच होय. असे जीवन म्हणजे आसुरी जीवनच होय. या प्रवृत्तीला भारतीय संस्कृतीत मान्यता नाही. संयमाने कामोपभोग हाच खरा पुरुषार्थ आहे.

मानव जन्माला आल्यापासून त्याच्या प्रत्येक इंदियाचा विकास होत जातो व त्यांच्या गरजा निर्माण होतात.

इंद्रियांच्या गरजा व उपभोग्य वस्तू - उदा.

ज्ञानेंद्रियांची इच्छा म्हणजे ज्ञान मिळविणे — ती अध्ययन, वाचन व योग्य गुरूकडून पूर्ण होऊ शकते. अन्न, वस्त्र, सुखोपभोगाची साधने यांद्वारे कर्मेंदिये व शारीरिक भोग यांची पूर्तता होऊ शकते. मानव या इंद्रियांद्वारेच उपभोग घेऊन इच्छापूर्ती करीत असतो.

परंतु केवळ सुख-चैन, चंगळवाद, भोगवाद म्हणजे 'काम' हा पुरुषार्थ नव्हे. हे उपभोग आपण धर्माला अनुसरून, नीतिमूल्ये पायदळी न तुडवता घेतले पाहिजेत. खूप कष्ट करणाऱ्याला स्वादिष्ट जेवण व सुखशय्या आवश्यक असते.

या सर्व शरीराच्या गरजा किंवा शरीरधर्म असून त्यांचा अतिरेक नसावा. मद्यपान, नशा, धूम्रपान किंवा परस्त्रीगमन हे पुरुषार्थांत त्याज्य आहेत.

आता राहिला लैंगिक संबंध (SEX). यासाठी फक्त स्वपत्नीशीच संबंध ठेवला पाहिजे. नैसर्गिक प्रजोत्पादनाचा तो एक मार्ग आहे. फक्त सुसंततीसाठीच त्याचा उपभोग घ्यावयाचा आहे. अर्थात, लैंगिक भूक ही स्वभावधर्माप्रमाणे व नैसर्गिक रज, तम, सत्त्व यांच्या गुणप्रवृत्तीनुसार लहान-मोठी असू शकते. परंतु ती संयमानेच भागवावयास हवी. योग्य ठिकाणी व योग्य वेळी ती थांबविता आली पाहिजे. पशू-पक्षीसुद्धा ठराविक काळातच लैंगिक संबंध ठेवतात.

केवळ विलासी जीवन व चंगळवाद ही आसुरी प्रवृत्ती मानली जाते. या अनिष्ट प्रवृत्तीने पाश्चात्त्य देशांत धुमाकूळ घातला आहे. त्याचे अंधानुकरण करण्याकडे आपला—विशेषत: तरुणवर्गाचा—कल आहे. ही प्रवृत्ती आपल्या महान भारतीय संस्कृतीच्या विरुद्ध प्रवृत्ती आहे.

सर्व ज्ञानेंद्रिये व कर्मेंदिये यांचा उपभोग; त्याचप्रमाणे लैंगिक कामोपभोग यामध्ये संयम ठेवून त्यांची पूर्ती करणे, म्हणजे हा पुरुषार्थ साध्य करणे होय.

४) मोक्ष -

जीवनाचे अंतिम ध्येय म्हणजे मोक्षप्राप्ती.

जन्म-मृत्यूच्या चक्रातून सुटका करून घेऊन ईशपदप्राप्ती म्हणजेच मोक्ष

होय. यासाठी केवळ वृद्धपणी सर्वसंग परित्याग करून तो मिळविता येत नाही. त्याची तयारी जीवनाच्या प्रारंभापासूनच धर्माचरण करून करावी लागते. केवळ संन्यासी बनून ध्यान, धारणा, समाधी, जप, तप, साधना करून हा मोक्ष मिळत नाही. उलट, ब्रह्मचर्यापासूनच गृहस्थाश्रम व वानप्रस्थाश्रम या तीन आश्रमांत निष्काम कर्म करीत राहून, कर्मफळ ईश्वराला अर्पण करून, सांख्ययोगाचे आचरण करून मनोवृत्ती तयार करावी लागते. मोक्ष ही संपूर्ण जीवनसाधना आहे. त्यासाठी आत्मज्ञानाची, गुरूची आवश्यकता असते.

या सर्व जीवन मरणाच्या फेऱ्यांतून, सुख-दुःखाच्या त्रासांतून अंतिम सुखाचा ठेवा असलेले धाम म्हणजे मोक्ष. मोक्ष म्हणजे मुक्ती, स्वातंत्र्य. आपल्या जीवनातील सर्व जबाबदाऱ्या यशस्वी रीतीने पार पाडून अंतिम चिरनिद्रेला अत्यंत शुद्ध भावाने, शांती-समाधानाने आपलेसे करणे म्हणजे मोक्ष. आपल्या शरीराचा स्वामी असलेला परमेश्वरस्वरूप आत्मा पुन्हा आपल्या शुद्ध अवस्थेत (नराचा नारायण) जातो.

या सर्व मायारूपी बाह्य, परंतु नाशिवंत गोष्टींपासून मुक्ती म्हणजे मोक्ष हा शेवटचा पुरुषार्थ, हेच मानवाचे अंतिम ध्येय आहे.

आतापर्यंत सांगितलेले चार आश्रम, चार ऋणे व सुरुवातीचे तीन पुरुषार्थ साध्य करण्यासाठी इतरांचे बरेचसे साह्य होते. भौतिक गोष्टीसुद्धा कारणीभूत असतात. परंतु मोक्ष हा स्वतः एकट्यालाच प्राप्त करावा लागतो. त्यात कुणाचीही साथ नसते. मोक्ष ही संपूर्ण जीवनसाधना आहे. त्यासाठी केवळ आत्मज्ञानी गुरूचे मार्गदर्शनच उपयोगी ठरू शकते. बाकी सर्व काही ज्याला-त्याला एकट्यालाच पार पाडावे लागते. 'सजन रे झूठ मत बोलो. खुदाके पास जाना है. ना हाथी है, ना घोडा है, वहाँ पैदलही जाना है'।

सर्व भारतीय संप्रदाय किंवा पंथांचे अंतिम ध्येय मोक्षच होय. परंतु लोकांमध्ये एक दृढ कल्पना रुजलेली आहे; ती म्हणजे, मोक्षाचा मार्ग अध्यात्मातून जातो आणि अध्यात्म म्हणजे अवघा प्रपंच टाकून संन्यासी होणे. परंतु धर्माधिष्ठित तीनही पुरुषार्थांचे सेवन केले, तर प्रपंच न सोडता किंवा संन्यास न घेता मोक्ष मिळू शकतो. कर्मत्याग म्हणजे संन्यास (निवृत्तिमार्ग) किंवा कर्माचे अनुष्ठान म्हणजे कर्मयोग (प्रवृत्तिमार्ग) हे दोन्ही मार्ग मोक्षापर्यंत नेतात. परंतु प्रथम मार्ग हा आचरण्यास कठीण आहे व फारच थोडे लोक तो आचरणात आणू शकतात. परंतु दुसरा मार्ग कर्मयोग व तोही निष्काम कर्मयोग—हा जाणत्या, नेणत्या सर्वांना सुलभ आहे.

कर्मसंन्यास आणि कर्मयोग हे दोन्हीही तात्त्विक दृष्ट्या मोक्ष प्राप्त करून देणारे मार्ग आहेत; परंतु त्यांतील निष्काम कर्मयोग हा सर्वच विद्वान किंवा अडाणी माणसांना आचरण्यास सोपा आहे.

परंतु हा कर्मयोग निष्काम होण्यासाठी आसक्ती व अहंकार सोडावेत. त्यासाठी इंद्रियदमन आवश्यक आहे. निष्काम कर्मयोगात कर्मसंन्यासाचा आग्रह नसतो किंवा विषयोपभोगांच्या सेवनाचा दुराग्रहही नसतो. विषयांचे अतिसेवनही नको किंवा वाजवीपेक्षा फाजील नियमनही नको. इंद्रिये चंचल असतात. त्यामुळे इंद्रियदमनाची आवश्यकताच असते.

आणि या सर्वांचा सुवर्णमध्य कर्मयोगात काढलेला आहे.

याचाच सोपा अर्थ असा, की संसारात राहूनसुद्धा निष्काम कर्म करीत राहून विषयभोगांचा संयमित उपभोग घेऊन, चंचल इंद्रियांचे दमन करूनसुद्धा हा 'मोक्ष' पुरुषार्थ साधता येतो.

भारतीय संस्कृतीत हे चार पुरुषार्थ सांगितलेले आहेत, परंतु श्रीमद्भगवद्गीतेत व ज्ञानेश्वरांनी पाचवा पुरुषार्थ सांगितलेला आहे, तो म्हणजे 'भक्ती'.

५) भक्ती -

धर्माधिष्ठित अर्थ आणि कामसेवन करणाऱ्यांना मोक्षाची प्राप्ती आपोआप होत असते. भक्ती म्हणजे केवळ ईश्वराचे भजन, पूजन, कीर्तन, जप, तप, उपवास आणि व्रतवैकल्ये नव्हेत. ही अगदीच प्राथमिक पायरी आहे.

भक्ती म्हणजे केवळ कर्मकांड नसून अंत:करणाच्या ओलाव्याने प्रत्येक प्राणिमात्रांत परमेश्वराला पाहणे.

नीती, मती, भक्ती आणि शक्ती या चार स्तंभांवर मानवाचे आदर्श जीवन उभारता येते. कोणताही मनुष्यप्राणी व भूतमात्रांना तुच्छ न समजता त्यांच्यात परमेश्वराला पाहावे.

भक्तिमार्गाचा आदर्श आपणास अनेक संतांनी घालून दिलेला आहे. त्यांच्या चरित्राकडे बघताच भक्तीचा खरा अर्थ आपणास समजून येऊ शकतो.

आपले सर्व तत्त्वज्ञान संस्कृत भाषेत असून तत्त्वज्ञानाची भाषा उच्च असते. त्यामुळे अडाणी व सर्वसामान्य माणसांना त्याप्रमाणे आचरण करणे अर्थात कठीण जाते; परंतु अशा अडाणी माणसांनासुद्धा भक्तिमार्गाने मोक्ष मिळू शकतो.

पुनर्जन्म-

आपल्या १६ संस्कारांतील शेवटचा संस्कार अन्त्येष्टी हा आहे. माणूस मरण पावला, की त्याचे कलेवर पुरले जाते किंवा दहन केले जाते.

भारतीय संस्कृतीत सर्व चराचर सृष्टीत परमेश्वर व्यापून आहे आणि सर्व चेतन-अचेतन, सजीव-निर्जीव वस्तूंमध्ये त्याचा अंश आहे, असे मानले जाते.

प्राणिमात्रांतील त्या अंशाला आत्मा म्हटलेले आहे.

मानव किंवा प्राणी मरण पावले, की त्यांचे पंचमहाभूतांपासून बनलेले शरीर नष्ट होते; परंतु वरील कल्पनेतील आत्मा, त्याचे काय? तो पण नष्ट होतो का? भारतीय तत्त्वज्ञानाप्रमाणे आत्मा... हा परमात्म्याचाच अंश असल्याने तो विनाशी असून नष्ट होत नाही. तो अमर आहे.

मग तो मृत्यूनंतर कोठे जातो? भारतीय तत्त्वज्ञान सांगते, की तो अमर असल्याने नष्ट होत नाही.

— आणि या ठिकाणीच 'पुनर्जन्माचा' विचार मांडलेला आहे.

पुनर्जन्माची कल्पना किंवा सिद्धांत हा फक्त हिंदू धर्मात आहे आणि त्याच तत्त्वज्ञानाचा पाया असलेल्या तद्सदृश पंथांतूनही सांगितला आहे. ख्रिश्चन व मुस्लिम धर्मात पुनर्जन्म मानत नाहीत. त्या धर्मांमध्ये माणसाला मृत्यू आल्यास एका अज्ञात ठिकाणी तो निद्रिस्त असतो. नंतर शेवटी देव त्याचा निवाडा करून पाप-पुण्याच्या योग्यतेनुसार नरक किंवा स्वर्ग यांत स्थान दिले जाते, अशी कल्पना आहे.

ऋग्वेदात पुनर्जन्माची कल्पना नाही. वेदांमध्ये असे म्हटले आहे की, मानव पुत्ररूपाने जन्म घेत असतो. 'आत्मा वै पुत्र नमानि.' म्हणजे पुत्राचे नाव आत्माच आहे.

पुढे उपनिषदकाळात हा पुनर्जन्माचा सिद्धांत स्पष्टपणे मांडला आहे. मनुष्य आपल्या पाप-पुण्यानुसार कीटक, मासा, पशू, पक्षी किंवा मानव योनीत जन्म घेतो. असे 'छांदोग्य' कौषितकी उपनिषदांत म्हटलेले आहे.

पुढे असे मत मांडले गेले, की 'मोक्ष' (जन्म-मृत्यूच्या चक्रातून सुटका) मिळेपर्यंत मानवाचा जीवात्मा हा निरनिराळ्या योनींतून भ्रमण करीत असतो. हा जीवात्मा लिंगदेह धारण करून दुसऱ्या योनीत जन्म घेतो. हा लिंगदेह अंगुष्ठमात्र (अंगठ्याएवढा) असून तो आत्म्याच्या भोवती माणसाच्या (प्राणिमात्रांच्या) हृदयावकाशात असतो. तो अदृश्य असून त्यात पूर्व काळातील विचार व कर्मे यांचे संस्कार सुरक्षित राहतात.

सांप्रत काळात वैज्ञानिकांनी शरीरशास्त्राचा अभ्यास करताना आनुवांशिकता कशा स्वरूपात येते, त्याचे बरेच संशोधन केले आहे.

शरीरविज्ञानात - पेशी, त्यातील DNA, त्यावर असलेली रंगसूत्रे, गुणसूत्रे ही त्यांच्या अपत्यांत असतात. त्यामुळे माता-पिता, दोघांचेही बरेचसे संमिश्र गुण अपत्यांत उतरतात. सध्या तर मुलाचे आई व बाप कोण आहेत याची DNA चाचणीद्वारे परीक्षा केली जाते. रंग, रूप, बुद्धिमत्ता हा आई-वडील व पूर्वजांचाच

वारसा असतो. एक प्रकारे हा पूर्वजांचाच अंशरूपाने का होईना, पुनर्जन्मच म्हणावा लागेल. म्हणजेच, पुत्र हा आई-वडिलांचा आत्मा असतो. या अर्थाने पाहिले, तर आत्मा हा अमर असतो, असेच म्हणावे लागेल.

म्हणून ऋग्वेदात म्हटलेले आहे, की 'आत्मा वै पुत्र नामानि'।

मनुष्याच्या इच्छा, सुप्त गुण, दुर्गुण हे त्याच्या गुणसूत्रांत असतात व तेच पुढे दर पिढीगणिक त्या-त्या पिढींमध्ये निर्माण होतात, असे आजचे शास्त्र सांगते.

श्रीमद् भगवद्गीतेत पुनर्जन्माचा सिद्धांत स्पष्ट सांगितलेला आहे.

'वासांसि जीर्णानि यथा विहाय। नवानि गृहणाति नरोऽपराणि'।

तथा शरीराणि विहाय जीर्णानि। अन्यानि संयासि नवानि देही।।'

अर्थ - ज्याप्रमाणे मनुष्य आपली जुनी वस्त्रे टाकून देऊन नवीन वस्त्रे धारण करतो, त्याचप्रमाणे देहधारी आत्मा जीर्ण शरीराचा त्याग करून अन्य नवे शरीर धारण करतो.

परंतु हा पुनर्जन्म माणसाला त्याच्या गुण-कर्मांनुसार प्राप्त होतो. माणसाच्या कर्मांचे संस्कार कधीच नष्ट होत नाहीत. चांगल्या कर्माचे फळ श्रेष्ठ योनीत जन्म मिळून प्राप्त होतात.

त्यानुसार सुख-दुःख, कष्ट सहन करावे लागतात.

गुणांचे दोन मुख्य प्रकार आहेत.

१) सद्गुण व दुर्गुण, २) सत्त्व, रज, तम हे त्रिगुण.

सद्गुणी आणि सत्त्वगुणी माणसाला पुण्य कर्म करण्याची सवय लागते. त्यामुळे त्याला श्रेष्ठ योनीत जन्म प्राप्त होता; तर दुर्गुणी व तामस गुणाच्या माणसाच्या हातून दुष्कर्म होते, त्यामुळे त्याला हीन योनीत व दुःखी-कष्टी प्राण्याच्या रूपात जन्म प्राप्त होतो.

गीतेत पुनर्जन्म हा मृत्यूसमयी मनुष्य ज्या भावांचे (स्थितीचे) स्मरण करतो, तीच भावना मनात राहून तो मनुष्य त्या स्थितीतील जन्मात देह धारण करतो.

म्हणजे गीतेच्या मतानुसार पुनर्जन्म हा गुण, कर्म व अंतसमयीची भावना या तीन गोष्टींनुसार प्राप्त होतो.

जैन तत्त्वज्ञानात हीच कल्पना सांगितलेली आहे.

जीवमात्रांच्या ८४ लक्ष योनी कल्पिलेल्या आहेत. या योनींमध्ये जन्म घेत-घेत, आपल्या उत्तम कर्माने आत्मा मनुष्य योनीत जन्माला येतो, असे भारतीय तत्त्वज्ञान सांगते.

अशा दुर्लभ मानवी जीवनाचा उपयोग पुण्यकर्म आणि कर्मयोग, ज्ञानयोग, भक्तियोग आचरून ईशप्राप्ती किंवा मोक्षप्राप्ती करून घेण्यासाठी करावा, हीच

शिकवण भारतीय संस्कृती देते.

याच्याही पुढे कोणते पापकृत्य केल्याने कोणता जन्म मिळतो आणि कोणते दु:ख भोगावे लागते, हेही भारतीय तत्त्वज्ञान सांगते.

हा जन्म 'कर्म-विपाक सिद्धांत' यावर आधारित आहे. सत्मकर्मांनी संपत्ती-युक्त आणि दुष्कर्मांनी दु:ख व कष्टकरी योनीत जन्म होतो. परंतु सुखी जीवनातही दु:ख, संकटे येतात.

अधर्म हेच मूळ असणे अर्थात अशुभ फळ उत्पन्न करणाऱ्या कर्माचा परिणाम म्हणजे कर्मविपाक होय. या लोकी तो रोगादी दु:खे निर्माण करतो, परंतु सुखी जीवनातही दु:ख, संकटे येतात.

कर्मविपाकानुसार विविध पापांचे फळ विविध रूपांनी दृष्टीस पडते, असे धर्मशास्त्र सांगते.

वसिष्ठ सूत्रांत निरनिराळ्या पापकर्मांची कोणकोणती निरनिराळी फळे भोगावी लागतात, त्याची यादीच दिली आहे. शंखस्मृतीत व मनुस्मृतीतसुद्धा यादी आहे.

याज्ञवल्क्य म्हणतात, 'परस्त्री हरण करणारा व विशेषत: ब्राह्मणाचे द्रव्य चोरणारा हा निर्जल अरण्यात ठेवलेला होता. म्हणून त्या दरिद्री ब्राह्मणाला लुबाडणे, हे जास्त पाप होते.'

मानवी जीवनात विविध दु:खे, संकटे, रोग निर्माण होतात. मनुष्य नीच किंवा हीन किंवा अपंग व कुरूप स्वरूपात जन्माला येतो. याचे कारण गतजन्मीची दुष्कृत्येच होत, असे तत्त्वज्ञान सांगते.

त्यामुळे त्या दु:खी माणसाला मानसिक समाधान प्राप्त होते. तो त्या दु:खांना धैर्याने तोंड देऊ शकतो आणि या जन्मी नैतिक आचरणाने सत्कर्मे करून पुढील जन्मी श्रेष्ठ कुळात जन्म व विविध सुखांची प्राप्ती होईल, या भावनेने सत्कृत्ये करावयास लागतो.

माणसाने सदाचरणी राहावे, नीतिमान असावे. कोणत्याही प्रकारच्या प्राप्त परिस्थितीला धैर्याने सामोरे जावे, अशी प्रबळ भावना निर्माण करण्यासाठी हा मनोवैज्ञानिक प्रयोगच नव्हे काय?

महाभारतात असे सांगितले आहे, की पूर्वकर्मेही माणसाच्या छायेसारखी सतत, सर्व अवस्थांत त्याच्या बरोबरच असतात. त्याचे फळ त्याला एकट्यालाच भोगावे लागते.

त्यामुळे दु:खी-कष्टी माणसाला आलेल्या परिस्थितीत धैर्याने तोंड देणे व कर्तव्ये करण्यास आत्मविश्वास निर्माण करून सत्कर्मे करण्यास प्रवृत्त करण्याचाच यांत मुख्य हेतू आहे. कायम 'हाय हाय' न करता न्यूनगंड दूर करत आत्मविश्वास

निर्माण करणे.

समर्थ रामदासस्वामी म्हणतात-

'जगी सर्व सुखी असा कोण आहे।
विचारी मना तूचि शोधूनी पाहे।।
मना त्वाचि रे पूर्व संचित केले।
तया सारिखे भोगणे प्राप्त झाले'।।

हे मना, जगात सर्व सुखी असा कोण आहे? कोणीच नाही. वरून कितीही सुखी दिसत असला, तरी आतून त्याला काही ना काही चिंता ग्रासीत असते. म्हणून ते म्हणतात, की तुझा तूच आसपास शोध घे किंवा विचार कर. आणि तुला जे हे भोग भोगावयास लागत आहेत, हे तुझ्या पूर्वजन्मीचे संचित आहे. म्हणजे पूर्व-जन्मीच्या कृत्याचे प्रायश्चित्त आहे, असे समजून त्याला धैर्याने तोंड दे. खचून जाऊ नकोस.

कर्मविपाकाचे तीन भाग-

१) संचित - माणसाने पूर्वजन्मापासून सांप्रतच्या क्षणापर्यंत केलेल्या सर्व कर्माला संचित (साठविलेले) म्हणतात.

२) प्रारब्ध - या संचित कर्माची सर्वच्या सर्व फळे एकदम भोगणे शक्य नसते, कारण संचित कर्म — परिणामांपैकी काही चांगली, काही वाईट फळे देणारी असतात. परस्परविरोधी असतात. संचित कर्मांपैकी जी फलदायी झाली असतील, ती फळे देऊ लागतात. या फलोमुखी कर्मांना 'प्रारब्ध' म्हणतात.

३) क्रियमाण किंवा वर्तमान - प्रारब्धभोग भोगताना माणसाच्या हातून आणखी कर्मे होतच असतात. त्यांना क्रियमाण किंवा वर्तमान म्हणतात. त्याचेही बरे-वाईट परिणाम भोगावे लागतात. त्यांतील काही तत्काळ फलदायी असतात.

सुखदु:खाचे मूळ सत्कर्म किंवा कुकर्मांतच असते. ते सत्कर्म किंवा कुकर्म या जन्मातले नसेल, तर पूर्वजन्माचेच असते. एकदा पुनर्जन्म मानला की, पूर्वजन्माचे फळ मानावेच लागते.

व्यक्तित्वाची घडण-

पूर्वजन्मातील जो संस्कार प्रबळ असेल, त्यानुसार माणसाला जन्मस्थान प्राप्त होते. त्याच्या त्या संस्कारांवर या जन्मातील वडिलांच्या गुणावगुणांचा परिणाम

होऊन दोहोंचा संगम होतो. त्यानुसार त्याला बुद्धी, विद्या, आरोग्य, यशापयश, आयुमर्यादा, धनसंपदा प्राप्त होते व व्यक्तित्व घडते.

कर्मविपाक व आत्मस्वातंत्र्य

माणसाला पूर्वफळाची कर्मे भोगावीच लागतात, पण या मिळालेल्या मनुष्य-जन्मात सत्कृत्ये करण्याचा निश्चय तो करू शकतो. यालाच 'आत्मस्वातंत्र्य' म्हणतात. या निश्चयाने त्याला भोगावी लागणारी दु:खे सुसह्य होऊ शकतात. सुविचारांच्या व आचारांच्या संस्कारांनी मागील संस्कार पुसले जातात व ते भावी काळात तापदायक होत नाहीत.

कर्मविपाकाचा अर्थ चुकीचा घेतल्याने काही माणसे हे पूर्वसंचित व प्रारब्धाचे फळ असल्याचे मानून देवावर हवाला ठेवून निष्क्रिय होतात. मग सत्कर्म करण्याचा निश्चय करीत नाहीत व आचरीतही नाहीत. त्यामुळे ते दुराचारी व आळशी बनतात. हा धोका विचारी माणसाने टाळलाच पाहिजे.

बदलती देवरूपे-

ब्रह्मा, विष्णू, महेश वगैरे देवतांना वेदकाळात म्हणावे तितके महत्त्व नव्हते. पुढे पुराणकाळात वरील देवतांचे महत्त्व अतोनात वाढले.

ब्रह्मा - सृष्टीचा निर्माणकर्ता - उत्पत्ती.

विष्णू - पालनकर्ता - स्थिती.

महेश - संहारकर्ता - लय.

ब्रह्माला पुराणांनी अपूज्य ठरविले, तरी त्याला सृष्टिकर्त्यांचा मान दिला. शिवपुराणे, विष्णुपुराणे निर्माण झाली. त्या-त्या देवतांचे भक्तगण तयार झाले. विष्णुभक्त - वैष्णव, शिवभक्त - शैव. परंतु, या दोन संप्रदायांत भांडणे निर्माण झाली.

पुढे शेवटी तिन्ही देवता श्रेष्ठ ठरवून त्यांचे एकच रूप म्हणजेच 'दत्तात्रेय'.

पुढे पंचायतन देवतांची पूजा करू लागले. विष्णू, शिव, शक्ती (देवी), गणपती, सूर्य.

अतिमानवी देवता- मानव आणि देव यांच्यामध्ये एक देवसदृश योनीची कल्पना मानली गेली. मानवापेक्षा श्रेष्ठ व देवापेक्षा कनिष्ठ अशी मध्यम स्वरूपाची योनी मानली गेली. या योनीत विद्याधर, अप्सरा, यक्ष, राक्षस, गंधर्व, किन्नर, पिशाच, गुह्यक, सिद्ध व भूत यांचा समावेश होतो.

यांच्याविषयी अनेक कल्पना दृढ झाल्यात. यांना दैविक, मायावी सामर्थ्य

प्राप्त झाले; म्हणजे मानले गेले. ते आकाशात संचार करू शकतात. नृत्य, गायन, वादन यांत प्रवीण असतात. अंतर्धान पावून पुन्हा प्रकट होऊ शकतात वगैरे कल्पना दृढ झाल्या.

निरनिराळ्या ग्रामीण देवता-

ग्रामदेवता - गावाचे रक्षण करणारी देवता. त्यामुळे गावाचे रक्षण करण्यासाठी या देवतांची पूजा होत असे.

कुलदेवता - प्रत्येक कुळाच्या ज्या विशिष्ट उपास्य देवता असतात, त्यांना कुलदेवता म्हणतात.

क्षुद्र देवता - वैदिक आणि पौराणिक देवतांच्या कक्षेबाहेर आणि समाजाच्या खालच्या स्तरांत ज्या देवता आढळतात, त्यांना क्षुद्र देवता म्हणतात.

यावरून असे दिसून येते, की सर्व स्तरांतील लोकांसाठी, त्यांच्या आशा-आकांक्षा-पूर्तीसाठी, दुःख संकट निवारण्यासाठी विविध प्रकारचे देव निर्माण केले गेले आणि त्यांच्या पूजा-अर्चनेने, त्या-त्या स्तरांतील लोकांना आधार मिळवून दिलेला आहे.

याच श्रद्धेचे अडाणी लोकांमध्ये अंधश्रद्धेत रूपांतर झाले. बनेल व भोंदू, लबाड लोकांनी या अंधश्रद्धेचा व त्यांच्या अडाणीपणाचा फायदा घेतला. आधुनिक विज्ञानाचा उपयोग करून घेऊन या भोळ्या, भाबड्या, अडाणी लोकांना भुरळ घालून त्यांना फसविण्याचा एक धंदाच सुरू केला. त्यामुळे त्या ठगांची तुंबडी भरू लागली.

परंतु त्यामुळेच त्यांच्यासारख्या लबाडांच्या या ठकबाजीने सर्व धर्मच निष्कारण बदनाम झाला.

आजही अगदी अशिक्षितांपासून सुशिक्षितांपर्यंत, ग्रामीण लोकांपासून शहरीच नव्हे तर फ्लॅट, बंगल्यात राहणाऱ्यांपर्यंत सर्व प्रकारचे लोक याला बळी पडताना पाहिले, की आश्चर्य वाटते.

यामुळेच भारतीय संस्कृती व धर्म विनाकारण बदनाम होत आहे. अंधश्रद्धा निर्मूलन समिती (अंनिस) याबाबतीत प्रसंशनीय कार्य करीत आहे.

परंतु हे कार्य करत असताना अतिरेकीपणा टाळला पाहिजे. अंधश्रद्धा दूर करताना अश्रद्धा वाढावयास नको, कारण अश्रद्धा ही अंधश्रद्धेपेक्षाही घातक आहे.

शिवाय आपल्यावर आधीच पाश्चात्त्यांमधील अनैतिक संस्कृतीचे आक्रमण होत आहे. चंगळवाद, भौतिक भोगवाद, अनीती, लैंगिक स्वैराचार याने थैमान घातले आहे. त्याला त्यामुळे खतपाणी मिळता कामा नये.

अंनिसने या गोष्टी जरूर लक्षात घेतल्या पाहिजे. अंधश्रद्धा दूर करीत असताना नीतिमूल्ये व खरे, सत्य ज्ञान याचीसुद्धा जाण करून दिली पाहिजे. भलेही देवाला रिटायर करा, परंतु पूर्वीच्या ऋषी-मुनींनी घालून दिलेले समाजनीतिनियम अग्राह्य किंवा भाकड ठरवून उद्ध्वस्त करू नका. कारण या नीतिमूल्यांचा, सामाजिक तत्त्वांचा धाक संपला की तो अध:पतनाचाच मार्ग ठरू शकेल. मग समाज रसातळाला गेल्याशिवाय राहणार नाही.

♦♦

ईश्वर आणि त्याचे स्वरूप

सर्व जगाचे, विश्वाचे नियंत्रण, उत्पत्ती, पालन व विनाश करणारी एक सर्वशक्तिमान शक्ती आहे, अशी धारणा आपल्या भारतीय संस्कृतीमध्ये आहे. त्याच्यातून परमेश्वर ही संकल्पना उदयास आली. या जगन्नियंत्याला भारतीय लोक परमेश्वर मानतात. महान शक्तीला (Supreme power) आपण ईश, ईश्वर, परमेश्वर, देव, देवता किंवा ब्रह्म असे म्हणतो.

ईश्वर किंवा परमेश्वर म्हणजे एक अव्यक्त, अदृश्य, सर्वव्यापी, सर्वज्ञ, सर्व-शक्तिमान, निर्गुण, निराकार परमशक्ती होय.

ईश = ताब्यात ठेवणे, नियमन करणे, सत्ता चालविणे असे याचे अर्थ आहेत. अश = व्यापून राहणे. या दोन्ही धातूंपासून ईश्वर हा शब्द बनला आहे. आणि देव म्हणजे जी शक्ती अदृश्य रूपाने सर्वत्र संचार करते व पूजा आणि हवन स्वीकारून भक्तांच्या मनोकामना पूर्ण करते, ती शक्ति म्हणजे देव. भक्तांची श्रद्धा, भक्ती उत्कट झाल्यावर ती शक्ती दृश्य रूपानेही प्रकट होते. भक्ताच्या मार्गातील अडथळे दूर करून त्याचे जीवन निर्भय व निर्बंध करते, जी भक्ताजवळच असते व तिची पूजा-अर्चा न केली तरी क्रुद्ध होते. पूजा-भक्ती केली तर मात्र प्रसन्न होते. ती भक्ताला सृष्टितील पंचमहाभूते अनुकूल करते, ती शक्ती म्हणजे 'देव' किंवा 'देवता'.

इंद्र, अग्नी, वरुण, शिव, विष्णू, काली, दुर्गा, गणपती आदी सर्व देव-देवता आहेत; तर ईश्वर हा एकमेवाद्वितीय 'परमपुरुष' आहे.

प्रत्येक देव विशिष्ट शक्तीच धारण करतो, परंतु तो मात्र सर्वशक्तिमान सर्व नियामक नसतो. त्याला दुसऱ्या देवांचे साह्य घ्यावे लागते.

उदा. अग्नी हा फक्त दाहक तेजाचा अधिपती, तर वरुण हा पर्जन्याचा अधिपती आहे. ज्याप्रमाणे अग्नी स्वत: पाऊस पाडू शकत नाही, त्याचप्रमाणे वरुण

हा तेज उत्पन्न करू शकत नाही.

ब्रह्म हा शब्द नपुंसक लिंगी असून ही शक्ती माननीय व चिंतनीय आहे. तिची बाह्य उपचारांनी पूजा होऊ शकत नाही; फक्त मानसपूजाच होऊ शकते. प्रत्यक्ष पूजा होऊ शकत नाही.

मानवाला आदिम अवस्थेतच देवतांचा साक्षात्कार झाला. त्यामुळे ऋग्वेद किंवा वेदकाळात निसर्गशक्तींनाच देवतांची रूपे दिली गेली. इंद्र, वरुण, अग्नी, पवन वगैरे. त्यामुळे वेदांत त्यांचीच स्तुती किंवा ऋचा जास्त प्रमाणात रचल्या गेल्याचे आढळून येते. या देवतांना आकार नव्हता. त्या निराकार होत्या, परंतु सगुण होत्या. प्रत्येक देवतेजवळ एकेक शक्ती होती. या शक्तींना प्रसन्न करण्यासाठी यज्ञ होत. पुढे पुराणकाळात या यज्ञकुंडातील देवतांना मूर्तिरूप दिले गेले. त्याचप्रमाणे स्वत:त असलेले गुण-दोष त्यांच्या ठायी कल्पिले गेले. त्या रागावतात, स्तुतीने प्रसन्न होतात, यज्ञ व कर्मकांडाने त्यांना प्रसन्न करून घेता येते; त्याचप्रमाणे त्यांना मानवी आकार व रूप दिले गेले. त्यांच्यासाठी मोठमोठी मंदिरे बांधली जाऊ लागली. पूजा, उत्सव, सण अस्तित्वात आले. यज्ञयाग मागे पडून मंदिरांचे उत्सव सुरू झाले. वेदकाळात मंदिरे नव्हती. यज्ञमंडप असत व ते कायमस्वरूपी नसत. परंतु आता भव्य-दिव्य देवालये आली व मानवप्रमाणेच देवतांना भावना व गुण-दोष चिकटविले गेल्याने त्यांना रोज षोडषोपचारे पूजाविधी, मंगल स्नान, अभिषेक, नैवेद्य, शृंगार वगैरे करण्यात येऊ लागले. मग खऱ्या अर्थाने तेथपासून मूर्तिपूजा सुरू झाली. पुढे-पुढे तर मंदिरातले देव घराघरांमध्ये आले. तेथेसुद्धा देव्हारे निर्माण होऊन घरच्या घरीच पूजा-उपचार वगैरे कर्मकांड सुरू झाले. निरनिराळ्या देवांना भजणाऱ्यांचे निरनिराळे संप्रदाय निर्माण झाले.

विष्णू - वैष्णव, शिव - शैव, शक्ती (देवी) - शाक्त, गणपती - गाणपत्य वगैरे. त्यांच्या भक्तांची (संप्रदायांची) एकमेकांशी चढाओढ सुरू झाली व श्रेष्ठत्वाबद्दल वाद-विवाद सुरू झाले.

त्यानंतर पुढील काळात मानवाची विचारांनी, त्याचप्रमाणे भौतिक समृद्धीत जसजशी प्रगती सुरू झाली तसतशी धर्माची व समाजधारणेची उत्पत्ती झाली. या धर्मातून आत्मा व परमात्मा यांचे ज्ञान म्हणजे तत्त्वज्ञान निर्माण झाले.

वेदांमध्ये तत्त्वज्ञान होतेच, परंतु त्याच्याबरोबर यज्ञ वगैरे कर्मकांडे वगैरेंना जास्त महत्त्व होते. किंबहुना, यज्ञकर्मांसाठीच वेदांची निर्मिती झाली.

परंतु पुढे उपनिषदकाळात ब्रह्म वगैरेंची विचारधारा सुरू झाली. आत्मा व परमात्मा यांचे तत्त्वज्ञान निर्माण झाले.

आदिमानवाला ईश्वर हा निर्गुण, निराकार, सर्वशक्तिमान आहे याचा बोध

झाला, तरी त्याची मूर्त कल्पना व पूजा-भक्ती त्या स्वरूपात करता आली नाही.

आदिमानवांनी वादळी वारे, विद्युत पात, मेघगर्जना, महापूर, अतिवृष्टी, भूकंप इ. उत्पात पाहिले आणि आपण त्यांच्याशी सामना करू शकणार नाही, हे जाणले. त्यांना वाटले, की या प्रचंड शक्तीच्या देवता आहेत. या देवतांनी आपले अहित, अशुभ करू नये म्हणून त्यांना देवता मानून त्यांना नमस्कार केला. त्या प्रसन्न व्हाव्यात, म्हणून त्यांना गद्य-पद्यमय प्रार्थना रचल्या.

या देवतांच्या मागे कोणतीतरी आध्यात्मिक शक्ती आहे आणि तीच या सर्व देवतांच्या ठिकाणी अंशरूपाने वास्तव्य करते, असे वैदिक ऋषींच्या लक्षात आले. पुढे याच कल्पनेचे वेदांतातील 'ब्रह्म' या कल्पनेत रूपांतर झाले. या देव-देवता मर्त्यच होत्या, म्हणजे मृत्यू पावणाऱ्या होत्या; पण त्यांनी तपश्चर्या करून प्रजापतीपासून अमरत्वाचा वर मिळविला.

देव-देवता जन्माला येतात व प्रलयाच्या वेळी मरतात, असे तांड्य ब्राह्मणांत सांगितले आहे. प्रथम या देवता माणसांना क्रूरच वाटल्या; परंतु माणूस जसजसा सुसंस्कृत होऊ लागला तसतशा या देवता कृपाळू आहेत, त्यांची प्रार्थना केल्याने त्या आपले अपराध पोटात घालून आपली संकटे निवारतात, अशी कल्पना त्यांना वाटली. यातूनच पुढे भक्तिमार्गाचा उदय झाला.

देवांची बदलती रूपे (वेदकाळ) -

आपले ऋषी-मुनी प्रयोगशील प्रतिभावंत होते. त्यांनी आपल्या समाजासाठी, माणसांच्या समाधानासाठी; त्याचप्रमाणे नैतिक व आध्यात्मिक उन्नतीसाठी, परिस्थिती व आवश्यकतेनुसार देवांची रूपे बदलली.

पुढे या देव-देवतांवर अनेक रूपक कथा लिहिल्या गेल्या आणि त्यांच्या आराधनेतही बदल झाले.

वेदकालीन देवता -

ऋग्वेद व अथर्ववेदात ३३ देवता मुख्य मानल्या आहेत. त्यांतील ११ देवता आकाशात, ११ देवता पृथ्वीवर आणि ११ देवता जलात वास्तव्य करून आहेत, असे मानले जाते. अथर्ववेदात त्या स्वर्गात, अंतरिक्षात व पृथ्वीवर राहतात, असे म्हटले आहे.

या ३३ देवतांवरूनच ३३ कोटी देवांची कल्पना आली; परंतु यातील कोटी हा शब्द संख्यावाचक नसून प्रकारवाचक आहे.

(१) दिव्य देवता - तेजाच्या देवता - उषा, आदित्यगण, विष्णू, विवस्वान,

अग्नी, सूर्य, वरुण या तेजस्वी देवता आहेत.

(२) अंतरिक्ष देवता - इंद्र, रुद्र, मरुत्‌गण, पर्जन्य, वायू या अंतरिक्ष देवता आहेत. त्या काळात प्रथमत: वरुण हा देव सर्वश्रेष्ठ मानला जाई. इंद्र ही भारतीयांची राष्ट्रीय देवता होती. अवर्षण व अंधकाररूपी दैत्यांवर विजय मिळवून पृथ्वीला पाणी व प्रकाश मिळवून देणे, हे इंद्राचे महत्‌ कार्य होते. तो युद्धवेत्ताही होता. रुद्र हा मरुताचा पिता. रुद्र म्हणजे रडविणारा (अर्थात आपल्या शत्रूंना रडवितो, तो). मरुत्‌गणांचे कार्य म्हणजे झंझावात उत्पन्न करून पर्जन्यवृष्टी करणे. वायू हा विराट लोकांच्या श्वासातून निर्माण होतो, अशी त्यांची समजूत होती.

(३) पार्थिव देवता - यांचे पृथ्वीवर वास्तव्य असे. नद्या, अग्नी, बृहस्पती, सोम आणि सिंधू, गंगा, सरस्वती, यमुना या नद्यांरूपी देवता. अग्नीला तीन शिरे, तीन जिव्हा, तीन शरीरे व तीन स्थाने (घट, रान, पाणी) मानली जात. अग्नीला गृहपती व अतिथी मानत. बृहस्पती हा पुरोहित होता.

(४) अमूर्त देवता - काम, मन्यु, श्रद्धा, अदिती, दिती.

(५) स्त्री देवता - उषा, सरस्वती, वाक्‌, रात्री, पूर्ष्णा, इष, राका, सूर्या, इंद्राणी, रुणाती, रुद्राणी.

(६) युग्म देवता (जोड देवता) - इंद्राग्नी, मित्रावरुण, इंद्रावरुण, द्यावा -पृथ्वी इ. इंद्रावरुण हे पृथ्वीचे राजे होत. त्यांनी जलप्रवाह निर्माण केले. सूर्याला आकाशात भ्रमण करण्यास सांगितले. विष्णू ही देवता ऋग्वेदकाळात चतुर्थ श्रेणीची देवता होती.

यजुर्वेदकालीन देवता-

ऋग्वेदात प्रजापती, विष्णू, इंद्र या देवता तिसऱ्या किंवा चौथ्या श्रेणीच्या होत्या. पुढे त्या यजुर्वेदकाळात उच्च श्रेणीवर आणल्या गेल्या. प्रजापती श्रेष्ठतम ठरला. तो प्राणिमात्रांत व्यापून राहिलेला असा मानला गेला. रुद्र हा केवळ संहारक नसून तो उदार व दयाळू असलेला दाखविला आहे. तो पशूंचा रोग बरा करणारा आहे. इंद्र हा आघाडीचा लढवय्या, तर देवांना आहुती पोचवणारा, असा मानला गेला आहे.

ब्राह्मण ग्रंथांतील देव-

प्रजापतीला दिती व अदिती अशा दोन पत्नी होत्या. पहिली पत्नी दिती तिचा मुलगा असुर हा ज्येष्ठ पुत्र व दुसरी पत्नी अदिती हिचा मुलगा देव हा कनिष्ठ पुत्र.

वायू, रुद्र व आदित्य असे देवांचे तीन वर्ग सांगितले आहेत.

वायू - ८, रुद्र - ११, आदित्य - १२ व द्यावा पृथ्वी असे मिळून ३३ देव. वेदकाळात पूजा, अर्चा, मूर्ती वगैरे नव्हत्या. या वेदकालीन देवतांना संतुष्ट करणारी आराधना म्हणजे यज्ञयाग करणे, हीच होती. विविध सुक्तांनी त्यांची प्रार्थनाही करीत.

देवांचे मानवीकरण-

देवांचे मानवीकरण उपनिषदकाळांत झाले. ऋग्वेदकालीन देव मानवी स्वरूपाचे होते, परंतु त्यांना मानवी स्वभावगुण चिकटलेले नव्हते. ही गोष्ट ब्राह्मण-काळात घडली. देवांना माता, पिता, कन्या, बंधू, भगिनी अशी नाती निर्माण झाली. त्यांच्यात परस्परकलह व संघर्ष सुरू झाले. त्यांना कनिष्ठत्व, श्रेष्ठत्व चिकटवून त्यावरून त्यात भांडणे होत. ते शत्रूंशी लढून लूट आपापसात वाटून घेत. अशा मानवी व्यवहाराचे गुण त्यांना चिकटवले गेले व त्याचे वर्णन ब्राह्मण ग्रंथात आहे. त्यांना वर्णव्यवस्था लागू केली गेली. अग्नी व बृहस्पती हे ब्राह्मण; इंद्र, वरुण हे क्षत्रिय, मरुत् विश्वदेव हे वैश्य. यावरून त्या काळातील मानवी समाजातील जीवनमूल्ये व जीवनक्रम देवांनाही लागू केल्याचे स्पष्ट दिसते.

देव हे सत्यमय व सत्यप्रतिज्ञ असतात, असे जरी म्हटले किंवा मानले गेले, तरी यांच्यामध्ये काही वेळेस मानवांप्रमाणे दुर्गुणांचाही आढळ होतो. त्यांनीसुद्धा परस्त्रियांची अभिलाषा धरली व परधनाचा लोभ धरला, अशा कथा आहेत. काम, क्रोध, लोभ, मोह इ. दोष देवांमध्येही होते.

न देव चरितं चरेत: । म्हणूनच देवांच्या चरित्राचे अनुसरण करू नये.

म्हणजे मानवांनी आपल्या सुख-समृद्धीसाठी देवांची उपासना करावी; पण त्यांच्या चरित्राचे अनुसरण करू नये, असे स्पष्टपणे या श्लोकात सांगितले आहे.

याचा स्पष्ट अर्थ म्हणजे, या देवांना काही शक्ती प्राप्त होत्या. त्यामुळे त्यांना देव म्हणजे उच्चप्रतीचे श्रेष्ठ असे मानव म्हणता येईल; बाकी त्यांचा सर्व व्यवहार मानवी गुण-दोषांनी युक्तच असा होता. त्यामुळे हे एक प्रकारचे कनिष्ठ श्रेणीतील देवच होत.

उपनिषद व पुराणकाळ-

चैतन्ययुक्त अशी शक्तीची उगमस्थाने पिंडब्रह्मांडांत आहेत, ती सर्व देवतास्वरूप आहेत, असा उपनिषदांचा आशय आहे. आकाशादी पंचमहाभूते या पिंडब्रह्मांडात्मक सृष्टीचे धारण-पोषण करणाऱ्या देवता होत. मानवाचे सर्व कार्य करणारी एक

अंत:शक्ती म्हणजे प्राप्त शक्ती असते. ती प्रकाश देवता आहे. सूर्य, चंद्र, इंद्र, रुद्र या देवतांच्या रूपाने प्राणशक्तीचे प्रकाशन - सामर्थ्य व्यक्त करते. माणसाच्या आत्मशक्तीवरच विश्वातील कर्मे अधिष्ठित असतात.

आत्मा हीच प्रमुख कार्यशक्ती होय. म्हणून तो सर्वश्रेष्ठ देव समजावा.

आपण आतापर्यंत देव ही संकल्पना कशी अस्तित्वात आली, हे बघितले. आदिमानव निसर्गाचे निरनिराळे स्वरूप बघून त्या शक्तींना देवता मानू लागला. परंतु हे सर्व मूर्त स्वरूपात नव्हते, म्हणून त्यांची स्तुतिपर पद्ये रचण्यात आली. (सुक्ते) त्यांना हवन करण्यासाठी यज्ञयाग सुरू झाले. कालांतराने त्या अमूर्त देवतांना मूर्त स्वरूप दिले गेले. अर्थात, त्यांनी आपल्याप्रमाणेच त्यांना मानवी स्वरूप दिले. नंतर त्यांना आपले म्हणजे मानवांचे गुण-दोष चिकटवले. त्यांची मंदिरे बांधली. मानवांप्रमाणेच त्यांना रोज स्नान - अभिषेक, वस्त्रालंकार, नैवद्य, रात्री निद्रा हे उपचार करण्यात येऊ लागले. त्यांना नवस केल्यास ते प्रसन्न होतील, म्हणून कर्मकांड सुरू झाले.

या सर्वांवरून एक गोष्ट निश्चितच लक्षात येते, की सुरुवातीला ज्या प्राथमिक स्वरूपातील कल्पना होत्या किंवा विचारशक्ती होती, त्यांचे ते प्राथमिक ज्ञानच म्हणावे लागेल. पुढे-पुढे त्यात प्रगल्भता येत गेली. विचारचक्र सुरू झाले व त्यामागील कोडे उलगडावे, अशी विचारधारा सुरू झाली. नंतर त्यांनी असे ठरविले, की या सर्वांमागे एक अदृश्य शक्ती निश्चितपणे कार्यरत आहे आणि याच ठिकाणी 'परमेश्वर' या संकल्पनेचा उगम झाला.

त्याचप्रमाणे हे सर्व कोडे उलगडण्यासाठी जेव्हा माणूस त्यांच्यात खोल-खोल जाऊ लागला आणि त्याच वेळी ज्ञान-अध्यात्म याच्याबरोबरच विज्ञानाचाही जन्म झाला.

त्यामुळे मग मानवी विचारांना एक वेगळीच व नवी दिशा मिळाली.

त्यानंतर तो जोपर्यंत जीव आहे तोपर्यंतच सजीव असतो, हालचाल करू शकतो, हे लक्षात आले. तो जीव म्हणजेच 'आत्मा' असे त्याला संबोधण्यात येऊ लागले. मग या आत्म्याचा, आपल्या देहाचा व त्या अदृश्य शक्तीचा काही संबंध आहे का, याचा शोध घेण्यास सुरुवात झाली. या ठिकाणीच अध्यात्माचा जन्म झाला.

त्यानंतर मी कोण? कोठून आलो? आपल्या त्या परमशक्तींशी कोणता संबंध आहे, याचे तत्त्वज्ञान अस्तित्वात आले.

आणि इथूनच खऱ्या ज्ञानाचा, तत्त्वज्ञानाचा आरंभ झाला.

अर्थात हे माझे मत आहे, हे लक्षात घेतले पाहिजे.

त्यानंतर मग जो विचार सुरू झाला, ते तत्त्वज्ञान.

'परमात्व तत्त्वाला' सृष्टी निर्माण करण्याची इच्छा झाली. या त्याला, म्हणजे त्या विशिष्ट ब्रह्मशक्तीला 'सगुण ब्रह्म' किंवा 'परमेश्वर' ही संज्ञा दिली गेली.

परमेश्वराने प्रथम त्रिलोक व नंतर लोकपाल निर्माण केले.

त्रैलोक्याच्या खाली-वर आपनामक विरळ द्रव्य होते, त्याचे घनिभवन होऊन तेजोमय पिंड निर्माण झाला. त्या पिंडाला विराट पुरुष म्हणतात. पुरुषसुक्तांत या विराट पुरुषाचे वर्णन आढळते.

त्याच्या मुखातून वाणी व वाणीतून अग्नी निर्माण झाला. नाकातून प्राण व वायू, कानांतून श्रवणेंद्रिय, त्यांतून दिशा, हृदयातून मन व मनातून चंद्र ही देवता निर्माण झाली. नाभीपासून अंतरिक्ष निर्माण झाले. या सर्व देवता आपापल्या स्थानी राहून ईश्वरदत्त कार्य करू लागल्या. हे एक प्रकारचे ब्रह्मांडरूपी विराट पुरुषाचे वर्णनच आहे.

यज्ञसंस्थेतूनच या काळात भारतीय तत्त्वज्ञान निर्माण झाले. उपासनेसाठी कोणती देवता श्रेष्ठ यावर वादविवाद होत.

यातूनच 'ब्रह्मसिद्धांत' तयार झाला.

'तत्त्वमसि' - ते तूच आहेस. हे ब्रह्म सिद्धांताचे प्रमुख वाक्य आहे.

म्हणजे या सर्व देवता, जीवात्मा हे सर्व परब्रह्माचे अंश आहेत.

येथपर्यंत मानवी विचारांची प्रगती झाली. हा पुरोगामी विचारांचा पायाच म्हणावा लागेल.

पौराणिक देवता-

वैदिक काळातील काही देवता अस्पष्ट किंवा लुप्त झाल्या, तर काही देवतांना गौणत्व प्राप्त झाले. उदा. वरुण ही श्रेष्ठ असलेली देवता फक्त जलदेवताच बनली. इंद्राचा उत्सव व पूजा बंद झाली. होमहवनांतून फक्त त्याला आहुती मिळू लागली.

बहुतेक महत्त्वाचे देव फक्त दिग्-पाल म्हणून राहिले. उदा. इंद्र, अग्नी, यम, निऋती, वरुण, मरुत, कुबेर, इशान.

विष्णू व रुद्राचे महत्त्व वाढले. अवतारकल्पना रूढ होऊन राम, कृष्ण, परशुराम यांची पूजा होऊ लागली. त्या अवतारांवर रामायण, महाभारत, भागवत इ. ग्रंथ निर्माण झाले.

भगवद्गीता, अवधूतगीता, रामगीता, गणेशगीता असे उपदेशक ग्रंथ तयार झाले.

या देवतांच्या मूर्ती बनवून त्या घराघरांतून, मंदिरांमधून प्रस्थापित झाल्या. त्यांची पूजा-भक्ती होऊ लागली. भजन, कीर्तन, प्रवचन, पुराणवाचन यांद्वारा

लोकांना या देवांची भक्ती व तत्त्वज्ञान शिकविले जाऊ लागले.

ऋग्वेदात यम मारक नाही. तो पुराणकाळात नरकाचा अधिपती आणि पाप-पुण्यानुसार भोग भोगायला लावणारा क्रूर देव बनला.

गणपती 'विघ्नकर्ता' होता, तो विघ्नहर्ता बनला. तो विद्येची देवता म्हणून सर्वारंभी पूजला जाऊ लागला. कालिमाता अन्नपूर्णा बनली.

देव-दानवांच्या युद्धांच्या कथा मानवी युद्धकथांप्रमाणे सांगितल्या जाऊ लागल्या.

अमृतमंथनाची कथा व जालंधर वध, वृत्तासुरवध, महिषासुरवध यांच्या कथा निर्माण झाल्या.

वैदिक काळातील कर्मकांडे (यज्ञ-तप) आणि ज्ञानकांड (तत्त्वज्ञान-चर्चा) यांचे महत्त्व कमी होत जाऊन ईश्वरभक्तीची प्रथा जोरात सुरू झाली.

देवासुर युद्धे-

पहिले देवासुर युद्ध म्हणजे इंद्र व वृत्ताचे युद्ध. वृत्ताने जलप्रवाह अडवून ठेवले. देवांना पाणी मिळेना. इंद्राने ऋषींच्या तप:पूत हाडांचे वज्र बनवून त्या वज्राने वृत्तासुराचा वध केला.

ही रूपककथा आहे. देव (आर्य) उत्तर ध्रुवाजवळ राहत. हिवाळ्यात थंडीने (अतिशील) जलप्रवाह गोठत. वृत्त म्हणजे हिवाळ्यांतील अंधार व थंडी. इंद्राने मेघांतील विजेने (वज्राने) (चमकणारी वीज) त्या बर्फाचे पाणी केले. म्हणजे वृत्तासुराचा वध केला.

वेदकाळात देव हे प्रकाश व असुर हे अंधकाराचे प्रतीक होते. ते नंतर राक्षस स्वरूपात कथांमध्ये अवतीर्ण झाले. त्यांच्या युद्धांच्या सुरस रूपककथा पुराणांमध्ये निरनिराळी कथानके रचून, मीठ-मसाला घालून, मनोरंजक असे वर्णन करून सांगितल्या.

असुरांनी शिवाकडून किंवा विधात्याकडून वर मिळवून त्या बळावर स्वर्ग म्हणजे देवांचा राजा इंद्र — पर्यायाने देवांचे राज्य पादाक्रांत करावयाचे, देवांना पळवून लावायचे; मग देव विष्णूला शरण जाऊन त्याच्या युक्ती-प्रयुक्तीने, युद्धाने त्यांचा नाश करावयाचा.

अशी कथानके, उपकथानके पुराणांमध्ये भरपूर आहेत. या कथांचे वाचन व कथन भक्तिभावाने होऊ लागले आणि देव-देवतांचे उत्सव, पूजा-अर्चा सुरू झाली.

म्हणजेच पुराणांमुळे देव माणसांच्या आवाक्यात आणला गेला. त्यांना माणसांचीच रूपे मिळाली. तो तुमच्या-आमच्यासारखा वाटू लागला. फक्त भक्ती, पूजा, अर्चा वगैरेंनी त्याला संतुष्ट करता येते व तो प्रसन्न होऊन मनोवांच्छित इच्छा

पूर्ण करतो, असे मानण्यात येऊ लागले.

तेथपासून निरनिराळ्या देवतांची मंदिरे स्थापन होऊन त्यांना रोज पूजा, अर्चा, नैवद्य, आरती वगैरेचे कर्मकांड सुरू झाले. नवस केला म्हणजे तो पावतो, अशा श्रद्धा दृढ झाल्या. निरनिराळे उत्सव, रथयात्रा वगैरे सुरू झाले.

पुढील भागात भारतातील सण, उत्सव, यात्रा वगैरेंना सुरुवात करण्या आधी 'देव' - 'परमात्मा', - 'परमेश्वर' या संकल्पनेविषयी थोडेसे.

परमेश्वर ही संकल्पना-

परमेश्वर या संकल्पनेचा विचार करण्यापूर्वी एक लक्षात घेतले पाहिजे, की आपल्या मनात परमेश्वराची एक विशिष्ट प्रतिमा ठसलेली असते. अर्थात, ती साकार व सगुण असते. परंतु भारतीय तत्त्वज्ञानात एक सांगितलेले आहे, की परमेश्वर हा निराकार आहे. त्याची फक्त निरनिराळ्या प्रकारे अनुभूती येऊ शकते.

हा परमेश्वर या इंद्रियांच्या ज्ञानापलीकडचा आहे. तो इंद्रियांना अगोचर आहे. म्हणजे काय? असा प्रश्न आपणापुढे उभा राहतो आणि साहजिकच ईश्वर आहे का? त्याचे अस्तित्व आढळून येते का? कोणकोणत्या गोष्टींमुळे परमेश्वराच्या अस्तित्वाची आपणास जाणीव होते? — असे बरेच प्रश्न उभे राहतात.

देव किंवा परमेश्वर या संकल्पनेबाबत इतरांचे विचार, संशोधन किंवा प्रयोगही विचारात घ्यावयास हवेत. देव या संकल्पनेचा अनुभव आपण इंद्रियांनी घेऊ शकतो, की ती केवळ मनाने अनुभवण्याची गोष्ट आहे, याचे उत्तर शोधण्यासाठी आतापर्यंत अनेकांनी शास्त्रीय दृष्टिकोनातून प्रयत्न केला आहे.

मंदिरात, चर्चमध्ये किंवा मशिदीत गेल्यानंतर किंवा पूजा-अर्चना करताना प्रसन्न का वाटते? संकटात देवाचा धावा केल्यानंतर मानसिक उभारी का मिळते? ध्यान-धारणा करताना मन शांत कसे होते? या भावना मेंदूत उमटतात, तेव्हा मेंदूत कोणते बदल होतात? या दृष्टीने फिलाडेल्फिया येथील अँड्र्यू न्युबर्ग या संशोधकाने काढलेले निष्कर्ष—

माणसे आध्यात्मिक अनुभव घेतात, तेव्हा ती स्वतःला विसरतात. त्यांच्यात विश्वाशी एकरूप झाल्याची भावना निर्माण होते. मेंदूच्या विशिष्ट भागातील क्रिया मंदावतात. त्या वेळी तो आणि विश्वातील फरक धूसर होतो, अखेरीस तो माणूस विश्वरूपच बनून जातो.

यामुळे माणसे देवावर विश्वास ठेवतात. थोडक्यात, तो म्हणतो, की देवाची कल्पना ही मानवी मेंदूतून निर्माण झाली असावी.

यामुळे विचारवंतांत दोन गट पडतात. ते म्हणजे — (१) देव हा जगाचा

निर्माता व सर्वशक्तिमान नियंत्रणकर्ता आहे, असे मानणारा ईश्वरवादी गट. हा गट स्वकर्तृवात देवाचा वाटा आहे, असे मानतो व पूर्वसंचिताला मोठे महत्त्व देतो.

२) दुसरा निरीश्वरवादी गट. तो देवाचे अस्तित्व मानीत नाही. देवावर श्रद्धा असणे, हे दुबळेपणाचे लक्षण मानतो. परंतु एक गोष्ट लक्षात घेतली पाहिजे, की दुबळा मनुष्य जेव्हा मनापासून देवाची प्रार्थना करतो, तेव्हा त्यामुळे त्याच्यात एक प्रकारचे मानसिक बळ संचारते.

भविष्यात कधीतरी याचे रहस्य उलगडेलही कदाचित; परंतु एक गोष्ट निश्चित आढळून येते, की वैज्ञानिक किंवा संशोधक हा शेवटी परमेश्वरावरच विश्वास ठेवतो. एखाद्या क्रियेत तो अपयशी ठरला, की त्याला निश्चितच देवाची आठवण होते.

कदाचित विसावे शतक विज्ञानाचे होते, तर एकविसावे शतक अध्यात्माचे असू शकते.

प्रत्येक माणसात माणूसपण असते. तीच त्याची खरी संपत्ती आहे आणि तोच देवपणाचा एक आविष्कार आहे.

आधुनिक विज्ञानाच्या साह्याने आपण या सृष्टीतील घटकांकडे बघितल्यास एक समान सूत्र किंवा गुणविशेष प्रत्येक घटकात आढळतो. तो म्हणजे, त्याला उत्पत्ती, स्थिती आणि लय आहे.

आपण कल्पनाही करू शकत नाही, एवढे हे विश्व अफाट आहे. या प्रचंड विश्वाचे स्वरूप बघितले, तर सगळीकडे एक विशिष्ट प्रकारची सूत्रबद्धता आढळून येते. प्रत्येक गोष्ट अगदी ठरल्याप्रमाणे, वेळच्या वेळी होत असते. ग्रह, तारे, प्रचंड विश्वे यांची उत्पत्ती, स्थिती, लय क्रमाक्रमाने सुरूच असते.

कोणत्याही मोठ्या कारभारात किंवा व्यवसायात — अगदी राज्यकारभारातसुद्धा सूत्रबद्धता आणण्यासाठी नियोजन, नियंत्रण आवश्यक असते.

या सर्वांमागे निर्माता आवश्यक असतो, त्याचप्रमाणे नियंत्रणही तेवढेच गरजेचे असते. आणि नियंत्रण आले, की नियंत्रकही आलाच.

तर मग, एवढ्या प्रचंड विश्वाचे नियंत्रण करणाराही कुणीतरी नियंत्रक असणारच, कारण त्याशिवाय ही व्यवस्था सुरळीत चालणे शक्य नाही. थोडक्यात म्हणजे, कोणतीही व्यवस्था आली, की व्यवस्थापक हा आलाच. आणि या सर्व विश्वपसाऱ्याच्या मागे कुणीतरी निर्माता असणारच. हे तर्क किंवा अनुमानशास्त्रात येत असले, तरी नक्कीच विज्ञानाला धरूनच आहे. वरील सिद्धांत हा अवैज्ञानिक नक्कीच नाही.

वैज्ञानिक दृष्टिकोनातून याकडे बघितले, तर —

मग ही अशी कोणती अद्भुत शक्ती असावी, की जी या सर्व सृष्टीचे

नियंत्रण करते? अजून कोणीही वैज्ञानिक त्याचे समर्पक उत्तर देऊ शकलेला नाही. कोपेन हेगन, आइन्स्टाईन वगैरे जगद्विख्यात वैज्ञानिकही अशा प्रकारची अद्भुत शक्ती असावी, हे मान्य करण्यापर्यंत येतात.

प्रत्येक शास्त्राचा विचार केला, तर एकच निष्कर्ष निघतो — तो म्हणजे, या सर्वांच्या मागे कोणीतरी सर्जक आहे आणि या ठिकाणीच परमेश्वर ही संकल्पना उदयास आली.

मग हा परमेश्वर, परमात्मा कसा असावा? एवढ्या प्रचंड विश्वाचे नियंत्रण करतो, म्हणजे तो विराट असावा. त्याचप्रमाणे लहानातल्या लहान जीवजंतूंचे नियंत्रण करतो, त्या अर्थी तो सूक्ष्मांतील सूक्ष्म असावा.

याचाच अर्थ तो निर्गुण, निराकार असावा. आपल्या इंद्रियांच्या शक्तीच्या पलीकडील असावा आणि तो एकमेव असावा.

हीच कल्पना बायबलमध्येही सापडते. ते त्याला आकाशातील देव (GOD) म्हणतात. त्याला प्रत्यक्ष बघितल्याचा उल्लेख किंवा वर्णन कुठेच नाही; परंतु त्याचे अस्तित्व मान्य करतात. या ठिकाणी एक सांगावेसे वाटते की, GOD ही अक्षरे उत्पत्ती, स्थिती व लय या परमेश्वरी संकल्पनेशी मिळती-जुळती आहेत. 'G' म्हणजे Generation, 'O' म्हणजे Operation व 'D' म्हणजे Distruction.

मुस्लिम समाजातसुद्धा अल्ला किंवा खुदा याला कुणीही पाहिलेले नाही; परंतु त्याचे अस्तित्व मात्र ते मान्य करतात.

त्याचप्रमाणे भारतीय संस्कृतीत परमात्म्याचे स्वरूप निराकार आहे, असेच म्हटलेले आहे.

जगातील या तीनही प्रमुख पंथांतील संकल्पनेत निश्चितच साधर्म्य आढळते. याचा अर्थ, जगातील तीन प्रमुख संप्रदायांना या शक्तीचे अस्तित्व मान्य आहे, असेच म्हणावे लागेल. त्याला आकारच नसल्याने त्याची मूर्ती कुठेच सापडत नाही.

मुस्लिमांमध्ये तर मूर्तिपूजाच अमान्य आहे. ख्रिश्चनांमध्ये येशू किंवा मेरीच्या मूर्ती आहेत व क्रॉसला ते पवित्र मानतात; परंतु ते गॉड नाहीत.

भारतीय संस्कृतीत आपण ज्यांना देवांच्या मूर्ती म्हणतो, ती केवळ प्रतीके आहेत. ब्रह्मा, विष्णू, महेश, गणेश, देवी आदी देवता आहेत. या देवता परमेश्वरानेच निर्माण केलेल्या आहेत. त्या उत्पत्ती, स्थिती, लय व बुद्धी यांची प्रतीके आहेत. त्या निर्मित असल्याने त्यांना आदि आणि अंतही आहे. राम, कृष्ण वगैरेंना त्याचे अवतार मानले जातात आणि ते सर्व मानव योनीतीलच आहेत.

या सर्वांच्या पलीकडे 'तो' आहे.

या शक्तीला मुस्लिम अल्ला म्हणतात, ख्रिश्चन गॉड म्हणतात, हिंदू परमात्मा

म्हणतात आणि वैज्ञानिक अद्भुत महाशक्ती म्हणतात.

याचा एकच निष्कर्ष निघतो. तो म्हणजे, परमेश्वराचे म्हणा किंवा एखाद्या अद्भुत शक्तीचे म्हणा; अस्तित्व नक्कीच असावे.

भगवद्गीताही हेच सांगते, की 'तो इंद्रियांचा किंवा बुद्धीचा विषय नाही. इंद्रियांच्या पुढे मन, मनाच्या पुढे बुद्धी आणि बुद्धीच्या पलीकडे तो आहे.'

◆◆

उत्सव आणि पौर्णिमांचे महात्म्य

महाकवी कालिदासाने 'उत्सवप्रिय: खलु मनुष्य:' असे म्हटले आहे. उत्सवाची व्याख्या साधारणपणे अशी केलेली आहे.

'नियताल्हाद जनक व्यापार' — म्हणजे निश्चितपणे आल्हाद देणारा उद्योगव्यापार.

ज्या एखाद्या धार्मिक समारंभात तो समारंभ करणाऱ्या व त्यात भाग घेणाऱ्या लोकांना हर्ष, आनंद, आणि मन:प्रसाद यांचा अनुभव घडतो; त्याला उत्सव म्हणता येईल. थोडक्यात, उत्सवाची व्याख्या अशी आहे.

भारतीय संस्कृतीत बहुतेक सर्व उत्सव प्रत्यक्ष किंवा पर्यायाने धार्मिकच असतात. भारतीयांचे यज्ञयागादी विधी, तसेच इतर सामाजिक समारंभ या सर्वांना येन-केन प्रकारेण धर्माचे अधिष्ठान असते.

उद्देश-

उत्सव सर्वांनाच आवडतात. कारण आपले रोजचे जीवन रूक्ष व कर्मप्रधान असते. त्या जीवनातून उत्सव आपणास अल्पकालीन मुक्ती देतात. धंदा, रोजगार व शुष्क जीवनव्यवहार या सर्वांच्या ओझ्याखाली दबलेला मानव उत्सवाच्या दिवशी थोडा मुक्त श्वास घेऊन कृतज्ञता अनुभवतो. उत्सव चांगल्या रीतीने साजरे करण्यात सांसरिक सुख आहे. तर उत्सवामागे असलेले भाव-रहस्य समजून उत्सव साजरे करण्यात कल्याण आहे. मनुष्याला जे वर नेतात, उन्नत बनवतात, संस्कारी बनवतात; ते उत्सव.

उत्सव साजरा करताना भाव किंवा श्रद्धा महत्त्वाची आहे. ते नसले, तर उत्सव यंत्रवत् बनतात व निष्कारण अपव्यय होतो. उत्सव आपल्या जीवनविकासाला मूकपणे एक संदेशच देतात.

प्रत्येक उत्सवातून मानवाला निरनिराळा संदेश मिळतो. एक प्रकारची दिशा मिळते. म्हणून प्रत्येक उत्सव किंवा सण समजून-उमजून साजरा केला पाहिजे. उगाचच श्रीमंतीचे दर्शन किंवा इतर अवडंबर नको.

आपलीच काय किंवा कुठलाही संस्कृती म्हणजे एक प्रकारे अनेक अंगांनी परिपूर्ण जीवनच होय. या संस्कृतीत धार्मिक, सामाजिक, आर्थिक, शैक्षणिक, औद्योगिक, आध्यात्मिक आचार-विचार असतातच; पण शिवाय याबरोबरच कलात्मक, मनोरंजनात्मक, क्रीडाविषयक वगैरे गोष्टींचा समावेश करता येईल. यावरच त्यांच्या कसोट्या तपासून पाहता येतील.

मानवप्राणी हा मूलत:, त्याचप्रमाणे स्वभावत:च सामाजिक प्राणी आहे. समाजाला सोडून जगणे त्याला कठीण असते. त्याला जीवनसंघर्ष करूनच योगक्षेम व स्वरक्षणासाठी अपार कष्ट करावे लागतात. त्याचा संसार हा कष्टमय व दु:खमय असतो. अशा संसारग्रस्त माणसाला आपल्या दैनंदिन व्यवसायातून, चिंता-व्याधीतून बाजूला काढून त्याच्या शरीराला विश्रांती व मनाला आनंद देणे आणि त्याला सामाजिक सुखाचा अनुभव घडविणे, या उद्देशाने भारतीय संस्कृतीने उत्सवांची प्रथा निर्माण केली आहे.

वैशिष्ट्ये -

भारतीय संस्कृतीचा इतिहास हा केवळ पुस्तकांत, ग्रंथांमध्ये नाही; तर त्याच्या जिवंत उत्सवांत लिहिलेला आहे. या उत्सवाच्या पाठीमागे असलेली दृष्टी व मंत्र-तंत्र यांचे जर व्यवस्थित अध्ययन केले, तर ही महान संस्कृती टिकविण्यासाठी रक्त सांडणाऱ्या पूर्वजांबद्दल आदर निर्माण होईल. शास्त्रकारांवरील श्रद्धा वाढेल, दृढ होईल.

म्हणूनच या उत्सवांकडे शास्त्रीय, सामाजिक व मानसिक, त्याचप्रमाणे कौटुंबिक दृष्टिकोनातून बघितले पाहिजे.

हे उत्सव भारतीयांनी धर्मकार्य व ऋतुचक्राला जोडून दिलेले आहेत. त्यामुळे त्यांत पावित्र्य, प्रत्येक ऋतूला अनुकूल असणारे सर्वांगीण स्वरूप; त्याचप्रमाणे मानवी आरोग्याला मिळणारी उपयुक्तता यांची अलौकिक जोड प्राप्त झालेली आहे. त्यातूनच भावजीवन, समृद्धी, सामाजिक सामंजस्य, निसर्गाशी एकरूपता, कलेचा आनंद यांची प्राप्ती हे उत्सव करून देतात. असे हे भारतीय उत्सव इतर संस्कृतींच्या मानाने संपूर्णपणे अलग व विचाराधिष्ठित, त्याचप्रमाणे अध्यात्म व विज्ञान यांवर आधारित आहेत.

भारतीय संस्कृतीने प्रत्येक ऋतूत ठरावीक दिवशी विविध स्वरूपांचे असंख्य

उत्सव करण्याची प्रथा निर्माण केलेली आहे. इतक्या भिन्न प्रकारचे, सर्वांग विचार-परिपूर्ण असे आणि आनंदाबरोबरच सुख देणारे उत्सव इतर संस्कृतीत मुळीच आढळत नाहीत.

भारतीय संस्कृतीत सहा ऋतू आहेत.

१) वसंत, २) ग्रीष्म, ३) वर्षा, ४) शरद, ५) हेमंत आणि ६) शिशिर.

इतरत्र दोन किंवा तीनच ऋतू मानतात.

आपले सण-उत्सव आणि ऋतू यांची एकमेकांशी व्यवस्थित जुळणी केलेली आहे. ते परस्परांशी निगडित आहेत.

वसंत ऋतू - अर्धा फाल्गुन ते अर्धा चैत्र (मार्च-एप्रिल). थंडीचा जोर या वेळी कमी झालेला असतो. वृक्ष-लतांना पाना-फुलांचा बहर आलेला असतो. सर्व वातावरणात एक प्रकारचा सुगंध व रंग भरलेले असतात; तर शरद ऋतूत पावसाळा संपून थंडीची सुरुवात होते, तर वर्षा ऋतूत पावसाची धुवांधार सुरू असते. या विविध ऋतूंशी आपले सण व उत्सव निगडित आहेत.

आपल्या उत्सवांचे ढोबळ मानाने साधारण पुढीलप्रमाणे वर्गीकरण होऊ शकेल.

(१) **देव, महापुरुषांचे जन्मोत्सव व महानिर्वाणदिन** - उदा. राम नवमी, हनुमान जयंती, बुद्ध पौर्णिमा, व्यास पौर्णिमा, कृष्णाष्टमी, गीता जयंती, दास नवमी, तुकाराम बीज, ज्ञानेश्वर पुण्यतिथी इत्यादी.

(२) **पितृपूजा** - पितृपक्षातील महालय श्राद्ध, अक्षय तृतीया.

(३) **कृषिविषयक** - नांगरणी, पेरणी, कापणी वेळेची पूजा; त्याचप्रमाणे खळ्यात रासपूजा.

(४) **ऋतुपरिवर्तन** - वसंत पंचमी, मकर संक्रांत, नारळी पौर्णिमा, कोजागरी, त्रिपुरारी पौर्णिमा, होळी, रंगपंचमी वगैरे.

(५) **कृतज्ञता दिन** - गुरू पौर्णिमा, नागपंचमी, बैलपोळा, वसुबारस

(६) **देवता कृतज्ञता** - महाशिवरात्र, चंपाषष्टी.

(७) **राजा व राज्यशासन** - पूर्वी हस्तीमंगल, जयपान, वप्पमंगल. चालू वर्तमानकाळ — स्वातंत्र्यदिन, प्रजासत्ताकदिन, कामगारदिन.

(८) **वर्तमानकाळातील महापुरुषांचे जन्मदिन व महानिर्वाणदिन** - गांधी जयंती, गांधी पुण्यतिथी, नेहरू जयंती (बालदिन), डॉ. राधाकृष्णन जयंती (शिक्षकदिन), शिवाजी जयंती, डॉ. बाबासाहेब आंबेडकर जयंती वगैरे.

ऋग्वेदकाळापासून हे उत्सव सुरू होते. ऋग्वेदकाळी समन नावाचा सामाजिक उत्सव होई. त्यात समस्त जनता म्हणजे स्त्रिया, पुरुष, विद्वान, अशिक्षित, कलाकार,

वेश्या, गणिका वगैरे भाग घेत. या वेळी नृत्य, गायन, घोड्यांच्या शर्यती, क्रीडाप्रकार वगैरे होत. छपमेरी नामक ढोल वाजवून या उत्सवाची सूचना दिली जाई. असाच कौमुदी नावाचा महोत्सव सार्वजनिकरीत्या साजरा होई. जसजसा धर्माचा विकास होत गेला तसेतसे नवे अवतार, नवी दैवते, नवे संप्रदाय निर्माण झाले. उत्सवांची संख्या वाढत गेली. आमजनतेचे साधे-सरळ उत्सव वैदिकांनी यज्ञसंस्थेत दाखल करून त्यांत कर्मकांडांची, निरनिराळ्या व्रतांची भर घातली. उदा. चातुर्मास.

काही झाले तरी भारतीय उत्सव हे ऐक्याचे साधक, प्रेमाचे पोषक, प्रसन्नतेचे प्रेरक, धर्माचे संरक्षक आणि भावनांचे संवर्धक आहेत, यात शंकाच नाही.

उत्सव म्हणजे सुट्टी व सुट्टीची मजा, असे आपण सध्या मानतो. परंतु त्यामुळे उत्सवांचा मूळ उद्देश आपण हरवून बसलो आहोत. उत्सव म्हणजे केवळ मनोरंजन नव्हे. त्यामुळे कलावंतांना, खेळाडूंना, छोट्या-मोठ्या उद्योगांना प्रोत्साहन मिळत असते.

आपले उत्सव आपण खऱ्या अर्थाने समजून घेतले पाहिजेत, उपयोगात आणले पाहिजेत, त्यांच्या मनापासून आनंद घेतला पाहिजे. ते संपूर्णपणे संस्कारित व समुन्नत बनविले तरच उत्सव साजरे करण्याला काही अर्थ आहे. नाहीतर ते केवळ चैन, चंगळ, विलासांचे प्रतीकच ठरू शकतील.

काही उत्सव, त्यांचे स्वरूप व अर्थ-

जशी माणसाच्या शरीराला अन्नाची आवश्यकता असते, तशीच माणसाच्या मनाला पण असते. शरीराचे अन्न म्हणजे धान्य, फळे, अन्नपदार्थ वगैरे. परंतु मनाचे अन्न म्हणजे उत्सव, सण, समारंभ वगैरे. मानवाच्या सामाजिक जीवनाचा विकास उत्सव किंवा समारंभांद्वारेच होत असतो. त्याच्या अंगभूत गुणांना, कलात्मक प्रवृत्तींना उत्सव प्रसंगीच आविष्काराची संधी मिळते.

दक्षिणेतल्या नृत्य, गायन, नाट्यकला वगैरेंचा विकास देवस्थानी होणाऱ्या उत्सव-समारंभांतून झालेला आहे. उत्सव हे जीवनातील एकसुरीपणा घालवतात. जीवनातील एकलकोंडेपणा किंवा कूपमंडुक वृत्ती घालवतात. काहीतरी नवे करावयाची, पाहावयाची, अनुभव घेण्याची संधी देतात. जीवनातील दैन्य, दुःखे निदान तेवढ्यापुरती तरी त्या काळापर्यंत का होईना, विसरायला लावतात. माणसांमध्ये नवा जोष-जोम निर्माण करतात.

वर्गीकरण-

देवादिकांचे जन्मोत्सव व सण समारंभ-

१) राम जन्मोत्सव - राम नवमी, चैत्र शुद्ध नवमी.

मर्यादा पुरुषोत्तम रामाचा जन्म चैत्र शुद्ध नवमीला झाला. मानवाने रामासारखे बनविण्याचे ध्येय व आदर्श राखावा यासाठी वाल्मीकींनी रामाचे चरित्रचित्रण केले.

आदर्श राजा कसा असावा, याचा परिपाठ रामचरित्रातून प्रगट होतो. जनतेसाठी आदर्श घालून देण्यासाठी वैयक्तिक सुखांवर तिलांजली द्यावी लागते. रामानेही सर्व सुखांचा त्याग केला. रामायण म्हणजे त्यागाचा महिमा.

स्वत:चे सुख परके मानून दुसऱ्यांसाठी, प्रजेसाठी जगणे, शिकविणे, आदर्श घालून देणे. स्वत:वर व आपल्या पत्नीवर कसलाही कलंक लागू नये म्हणून सर्वस्वाचा त्याग करणारा राम — त्याचा जन्मोत्सव सर्व ठिकाणी साजरा होतो.

२) हनुमान जयंती - चैत्र शुद्ध पौर्णिमा-

भारतीय संस्कृतीने एकूण सात चिरंजीव कल्पिलेले आहेत. त्यांपैकी एक म्हणजे मारुती. सात चिरंजीव याचा खरा अर्थ असा आहे, की ज्यांचा आदर्श पिढ्यान्पिढ्या घ्यावा, ज्यांचा जीवनाभ्यास आणि ज्यांची व्यक्तिरेखा कोणत्याही कालखंडात मार्गदर्शक म्हणून उपयोगी पडू शकेल, अशी व्यक्तित्वे. त्यांचे जीवनचरित्र आजही आदर्श ठरावे असे आहे, म्हणून त्या अर्थाने ते चिरंजीव आहेत. मारुती हे शक्तीचे, भक्तीचे प्रतिक आहे.

३) बुद्ध पौर्णिमा - वैशाख शुद्ध पौर्णिमा-

या दिवशी भगवान बुद्धाला ज्ञानप्राप्ती झाली. तिची आठवण म्हणून बुद्ध पौर्णिमा साजरी केली जाते. त्या दिवशी खिरीचे वाटप केले जाते. बुद्धाचा 'सर्व धर्म समभाव' याचे हे प्रतीक आहे. त्यांनी एका चांडाळ स्त्रीच्या हातून खीर खाल्ली होती. दया, क्षमा, शांती व अहिंसा हा त्यांनी दिलेला संदेश आजही अत्यंत उपयोगी आहे.

हिंदू समाजाने बुद्धाला नववा अवतार मानला आहे; परंतु हा उत्सव फक्त बौद्धच साजरा करताना दिसतात, त्यात हिंदू समाज सामील होऊ शकत नाही याचे आश्चर्य वाटते.

४) महावीर जयंती - चैत्र शुद्ध त्रयोदशी-

इतिहास जरी भगवान महावीर यांना जैन संस्थापक समजत असला, तरी

जैन संप्रदाय त्यांना चोविसावा तीर्थंकर मानतो. अर्थात, महावीरांपासून खऱ्या अर्थाने जैन धर्माची भरभराट होण्यास सुरुवात झाली.

त्या दिवशी जैनधर्मीय आपापले सर्व व्यवहार बंद ठेवून, उपवास करून मंदिरात, स्थानकांत मंगलमय वातावरणात दिवस घालवतात. सर्व भारतात महावीरांच्या मूर्तीची भव्य मिरवणूक निघते.

५) व्यास पौर्णिमा - गुरू पौर्णिमा- आषाढ शुद्ध पौर्णिमा-

गुरू-शिष्य ही परंपरा महर्षी वेदव्यासांपासून सुरू झाली. व्यास हे उच्चस्थानावर बसून शिष्यांना ज्ञान प्रदान करीत असत. त्यांची आठवण म्हणून आजही सभेतील मंचाला व्यासपीठ म्हणतात.

या दिवशी गुरूंचे स्मरण केले जाते, त्यांची पूजा केली जाते. अर्थात गुरू म्हणजे शिष्याचे अज्ञान दूर करून अध्यात्माचा मार्ग दाखवितो व मोक्षप्राप्तीचा रस्ता दाखवितो, तो गुरू. हिंदू धर्मात, 'गुरूविण ज्ञान नाही', अशी धारणा आहे.

'गुरुनाम् गुरू' म्हणून गुरुपरंपरा सुरू करणारे महर्षी वेदव्यास यांच्या नावाने ही पौर्णिमा 'व्यास पौर्णिमा' म्हणून ओळखली जाते.

६) गीता जयंती - मार्गशीर्ष शुद्ध एकादशी -

सर्व धर्म मार्गदर्शक तत्त्वज्ञान असलेला जागतिक ग्रंथ 'श्री भगवद्गीता'. ही गीता या दिवशी भगवान श्रीकृष्णांनी अर्जुनाला सांगितली, असा हिंदूचा विश्वास आहे. ही सर्व ठिकाणी साजरी होतेच, असे नाही.

७) कृष्णाष्टमी - गोकुळ अष्टमी- श्रावण वद्य अष्टमी -

व्यासविरचित महाभारतातील, त्याचप्रमाणे भागवत पुराणातील एक प्रमुख पात्र, वैशिष्ट्यपूर्ण असे व्यक्तिमत्त्व म्हणजे 'भगवान श्रीकृष्ण'.

रामायणात आदर्श राजा कसा असावा, असे व्यक्तिचित्र महर्षी वाल्मीकी यांनी रेखाटले आहे; तर महाभारतात महर्षी वेदव्यासांनी राजा कसा नसावा, ही कल्पना मांडलेली आहे.

श्रीरामापेक्षाही श्रीकृष्णाचे व्यक्तिमत्त्व हे अद्‌भुत, निराळे, आगळे-वेगळे असे आहे.

दीन-दुबळ्या, पददलित सामान्यजनांमध्ये रमणारा वृंदावनवासी बाळकृष्ण, तर दुष्ट शक्तींचा उद्‌गाता कंस आदी दुष्टांचा संहार करून प्रजेला अभयदान देणारा श्रीकृष्ण, प्रत्यक्ष लढाईत भाग न घेता परस्परांच्या हातून दुष्टांचा नाश करणारा

कृष्ण, तर समाजातील कोणत्याही स्तरांतील घटकाला उपयुक्त ठरेल असे जीवनविषयक तत्त्वज्ञान सांगणारा योगेश्वर श्रीकृष्ण, कोणताही धंदा हा कनिष्ठ नसतो, हे स्वतःच्या आचरणातून दाखवून समाजापुढे आदर्श ठेवणारा पार्थसारथी श्रीकृष्ण.

म्हणूनच त्याला जगद्‌गुरू ही पदवी बहाल केली आहे. आजही म्हटले जाते 'कृष्णम् वंदे जगत्‌गुरू'.

कृष्णाचा जन्म श्रावण वद्य अष्टमीला मध्यरात्री झाला, असे मानले जाते. रात्री १२ वाजता निरनिराळ्या मंदिरांतून कृष्णजन्म 'लौकिक' अर्थाने साजरा केला जातो.

समाजातील कोणताही घटक उच्च किंवा नीच कुळातील नसतो, तर सर्व जण एकाच मानवाची संतान आहेत, हे सांगणारा गोपाळकाला व दहीहंडी ही या उत्सवाची वैशिष्ट्ये म्हटली जातील.

भारतातील प्रत्येक खेड्यापासून मोठमोठ्या शहरांपर्यंत उंच ठिकाणी ही हंडी बांधली जाते. ती माणसांचा मनोरा रचून फोडावयाची असते. फोडणारी मंडळी स्वतःला कृष्णाचे सवंगडी — 'गोविंदा' म्हणवून घेतात.

असा उच्च संदेश देणारा सण इतरत्र आगळा-वेगळाच.

८) ज्ञानेश्वर पुण्यतिथी - कार्तिक वद्य त्रयोदशी-

ज्या भगवान श्रीकृष्णांनी गीतेसारखा महान ग्रंथ रचला, त्याचे प्राकृत भाषेत भाषांतर करून तो सर्वसामान्य अडाणी माणसांना उपलब्ध करून दिला; त्या संत शिरोमणी ज्ञानेश्वरमहाराजांनी आळंदी येथे या दिवशी समाधी घेतली, त्यांच्या स्मरणार्थ हा दिवस सर्वत्र ज्ञानेश्वरी पारायण करून, मिरवणुका काढून साजरा केला जातो. सध्या तर महाराष्ट्रात व काही इतर भागांत वर्षभर ज्ञानेश्वरी पारायण सप्ताह होतो. शेकडो लोक ज्ञानेश्वरी पारायणाला बसतात. सात दिवसांपर्यंत कथा, कीर्तन वगैरे कार्यक्रम अत्यंत उत्साहात पार पाडले जातात.

याप्रमाणे अनेक संतांचे, महापुरुषांचे जन्मदिवस किंवा जयंती साजरी केली जाते.

या सर्वांचा हेतू त्या पुण्य पुरुषांच्या आदर्शांचे स्मरण व आपल्या वागणुकीवर त्याचा चांगला परिणाम व्हावा, हाच आहे.

पितृपूजा किंवा पितरांचे -

आपल्या वाडवडिलांची आठवण व त्या दिवशी त्यांचे स्मरण करून लौकिकार्थाने त्यांना अन्नपाणी देणे व अन्नदान (गरिबांना) करून त्यांच्याविषयी कृतज्ञता व आदर दाखविणे. श्राद्ध हा शब्द श्रद्धा या शब्दापासून बनलेला आहे.

त्या-त्या दिवशी आपल्या पूर्वजांचे स्मरण करून त्यांच्या आदर्शांचे पालन करीन, अशी श्रद्धा ठेवणे म्हणजेसुद्धा एक प्रकारे श्राद्धच.

कृषिविषयक-

भारत हा कृषिप्रधान देश असल्याने शेतीची निरनिराळी कामे सुरू करताना करावयाचे कार्यक्रम —

नांगरणी- बैल व नांगराची पूजा, श्रीफळ अर्पण.

पांभर- पांभरीची पूजा.

कापणीच्या वेळी, त्याचप्रमाणे धान्य काढल्यावर मळणी झाल्यावर खळ्यात धान्याच्या राशींची पूजा वगैरे.

आपणास, आपल्या उत्पादनांत ज्यांचे साह्य होते, त्यांच्याविषयी कृतज्ञता म्हणून काही सण आहेत. त्यांत पशू-पक्ष्यांविषयी कृतज्ञता, त्याचप्रमाणे देव-देवतां विषयीचीसुद्धा कृतज्ञता दर्शविण्यासाठी साजरे केले जाणारे सण.

१) गुरू पौर्णिमा - गुरूविषयी आदर.

२) नागपंचमी -

पिकांचा नाश करणाऱ्या उंदरांना भक्षण करून पिकांची नासाडी वाचविण्यात एक प्रकारे शेतकऱ्यांना मदत करतो, तो नाग. त्यांचे ऋण फेडण्यासाठी नागपंचमीच्या दिवशी वारुळाला जाऊन, पूजा करून, त्याला दूध लाह्या वाहून त्याची पूजा करतात. एक प्रकारे कृतज्ञता व्यक्त करण्याचाच हा सण आहे. सापांची, नागदेवतेची आम्ही हत्या करणार नाही, हे सांगण्यासाठी या दिवशी खोदकाम, शेतीची कामे बंद ठेवली जातात. त्याचप्रमाणे एक आश्वासन म्हणून विळीने न कापणे, तव्यावर भाकरी किंवा पोळ्या न भाजणे ही प्रतीकात्मक बंधने पडतात.

३) बैलपोळा - पोंगल -

शेतातील सर्व प्राथमिक कामे आटोपलेली असतात, पिके भरू लागतात; अशा वेळी हा सण येतो. त्या दिवशी बैलांना स्वच्छ स्नान घातले जाते. त्याला नवीन साजशृंगाराने सजविण्यात येते. त्यांची मिरवणूक काढण्यात येते. घरच्या लक्ष्मीकडून त्याची पूजा केली जाते. त्यांना पुरणपोळीचा नैवेद्य खाऊ घालण्यात येतो.

वर्षभर रोज शेतात काम करून कष्ट उपसणाऱ्या या बैलांना देव म्हणून पूजायचे व वर्षभर त्याला पौष्टिक खाद्य देण्याची प्रतिज्ञा करून कृतज्ञता व्यक्त करण्याचा हा सण.

४) गोवत्स बारस किंवा वसुबारस - आपणास, आपल्या पोराबाळांना आपले मधुर गोरस देऊन आपणास धष्टपुष्ट करण्यास साह्य करते; त्याचप्रमाणे ज्वलनास गोवऱ्या, शेतात खत, शेतीसाठी बैल वगैरे, जी आपल्याला देते, त्या गोमातेचा हा सण. आश्विन वद्य द्वादशी या दिवशी येतो. त्या दिवशी सवत्स गोमातेची पूजा करून कृतज्ञता व्यक्त करण्याचाच हा सण आपले वैशिष्ट्य ठेवतो.

आपल्या भारतीय संस्कृतीतील प्रमुख वैशिष्ट्ये सांगावयाची म्हणजे त्याग, कर्तव्य व कृतज्ञता.

परंतु सध्याच्या शिक्षित विचारवंतांना हे पटत नाही. कारण त्यांच्यात अहंपणा, चंगळवादच जास्त दिसून येतो. कोणतीही गोष्ट फक्त उपभोगावयाची असते अन् ती ही गिधाडाप्रमाणे, यालाच पुरोगामी विचार समजण्यात ते धन्यता मानतात. कोणासाठी त्याग, कर्तव्य व कृतज्ञता दर्शविणे म्हणजे उगाचच काहीतरी, असे समजण्यास ते धन्यता मानतात. याचे कारण त्यांची बदललेली मानसिकता. सर्वांनी केवळ आपणासाठीच राबले पाहिजे, वगैरे. परंतु भारतीय संस्कृती तसे सांगत नाही. ती पशू, पक्षी, निसर्ग यांच्याशी सुद्धा कृतज्ञतेचा व्यवहार ठेवावा; असे सांगते.

त्याग, कर्तव्य व कृतज्ञता या गोष्टींवरच भारतीय संस्कृती, सण व उत्सव आधारित आहेत.

देव, देवता – स्मृती व कृतज्ञता-
१) आषाढी व कार्तिकी एकादशी, श्रावणी सोमवार, शिवरात्र वगैरे.

या दोन एकादशा चातुर्मास प्रारंभ व समाप्तीची प्रतीके आहेत. हा काळ पावसाळ्याचा, म्हणजे वर्षाकाळ असतो. हवामान दमट व पावसाळी असल्यामुळे पचनेंद्रिये योग्य रीतीने काम करीत नाहीत. श्रावण महिन्यात तर अत्यंत दमट हवामान असते. श्रावण सरी पडत असतात. हालचालींना, व्यायामाला आळा बसतो. त्याचा परिणाम अन्नपचनावर होतो. भूक मंदावते. म्हणून या काळात व्रतस्थ राहून कांदे, वांगी इ. पचण्यास जड व वातूळ पदार्थ वर्ज्य करून, त्याचप्रमाणे उपवास किंवा मित, परंतु सकस आहार घेऊन प्रकृती सांभाळली जाते.

या दोन्ही एकादशींच्या दिवशी पंढरपूरसारख्या क्षेत्रांच्या ठिकाणी वारकऱ्यांच्या मोठ्या यात्रा भरतात. वारकऱ्यांचे भजन, कीर्तन, प्रवचनांनी परिसर दुमदुमून जातो. दोनशे-तीनशे किलोमीटर अंतरावरून पायी चालत येऊन वारकरी दर्शन घेतात. या वेळी जाती-पाती, भेद-भाव, उच्च-नीचता वगैरे विसरली जाते. लहान-थोर एकमेकांच्या पाया पडतात. त्या वेळापुरते तरी सर्व जण संसारतापातून, इतर पाशांतून मुक्त

असतात. केवळ एकच ध्यास असतो — तो दर्शनाचा व भक्तीचा. धार्मिक ग्रंथ पठण, प्रवचन, कीर्तन, भजन यांनी मानसिक व आत्मिक शांती मिळते. मोठमोठ्या साधू-संतांचे दर्शन व मार्गदर्शक उपदेशाने मनाची शुद्धी होते. अशाच प्रकारच्या यात्रा वर्षभर निरनिराळ्या ठिकाणी होत असतात.

महाशिवरात्रीला शंकराची उपासना करून उपवास केला जातो व प्रमुख क्षेत्रांमध्ये यात्रेकरू मोठ्या संख्येने महादेवाचे दर्शन घेतात.

यामुळे वरील लाभांबरोबरच यात्रेच्या निमित्ताने भरलेल्या बाजारांमध्ये गरजू वस्तूंची देवाण-घेवाण होते. मनोरंजनाची साधने असतात. बऱ्याच बेकारांना रोजगाराची संधी उपलब्ध होते. हा फायदाच होतो.

त्याचप्रमाणे दर बारा वर्षांनी कुंभमेळा व सिंहस्थ मेळा भरत असतो.

या यात्रांमुळे कलावंतांना काम मिळू शकते. लाखो रुपयांची उलाढाल होते. त्याचप्रमाणे शासनाला त्या-त्या क्षेत्रांना सोई-सुविधा पुरवाव्या लागतात. त्यामुळे त्या-त्या क्षेत्रांच्या कायमस्वरूपी विकासांत भरच पडते.

या सर्व गोष्टीमुळे धार्मिक तसेच आर्थिक दृष्टीने या यात्रा समाजाला फायदेशीरच असतात.

(२) अक्षय तृतीया -

उन्हाळ्यातील वैशाख महिन्यातील शुद्ध तृतीया. या दिवशी मृत पूर्वजांची आठवण म्हणून इष्ट मित्रांसह भोजन करण्यात येते. नवकुंभाची प्रतीकात्मक पूजा करतात. आंब्यांचा हंगाम सुरू होतो, त्यामुळे बहुधा आमरसाचे जेवण असते.

ऋतू व कालमानाला अनुसरून सण व उत्सव-

१) गुढी पाडवा-

शालिवाहन शकाच्या वर्षाचा पहिला दिवस — चैत्र शुद्ध प्रतिपदा. या दिवशी घरोघरी गुढ्या उभारून नववर्षाचे स्वागत केले जाते. आयुष्यात सुख-दुःख, चढ-उतार असतात. कडू-गोड प्रसंगही असतात. त्याचे प्रतीक म्हणून कडुनिंबाचा पाला + हिंग + मिरे + मीठ + गूळ + चिंच एकत्र वाटून प्रसाद म्हणून भक्षण करतात. वैद्यकीय व आरोग्याच्या दृष्टिकोनातून लिंबाचा पाला आरोग्यदायी व रोगप्रतिकारशक्ती वाढविणारा आहे. वसंत ऋतू येऊन वृक्षांना नवीन पालवी फुटलेली असते, म्हणून त्या ऋतूचेही स्वागत गुढीला फुलांच्या माळांनी व नवीन पालवीने सजविले जाते. घराघरांत गोडधोड केले जाते.

२) नारळी पौर्णिमा -

पावसाळ्याचा उत्तर काळ सुरू झालेला असतो. नद्या-नाल्यांना भरपूर पाणी वाहत असते. सर्वत्र हिरवेगार, आल्हाददायक वातावरण असते. त्या वेळी जलदेवतेला नारळ अर्पण करून पूजा केली जाते. समुद्र किनारपट्टीवर समुद्राला श्रीफळ म्हणजे नारळ वाहतात. पावसाळ्यात बंद असलेली मासेमारी पुन:श्च सुरू होते. पावसाळ्यामुळे सागरात माशांची वाढही झालेली असते. कोळ्यांचा मुख्य आधार म्हणजे समुद्र, म्हणून त्यांची कृतज्ञतापूर्वक पूजा करून श्रीफळ अर्पण करतात, म्हणून या सणाला नारळी पौर्णिमाही म्हणतात.

या सणाचे दुसरे आगळे-वेगळे वैशिष्ट्य म्हणजे भाऊ बहिणीकडे जाऊन तिच्याकडून राखी बांधून घेतो. कोणत्याही संकटात मी तुझे (बहिणीचे) रक्षण करीन, ही त्यामागची पवित्र भावना असते. त्याचप्रमाणे इतरही स्त्रिया पुरुषवर्गाला राखी बांधून आपापसात भावा-बहिणीचे दृढ नाते निर्माण करतात.

ब्राह्मणवर्ग या दिवशी 'श्रावणी' म्हणून नवीन यज्ञोपवित (जानवे) धारण करतात. त्याचप्रमाणे भिक्षू किंवा पौरोहित्य करणारे भटजी घरोघरी जाऊन यजमानांना राखी बांधतात. ब्राह्मणवर्गाचे म्हणजेच सरस्वतीपुत्रांचे रक्षण करण्याची हमी घेतात.

म्हणून या सणाला दुसरेही नाव आहे. ते म्हणजे 'रक्षाबंधन'.

३) कोजागरी -

आश्विन शुद्ध पौर्णिमा - वर्षा ऋतू संपून शरद ऋतूची चाहूल लागलेली असते. पावसाळा जवळजवळ संपलेला असतो. वातावरणात एक प्रकारचा हवाहवासा वाटणारा मधुर गारवा असतो. रात्री निरभ्र व स्वच्छ असतात. टिपूर चांदणे पडलेले असते. अशा वेळी हा सण येतो. त्या दिवशी आप्त, इष्टमित्र-मैत्रिणींसमवेत चांदण्यांत दूध आटवले जाते. मध्यरात्रीपर्यंत निरनिराळे मनोरंजक खेळ खेळत जागरण केले जाते आणि नंतर ते दूध सर्व मिळून घेतात. या दुधात केशर वगैरे मसाला असतो. हिवाळ्याची चाहूल लागलेली असते. पचनेंद्रियाचे कार्य जोरात सुरू झालेले असते. रक्तसंचयाला, त्याचप्रमाणे शक्तिसंचयाला अनुकूल वातावरण + हवामान असते. त्यामुळे या मसालायुक्त आटवलेल्या दुधाला विशेष अर्थ प्राप्त झालेला आहे. कोजागरी हा शब्द को-जागरती असा आहे. भारतीयांच्या संस्कृतीनुसार त्या रात्री लक्ष्मी वास करीत असते. को-जागरती म्हणजे कोण जागे आहे, असे विचारीत त्याच्यावर ती प्रसन्न होते, असा विश्वास असतो.

४) त्रिपुरारी पौर्णिमा - कार्तिक शुद्ध पौर्णिमा -

पावसाळा संपलेला असतो. नद्या पूर्ण वैभवाने वाहत असतात. पुराणकाळात भारतात निरनिराळ्या देवांच्या भक्तांचे संप्रदाय निर्माण झाले होते. विष्णुभक्त ते वैष्णव, शिवभक्त ते शैव. दोघांचे एकमेकांत पटत नसे. कोण मोठा म्हणून वाद, भांडणे होत. त्यामुळे काही विचारवंत संतांनी हा उत्सव सुरू केला. त्या रात्री चांदण्यांत तीर्थांवर स्नान करून पाण्यात दिवे सोडतात. नंतर देवळात जाऊन हरिहर भेट घडवतात. हरी म्हणजे विष्णू व हर म्हणजे शिव. या दृष्टीने लाक्षणिक अर्थाने प्रतीकात्मक म्हणून विष्णूला प्रिय असलेली तुळस शंकराला वाहतात व शंकराला प्रिय असलेला बेल विष्णूला वाहतात.

अशा रीतीने या दोन सांप्रदायांचे मनोमिलन घडवून आणण्यासाठीच हा सण साजरा केला जातो.

५) मकर संक्रांत -

पृथ्वीच्या वार्षिक भ्रमणामुळे होणारे दक्षिणायन व उत्तरायण होत असते. सूर्य १४ जानेवारीला जास्तीत जास्त उत्तरेकडे कललेला असतो. तो पुन्हा दक्षिणेकडे सरकण्यास सुरुवात होते. म्हणजेच दक्षिणायन सुरू होते. दिवस हळूहळू मोठा होऊ लागतो. या खगीय संक्रमणास मकर संक्रांत येते. गुलाबी थंडीचे वातावरण असते.

एक मात्र गोष्ट निश्चित, की बहुतेक भारतीय सण काही हेतू घेऊन आलेले असतात. या दिवशी आप्तेष्ट-मित्र, वडिलधाऱ्या मंडळींना भेटून प्रेमाचे व आदराचे प्रतीक म्हणून तिळगूळ देऊन गोड बोलण्याचे आवाहन व हमी दिली जाते. आपापसांतील जुने गैरसमज, जुने वैमनस्य दूर होऊन प्रेम व सहकार्यांचे नवीन पर्व सुरू करण्याचा संकेत यामागे आहे. हिवाळ्याचा अंतिम चरण असल्याने तिळासारखे स्निग्ध व गुळासारखे गोड पदार्थ खाऊन उष्मांक वाढवावा व सबळ-सशक्त व्हावे, हा हेतूही त्यामध्ये आहे.

६) वसंतपंचमी - माघ शुद्ध पंचमी.

शिशिर ऋतूच्या अवकळेतून निसर्ग बाहेर पडत असतो. उबदार, परंतु शीतल वातावरणाची सुरुवात होते. वसंतपंचमीचा उत्सव हा निसर्गाचा उत्सव आहे. उत्तर भारतात फार पूर्वीपासून हा उत्सव साजरा केला जातो. त्याचा प्रणयाशीसुद्धा संबंध जोडलेला आहे. पूर्वीच्या संस्कृत नाटकांमध्ये वसंतऋतूचे वर्णन आहे. प्रणयोत्सुक प्रियकर-प्रेयसीचेही वर्णन आहे. त्याचप्रमाणे अशोक वृक्षाचे डोहाळे सुंदर तरुणी लत्ताप्रहाराने पुरवतात व त्यांना बहर येतो, असे सुंदर वर्णन त्यांत सापडते. भगवान श्रीकृष्णानेसुद्धा विभूती योगात 'ऋतुनाम कुसुमाकरः' असे म्हटलेले आहे.

७) होलिकोत्सव- हुताशनी (अग्नी) फाल्गुन शुद्ध पौर्णिमा.

थंडी संपल्याचा संदेश देणारा सण. याचे वैशिष्ट्य म्हणजे आपल्यात जे-जे अमंगल असेल, त्याचप्रमाणे पसरलेला केरकचरा, घाण (प्रतीकात्मक) जाळून टाकून मंगल होणे.

माणूस कितीही संयमाने वागला, तरी त्याच्या मनात भावनांचा कोंडमारा होतोच. त्या भावना मुक्त करण्यासाठी अश्लील घोषणा, बोंब मारण्यासारखी कृती, चेष्टा-मस्करी करून मनोरंजन व व्यायाम होतो. होळीच्या दुसऱ्या दिवशी धूलिवंदन असते. तो होळीतील रक्षेला व भूमातेला वंदन करावयाचा दिवस असतो. या दिवशी धुळवड म्हणजे एकमेकांच्या अंगाला राख व ओली माती फासणे वगैरेंनी हा करदिन साजरा केला जातो. मद्यपान, जुगार, नशा यांसारखे एरवी वर्ज्य ठरविलेले या दिवशी उपभोगायला मोकळीक असते. त्यामुळे तमोगुणी किंवा राजसगुणी माणसांच्या मनातील सुप्त असलेली ही जुगारी व मद्यपीवृत्ती अशा कृत्याने शमते. तिचे विरेचन व्हावे, अशी यामागे कल्पना आणि भावना आहे. नंतर वर्षभर मात्र याकडे बघावयाचे नाही. हा सण रंगपंचमीपर्यंत चालतो.

ज्या घराण्यातील पूर्वजांनी वंशरक्षणासाठी लढाया करून वीरगती प्राप्त करून घेतली असेल, त्यांचे स्मरण व कृतज्ञता गौरव म्हणून वीर नाचविले जातात.

सार्वजनिक व कौटुंबिकरीत्या साजरे होणारे मोठे महोत्सव व सण-

१) गणेशोत्सव- भाद्रपद शुद्ध चतुर्थी ते चतुर्दशी.

हा एकूण १० दिवसांचा दीर्घकाळ चालणारा उत्सव आहे. भाद्रपद शुद्ध चतुर्थीला घरोघरी श्री गणेशाची पार्थिव मूर्ती आणून तिची षोडषोपचारे प्राणप्रतिष्ठा करतात. सुंदर सजावट करून तिची स्थापना करतात. दररोज सकाळ-संध्याकाळ पूजा-अर्चा व आरती असा कार्यक्रम असतो.

अनंत चतुर्दशीला त्या पार्थिव मूर्तीची उत्तरपूजा करून समारंभपूर्वक विसर्जन केले जाते.

गणेशोत्सव घराघरांप्रमाणेच सार्वजनिक उत्सव म्हणूनही साजरा केला जातो. भव्य आरास, निरनिराळे पौराणिक, ऐतिहासिक, सामाजिक, राजकीय देखावे, विद्युत रोषणाई हे त्याचे वैशिष्ट्य असते.

दहा दिवस पूजा-आरतीबरोबरच निरनिराळे कार्यक्रम करण्यात येतात. गायन, नृत्य, नाटके, नकला, जादूचे प्रयोग, त्याचप्रमाणे नामवंत वक्त्यांची भाषणे, कथा, कीर्तन वगैरे कार्यक्रम रोज रात्री असतात. त्यामुळे नवोदित कलाकारांना उत्तेजन व वाव मिळतो. व्याख्याने, कथा-कीर्तनामुळे ज्ञानात भर पडते.

त्याचप्रमाणे या उत्सवात लाखोंची उलाढाल होत असल्यामुळे व्यापार, व्यवसायालाही उत्तेजन मिळते. छोटे-मोठे कलाकार मूर्ती, आरास, सजावट याद्वारे आपले पोट भरू शकतात.

आपण ऋग्वेदातील 'ब्रह्मणस्पती' म्हणजेच गणपती व त्याचे स्वरूप बघितले. गणेशाच्या प्रत्येक अवयवात निरनिराळे वैशिष्ट्य असून ते कशाचे ना कशाचे प्रतीकच आहे.त्याचे मस्तक हत्तीचे आहे. ते महान बुद्धिमत्तेचे प्रतीक आहे. कान सुपासारखे आहेत. म्हणजे सर्वांचे सर्व ऐकावे, परंतु त्यांतले फक्त सारच ग्रहण करून बाकीच्या अर्थ नसलेल्या गोष्टी सुपाने पाखडल्याप्रमाणे उडवून लावाव्यात. बारीक डोळे म्हणजे मानवी जीवनात सूक्ष्म दृष्टी असावी. हत्तीचे नाक म्हणजे सोंड. ती दूरवरून सुगंध हुंगते; त्याप्रमाणे आपल्यामध्ये दूरदर्शीपणा असावा.

त्याला १॥ दंत आहेत. त्यांतील संपूर्ण सुळा श्रद्धेचा व अर्धा बुद्धीचा आहे. जीवनविकासासाठी आत्मश्रद्धा व ईशश्रद्धा पूर्ण असली पाहिजे. बुद्धी थोडी कमी असली तरी चालू शकेल, परंतु श्रद्धा-विश्वास पूर्ण असावा. गणेशाच्या चार हातांपैकी एका हातात अंकुश आहे. तो वासना-विकारांवर संयम सुचवितो. दुसऱ्या हातात पाश आहे, तो जरूर पडल्यास इंद्रियांना शिक्षा करण्याचे प्रतीक आहे. तिसऱ्या हातात मोदक आहे. मोदक म्हणजे, जो मोद देतो, तो. मोदक हे आनंदाचे, संतोषाचे प्रतीक आहे. त्याचप्रमाणे आहार सात्त्विक असावा, असे तो सुचवितो. चौथ्या हाताने तो आशीर्वाद देत आहे. लंबोदर म्हणजे सागराप्रमाणे, स्वत:च्या विशाल उदरात सर्व चांगल्या गोष्टी साठवून ठेवल्या पाहिजेत. पाय लहान आहेत. गणपती बुद्धिमान आहे आणि बुद्धिमान गृहस्थ स्वत: धावण्यास असमर्थ असतो, परंतु तो स्वत:च्या बुद्धीने दुसऱ्यांकडून कामे करवून घेतो. वाहन उंदीर आहे. याचा अर्थ अगदी लहान प्राण्यांनासुद्धा आदराने वागवावे, याचे ते प्रतीक आहे. गणपतीला दुर्वा आवडतात. दुर्वांना तीन अंगे असतात. ती रज, तम, सत्त्व या त्रिगुणांचे प्रतीक आहेत. आपण त्रिगुणांच्या अतित असावे, असे ते सुचवितात. त्याला लाल फूल प्रिय आहे. लाल हा रंग क्रांतीचा सूचक आहे. सद्विचारांची क्रांती असावी. आपण अक्षता वाहतो. अक्षता म्हणजे अ+क्षत, जो तुटलेला नाही, असा अखंड. आपली श्रद्धा अखंड असावी. वक्रतुंड म्हणजे वाम मार्गाने जाणाऱ्याला जो दंड देतो, तो.

गणेशाला गणपती म्हणजे 'गणांचा पती तो गणपती' असे म्हणतात. आपली संपूर्ण इंद्रिये म्हणजे गण (गट) आहे आणि त्याचा पती मन आहे. त्यामुळे कोणतेही कार्य सिद्धीस न्यावयाचे असले, तर हा 'गणपती' (मन) ठिकाणावर असला पाहिजे. म्हणून त्याला प्रथम आवाहन करून, त्याची पूजा करून त्याची स्थापना करावयाची असते.

२) नवरात्र व दसरा - आश्विन शुद्ध प्रतिपदा ते दशमीपर्यंत.

हा पण दहा दिवसांचा उत्सव आहे. प्रतिपदेच्या दिवशी सुमुहूर्तावर घरोघरी आणि देवीच्या मंदिरांत घटस्थापना करतात. म्हणजे एक मातीचा घट आणून त्याला पाना-फुलांनी सजवतात व त्यावर श्रीफळ ठेवतात. ओल्या मातीचे छोटेसे रिंगण करून त्यावर त्याची स्थापना करतात. त्या मातीत गहू पेरतात. रोज त्यावर पाणी शिंपडत असल्याने नऊ दिवसांनी ते चांगले तरारून येतात. यामागील नेमके प्रयोजन वेगळे आहे. ते असे या मातीत, नऊ प्रकारची धान्ये पेरतात. त्या वातावरणात जे धान्य उत्तम उगवून येते, त्याची पेरणी केल्यावर उत्तम उत्पादन मिळेल, असा संकेत त्यातून मिळतो. आपले जमिनीशी, मातीशी, निसर्गाशी घट्ट नाते असावे; याचे हे सर्व प्रतीक आहे. या दिवसांत झेंडूच्या फुलांना विशेष महत्त्व असते. रोज सकाळ-संध्याकाळ देवीची पूजा, आरती होते.

गणेशोत्सवाप्रमाणेच हा उत्सव सार्वजनिकरीत्याही साजरा केला जातो. देवीच्या भव्य मूर्तीची स्थापना, आरास, भव्य देखावे व रोज रात्री गरबा नृत्य वगैरेंनी हे नऊ दिवस मोठ्या धूमधडाक्याने साजरे केले जातात.

दसरा म्हणजे विजया दशमीच्या दिवशी सीमेपार जाऊन सीमोल्लंघन करून देवीचे दर्शन घेतात व दुसऱ्या दिवशी विसर्जन होते.

हे नऊ दिवस शक्तीची उपासना करण्याचे असतात. दुर्गामाता, अंबा, जगदंबा ही देवीची शक्तिरूपे आहेत. कारण कोणतीही नैतिक मूल्ये, ती चांगली आहेत म्हणून टिकत नाहीत; तर त्यांचे अस्तित्व टिकवून ठेवण्यासाठी समर्थ समाज, बलवान माणसे आवश्यक असतात.

महिषासुर नावाच्या राक्षसाशी माता जगदंबेने नऊ रात्री युद्ध करून दहाव्या दिवशी त्याचा वध केला, अशी पौराणिक कथा आहे. ती एक प्रतीकात्मक कथा आहे. महिषासुर म्हणजे आसुरी व वाईट प्रवृत्ती. ती नष्ट करावयाची असेल, तर आपली सुप्त अशी मानसिक शक्ती जागृत करणे आवश्यक असते. या शक्तीची जोपासना या नवरात्रांत करून आपल्यातल्या, आपल्या अंतःकरणातल्या त्याचप्रमाणे समाजातल्या दुष्ट प्रवृत्तींचा नाश करावयाचा आणि त्यांचा नाश झाल्यावर विजय साजरा करण्याचा जो दिवस, तो म्हणजेच विजया दशमी — दसरा.

या दिवशी प्रतीकात्मक सीमोल्लंघन करून, सीमेचे पूजन करून देवीचे दर्शन घ्यावयाचे, त्याचप्रमाणे एकमेकांस भेटून शुभेच्छा द्यावयाच्या, असा रिवाज आहे.

या दिवशी आपट्याची पाने म्हणजे प्रतीकात्मक सोने लुटण्याची, म्हणजे एकमेकांना देण्याची प्रथा आहे. ही पाने सुवर्णमोहरांचे प्रतीक आहे. जे वैभव मिळाले आहे, ते मी एकटाच भोगणार नाही; तर आपण सर्व मिळून भोगू या,

आपण वाटून खाऊ या, असा उदात्त हेतू त्यामागे आहे.

३) दीपोत्सव - दिवाळी - दीपावली - आश्विन वद्य त्रयोदशी ते कार्तिक शुद्ध द्वितीया.

दीपोत्सव म्हणजे प्रकाशाचा, प्रसन्नतेचा, आनंदाचा, उल्हासाचा उत्सव. हा उत्सव केवळ एक उत्सव नाही, तर उत्सवांचे एक संमेलनच असते. सतत व सलग पाच दिवस चालणारा हा उत्सव सर्व भारतीयांना अत्यंत प्रिय असून सर्वांत मोठा उत्सव आहे.

धन त्रयोदशी, नरक चतुर्दशी, दिवाळी, वही व लक्ष्मीपूजन, नववर्षदिन — पाडवा व भाऊबीज. असे विभिन्न सांस्कृतिक विचारधारांचे पाच उत्सव हे अत्यंत आगळे-वेगळे असे वैशिष्ट्य घेऊन आलेले आहेत.

१) धन त्रयोदशी - या दिवशी वित्ताला अनर्थ न मानता जीवन सार्थक करण्याची शक्ती मानून महालक्ष्मीची पूजा करावयाची असते. लक्ष्मी ही एक महान शक्ती आहे. तिचे मातृवत् पूजन करावयाचे आणि वर्षभर ही लक्ष्मी मी चांगल्या मार्गानेच मिळविली आहे व पुढेही चांगल्या मार्गानेच मिळवीन व चांगल्यासाठीच खर्च करीन. स्वतःच्या कुटुंबाबरोबरच समाज, राष्ट्र, दीन-दुबळे यांनाही योग्य वाटा देईन— असा संकल्प करून आपल्याकडे असलेल्या धन-संपत्तीची पूजा करावयाची.

२) नरक चतुर्दशी - आपल्या मनातील नरकसदृश विचारांचा बळी देण्याचा दिवस. आपल्या जीवनात आळस, प्रमाद, अस्वच्छता, अनिष्टता वगैरे असतात. त्या आपणास नरकासमान आयुष्य जगण्यास कारणीभूत ठरतात. त्यांना नरकासुरासारखे मारून आपल्या जीवनात अंतर्बाह्य मंगलता, पवित्रता निर्माण करण्याचा दिवस. या दिवशी पहाटे ब्राह्ममुहूर्तावर उठून अभ्यंग लावून म्हणजे सर्वांगाला तेलाने मालिश करून, सुगंधी उटणे लावून स्नान करतात. त्या दिवशी घरातील सर्व मंडळी एकत्र बसून दिवाळीचा फराळ करतात.

स्त्रीलंपट व स्त्रियांचा कर्दनकाळ असलेल्या नरकासुराचा नाश या दिवशी श्रीकृष्णाने केला. म्हणून त्याच्या नावावरून नरक चतुर्दशी हे नाव पडले, अशी पौराणिक कथा आहे.

३) दिवाळी - आश्विन वद्य अमावस्या - लक्ष्मीपूजन, कुबेरपूजन, वहीपूजन. पाच दिवसांतील मुख्य दिवस. त्या दिवशी घरात, घराबाहेर पणत्या लावून दीपोत्सव साजरा करतात. घरांना नवीन रंग देतात. रांगोळ्या काढून अंगण सुशोभित केले जाते. त्या दिवशी व्यापारी नवीन वह्यांची पूजा करतात.

त्या दिवशी संपूर्ण वर्षाचा आढावा घेण्यात येतो.

'तमसो मा ज्योतिर्गमय' हा या दीपोत्सवाचा खरा संदेश आहे. मला अंधारातून दिव्य तेजाकडे ने, अज्ञानरूपी अंधारात ज्ञानाचा प्रकाश उजळू दे. घरात, बाहेर दिवे पेटवतो; परंतु ज्ञानाचा, भक्तीचा, श्रद्धेचा दिवा हा हृदयात, अंत:करणात पेटवावयाचा, हाच खरा उद्देश आहे.

४) बली प्रतिपदा- कार्तिक शुद्ध, प्रतिपदा- पाडवा. व्यापारी नववर्षदिन. या दिवशी दिवाळीच्या दिवशी पूजन केलेल्या वह्यांचे घरच्या गृहिणींकडून पुन:पूजन केले जाते. त्या दिवशी कुटुंबप्रमुख घरातल्या लहान-मोठ्या स्त्रियांना ओवाळणी, भेटवस्तू वगैरे देऊन त्यांचा गौरव करतो. खऱ्या अर्थाने हा सरस्वती पूजनाचाच दिवस असतो. त्या दिवसापासून व्यापारी नववर्षाचा जमाखर्च नवीन वह्यांत लिहिण्यास सुरुवात करतात. (सध्या व्यापारी वर्ष हे सरकारी नियमांनुसार एप्रिल ते मार्च असे धरले जाते. त्यामुळे व्यापारी नवीन वह्यांची फक्त पूजा करून ठेवतात.)

५) भाऊबीज - कार्तिक शुद्ध द्वितीया. बहीण-भावाच्या अतूट प्रेमाचा दिवस. या दिवशी बहिणीच्या घरी भाऊ जातो. बहीण त्याला प्रेमाने ओवाळते. त्याचे आयुष्य वाढावे व तो सदैव आपल्या पाठीशी राहावा, अशी बीजेच्या चंद्रकोरीजवळ प्रार्थना करते. भाऊ बहिणीला ओवाळणी, भेटवस्तू देतो.

दीपावली हा सर्वांत मोठा व महत्त्वाचा सण मानला जातो. लहान मुले तर याची वर्षभर वाट पाहत असतात. फराळाचे निरनिराळे पदार्थ (चकली, करंजी, शंकरपाळे, लाडू, कडबोळी — हे दिवाळीचे खास पदार्थ म्हणून गणले जातात.) नवीन कपडे, आकाशकंदील, फटाके ही दिवाळीची प्रमुख वैशिष्ट्ये आहेत.

पौर्णिमांचे माहात्म्य-

भारतीय पंचांगाप्रमाणे दर महिन्याला पौर्णिमा येते. प्रत्येक पौर्णिमेला निरनिराळी नावे असून प्रत्येकीचे निरनिराळे वैशिष्ट्य आहे आणि त्या कोणत्या ना कोणत्या कथांशी निगडित आहेत.

पौर्णिमा म्हणजे पूर्ण ज्ञानानंदाचे प्रतीकच.

ज्ञान संपादन करण्यासाठी तप, स्वाध्याय, संवाद, मौन, गुरुकृपा, उपवास, म्हणजे ईश्वराचे सान्निध्य (एकादशी), आत्मचिंतन वगैरे आवश्यक असते.

प्रतिपदेपासून हे सर्व क्रमाक्रमाने रोज आचरावयाचे आणि शेवटच्या दिवशी ज्ञानाच्या संपूर्णत्वाचा आनंद लुटावयाचा, तो दिवस म्हणजे 'पौर्णिमा'.

गुरुवर्य प्रा. यशवंत पाठक सांगतात — पाच ज्ञानेंद्रिये + पाच कर्मेंद्रिये + त्रिगुण + मन + बुद्धी = १५. असे १५ घटक एकत्रित करून जो संपूर्ण अनुभव येतो, त्याला पौर्णिमा म्हणतात.

प्रत्येक पौर्णिमा निरनिराळी वैशिष्ट्ये घेऊनच येते.

१) चैत्र पौर्णिमा - ज्ञान + बल + शील + निष्ठा + भक्ती यांचा आदर्श शिकविणारी हनुमान जयंती.

२) वैशाख पौर्णिमा - संपूर्ण विश्वाला करुणा आणि सत्य ज्ञानाची ओळख करून देणाऱ्या वीतरागी भगवान गौतम बुद्धांची बुद्ध पौर्णिमा.

३) ज्येष्ठ पौर्णिमा - वटपौर्णिमा म्हणजे ज्ञानाची पौर्णिमा. वड म्हणजेच ज्ञान, वृद्ध, आप्त. वटवृक्षाचे माहात्म्य सांगणारी पौर्णिमा. या वृक्षाखाली बसूनच भगवान बुद्धांनी ज्ञानप्राप्ती मिळावली, त्याचप्रमाणे या जीवनाचे रहस्यही. प्रत्यक्ष यमराजाकडून आपल्या पतीचे — सत्यवानाचे प्राण परत आणणाऱ्या सावित्रीची पौर्णिमा. ज्ञानाचे अंतिम मूल्य कोणते? आत्म्यातील चैतन्य कोठून येते? आणि विश्वाचा व आत्मनचा संबंध कोणता? वगैरे ज्ञान प्राप्त करण्याची 'वटसावित्री पौर्णिमा'

४) आषाढ पौर्णिमा - ज्या सद्‌गुरूने आपणाला ज्ञान प्राप्त करून दिले; त्यांची पूजा, त्यांचे स्मरण करण्याची गुरू पौर्णिमा. गुरू-शिष्य परंपरेची सुरुवात ज्यांच्यापासून झाली, त्यांचे पूजन करण्याची 'व्यास पौर्णिमा'.

५) श्रावण पौर्णिमा - बहीण-भावाच्या अतूट नात्याच्या बंधनाची आठवण करून देणारी 'राखी पौर्णिमा'. त्याचप्रमाणे आपल्या कर्माचे श्रीफळ समुद्राला — म्हणजेच जनसागराला समर्पित करण्याची 'नारळी पौर्णिमा'.

६) भाद्रपद पौर्णिमा - कुमारी कन्यकांच्या निरागस बालमनाला सुखविणारी, भावी संसाराची सुखस्वप्ने व इतर गोष्टी, भोंडला किंवा भुलाबाईच्या स्वरूपात पाहणारी व एक महिना, कृत्रिम का होईना, एका वेगळ्या भावविश्वाची सुरुवात करण्याची पौर्णिमा.

७) आश्विन पौर्णिमा - नऊ प्रकाराचे अज्ञान असते, ते नऊ दिवस व नवरात्रीत घालवून, बलोपासनेस सुरुवात करून ज्ञानानंदाचे टिपूर चांदणे असलेली 'कोजागरी पौर्णिमा'.

८) कार्तिक पौर्णिमा - हरी आणि हराची यांची भेट घडवून आणणारी पौर्णिमा. हरी म्हणजे जीवन (स्थिती) व हर म्हणजे अंत (लय) या दोन्ही घटना अटळ आहेत, ते सांगणारी पौर्णिमा. एके दिवशी आपणासही मृत्यूला भेट द्यावी लागणार आहे, हे सांगणारी व त्यासाठी — त्रिगुण सत्त्व, रज, तम यांच्या स्वरूपाची ओळख करून आत्मज्ञानाकडून आत्मसाक्षात्काराकडे नेणारी 'त्रिपुरारी पौर्णिमा'.

९) मार्गशीर्ष पौर्णमा - दत्त जयंती. ज्ञान + ध्यान + मान हे जीवनाचे त्रिसूत्र असते; त्याचप्रमाणे जन्म + जीवन + मृत्यू याविषयी सांगणारी 'दत्त पौर्णिमा'.

१०) पौष पौर्णिमा - शाकंभरी देवीच्या पराक्रमाची महती सांगणारी

'पौषी पौर्णिमा'.

११) माघ पौर्णिमा - दांडी पौर्णिमा - खंडेरायाची म्हणजेच पशुपालकाची आठवण करून देणारी दांडी पौर्णिमा. लहान पशू (बकरी, मेंढ्या) असो, की मोठा पशू (गाय) असो; त्यांचे पालन करावे, हे सांगणारी 'दांडी पौर्णिमा'.

१२) फाल्गुन पौर्णिमा - म्हणजेच आपल्या मनात खोलवर रुजलेल्या अशुभ गोष्टींचा नाश करणारी, 'हुताशनी पौर्णिमा'. अंत:करणात असलेल्या इतरांविषयींच्या कुभावना मुक्तपणे ओकून टाकून (शिमगा) मन निर्मळ व पवित्र करणारी 'होळी पौर्णिमा'.

यापुढे आपण भारतातच होणाऱ्या इतर धर्मीयांच्या सणोत्सवांची थोडक्यात ओळख करून घेऊ.

जैन व बौद्ध -

जैन व बौद्ध समाज हा भारतात प्राचीन काळापासूनच स्थित आहे. त्यांचे आचार-विचार, संस्कार हे सर्व हिंदू संस्कृतीशीच बऱ्याच प्रमाणात मिळतेजुळते आहेत.

आपण आतापर्यंतचे जे सण व उत्सव बघितले, त्यांतील बरेचसे सणोत्सव जैन व बौद्धही साजरे करतात.

परंतु जैनांमध्ये अध्यात्म, केवळ ज्ञानप्राप्ती व आत्मविकास याला विशेष महत्त्व आहे. त्यामुळे जैन हे वर्षभर निरनिराळी व्रते, अनुष्ठाने आचारीत असतात.

त्यांचा महिना कृष्ण (वद्य) पक्षापासून सुरू होतो.

१) **चैत्र व।। नवमी -** प्रथम तीर्थंकर वृषभनाथांचा जन्मदिवस. या दिवशी वृषभनाथांच्या प्रतिमेला मिरवणुकीने प्रतीकात्मक असलेल्या मेरू पर्वतावर घेऊन जातात व प्रतिस्वरूपच असलेल्या क्षीरसागराचा त्या प्रतिमेला अभिषेक करतात. वृषभनाथांनी उदरपूर्तीसाठी म्हणजे पोट भरण्यासाठी षट् कर्मांचा आदेश दिला, ती षटकर्मे अशी — 'असि, मसि, कृषी, विद्या, वाणिज्य व शिल्प.'

२) **चैत्र शु।। त्रयोदशी -** शेवटचे, चोविसावे तीर्थंकर महावीर यांचा जन्मदिवस. प्रात:फेरी, पालखी मिरवणूक, वक्तृत्व, व्याख्याने वगैरे कार्यक्रमांनी हा दिवस साजरा केला जातो.

३) **वैशाख शुद्ध तृतीया -** वृषभनाथांचा दीक्षा दिवस. या दिवसापासून दान तीर्थ सुरू झाले.

४) वैशाख व।। पंचमी - कृष्णपंचमी व्रत.

५) ज्येष्ठ व।। पंचमी - श्रुत पंचमी - हा दिवस म्हणजे सर्व धार्मिक, शास्त्रग्रंथांचा सुरक्षा दिवस. ग्रंथांना ऊन दाखवून, नवीन वेष्टण घालून, पूजा करावयाची

व वर्षभर त्याप्रमाणे आचरण ठेवायचे.

६) **आषाढ शु।। अष्टमी ते पौर्णिमा -** आठ दिवसांचे अष्टान्हिका व्रत. उपवास, पूजा, रसांचा त्याग यापासून रविवार व्रत सुरू होते. ९ ते १० रविवार. (रस म्हणजे - दूध, तूप, साखर, मीठ, तेल, दही).

७) **आषाढ शुद्ध चतुर्दशी -** चातुर्मास प्रारंभ - या दिवसापासून चार महिने मुनी, त्यागी, अर्जिका वगैरे ज्या गावात मुक्कामास असतील, त्या गावातच चार महिने वास करतात. त्यांच्यासाठी ठिकठिकाणचे जैनबांधव आपल्या नगरात मुनींनी वास करावा यासाठी प्रयत्नशील असतात.

८) **श्रावण वद्य प्रतिपदा -** या दिवशी भगवान महावीरांना ज्ञान प्राप्त झाले व त्या दिवशी त्यांचे प्रथम प्रवचन झाले.

९) **श्रावण शुद्ध सप्तमी -** मोक्ष सप्तमी.

१०) **श्रावण शुद्ध दशमी -** अक्षय फल दशमी - सुहाग दशमी. या दिवशी सवाष्णी निर्जल उपवास करतात.

११) **भाद्रपद वद्य षष्टी -** चंदन षष्टी - निर्जल उपवास.

१२) **भाद्रपद शुद्ध बीज -** आचार्य शांतिसागर महाराजांचा समाधिदिन.

१३) **भाद्रपद शुद्ध तृतीया -** त्रिलोक तीन व्रत - २४ तीर्थंकर म्हणून २४ वर्षे हे व्रत केले जाते.

१४) **पर्युषण पर्व -** जैनांमधील सर्वांत महत्त्वाचे पर्व.

भाद्रपद शुद्ध पंचमी ते अनंत चतुर्दशीपर्यंत. पहिल्या व शेवटच्या दिवशी सर्व लहान-थोर उपवास करतात. पहिले पाच दिवस पंचमेरू पुष्पांजली व्रतही असते.

या दहा दिवसांत एकेका धर्मतत्त्वाची पूजा, आचरण आणि विवरण असते.

(१) प्रथम - उत्तम क्षमा - क्षमाशील असावे.

(२) द्वितीय - उत्तम मार्दव - गर्व न करणे.

(३) तृतीय - उत्तम आर्जव - कपट न करणे, निर्दोष सप्तमी व्रत.

(४) चतुर्थ - उत्तम शौच - लोभ न धरणे.

(५) पंचम् - उत्तम सत्य - खोटे न बोलणे - पंचमेरू व्रत पूर्ण.

(६) षष्टम् - उत्तम संयम - इंद्रिये व मन ताब्यात ठेवणे- सुगंध दशमी.

(७) सप्तम् - उत्तम तप - १२ प्रकारचे तप करून मन वश करणे. इंद्रियनिग्रह व चार दिवसांच्या अनंत व्रतास सुरुवात.

(८) अष्टम् - उत्तम त्याग - दोन प्रकार - १) त्याग - कषायांचा व वाईट विचारांचा त्याग. २) दान - स्वकीय संपत्तीचा दुसऱ्याच्या अनुग्रहासाठी सदुपयोग, औषधदान, अभयदान, आहारदान, शास्त्रदान.

(९) नवम् - उत्तम अकिंचन - परिग्रह त्याग. आवश्यकतेपेक्षा जास्त संग्रह न करणे. रत्नत्रयव्रतास सुरुवात- तीन दिवस.

(१०) दशम् - उत्तम ब्रह्मचर्य - परस्त्रियांना त्या वयाने मोठ्या असतील तर माता, समवयस्क असतील तर बहीण, वयाने लहान असतील तर मुली याप्रमाणे त्यांच्याशी व्यवहार. अर्थात जन्मभर ही शिकवण आचरणात आणावयाची असते. ह्या अत्यंत पवित्र पर्युषण पर्वात ज्याला जमेल तितके दिवस उपवास त्याने करावेत. अकराव्या दिवशी सांगता व क्षमापना. सर्वांकडून क्षमा मागावयाची व करावयाची.

१५) आश्विन शुद्ध प्रतिपदा - घटस्थापना - देवी पद्मावतीची स्थापना.

१६) धन त्रयोदशी - भगवान महावीरांचा अंतिम उपदेश म्हणून धन्य तेरस. (धनाची पूजा)

१७) दीपावली - चातुर्मास समापन- भगवान महावीरांचा निर्वाण दिवस. सकाळी ते मोक्षास गेले, म्हणून प्रतीकात्मक लाडू अर्पण करून निर्वाण उत्सव साजरा करतात. संध्याकाळी त्यांचे मुख्य शिष्य (गतधर) गौतम यांना केवळ ज्ञानाची प्राप्ती झाली म्हणून ज्ञानाचे प्रतीक असलेला दीप, त्याचा दीपोत्सव.

१८) कार्तिक शुद्ध अष्टमी ते पौर्णिमा - अष्टान्हिका पर्व- आठ दिवस.

१९) मार्गशीर्ष शुद्ध दशमी - भगवान महावीरांचा दीक्षादिन.

२०) पौष वद्य एकादशी - २३ वे तीर्थंकर भगवान पार्श्वनाथांचा जन्मदिवस.

२१) माघ वद्य चतुर्दशी - तीर्थंकर आदिनाथांना निर्वाणप्राप्ती.

२२) फाल्गुन शुद्ध अष्टमी ते पौर्णिमा - अष्टान्हिका पर्व.

जैन धर्मांतील सणोत्सवांचा विचार केला; तर देहकष्ट, देह व संसाराविषयी अनासक्ती, त्याग व अनेक व्रते, अनुष्ठाने यांच्यावर जास्त भर दिसून येतो.

जैन मंदिरे आणि धर्म -

भारतात अनेक जैन मंदिरे आहेत. जैन समाजात काही मंडळी मंदिरमार्गी, तर काही स्थानकवासी असतात. स्थानके ही साधकांची स्थाने होत. तेथे मूर्ती नसतात, परंतु साधना सुरू असते.

जैन समाजात श्रद्धास्थानांची विविधता आढळते; पण अहिंसा, अनेकान्त, अपरिग्रह व पंचमरमेष्टीचे स्मरण या गोष्टी समानतेने स्वीकारल्या जातात.

सर्व मंदिरे व साधनास्थाने स्वच्छ, प्रसन्न असतात. कोठेही ओंगळपणा किंवा भोंगळपणा आढळत नाही. हा समाज व्यापार, उद्योग किंवा शेती करणारा

दिसतो. 'काम' हाच त्यांचा 'राम' असतो.

जैन धर्मात दार्शनिकांचे तात्त्विक मतभेद आहेत. ते ग्रंथबद्ध आहेत, पण या विचार-भेदाचा उद्रेक कुठेही घडत नाही.

'जगा आणि जगू द्या' या वर्तनसूत्रावर सर्वांची श्रद्धा आहे. तपाच्या बळावर प्रत्येक जीव देव होऊ शकतो— 'नराचा नारायण'.

बौद्ध-

बौद्ध धर्म हा गौतम बुद्धांपासून अस्तित्वात आला. त्याचे संस्थापक 'भगवान गौतम बुद्ध' हे आहेत. याचा प्रसार भारताशिवाय पौर्वात्य देशांत पार जपानपर्यंत झालेला आहे. श्रीलंका, तिबेट, ब्रह्मदेश (म्यानमार), विषुववृत्तीय बेटे, चीन, मंगोलिया, जपान, कोरिया वगैरे.

भारतातील इतर सणांबरोबर बौद्ध समाजही ते सण साजरे करतातच, परंतु वैशाख पौर्णिमा म्हणजे बुद्ध पौर्णिमा हा दिवस विशेष रीतीने साजरा करतात. त्या दिवशी क्षीरदानाला विशेष महत्त्व असते. त्याचप्रमाणे डॉ. बाबासाहेब आंबेडकर यांची जयंती, पुण्यतिथी व धम्म परिवर्तनदिन (१४ ऑक्टो.) हेही साजरे केले जातात. त्याचप्रमाणे दर पौर्णिमेस बुद्धविहारात क्षीरदान केले जाते.

पारशी-

एकूण तीन उत्सव आहेत.

१) पतेती- नवरोज- नववर्ष दिन. पारशी कॅलेंडरप्रमाणे साधारण ऑगस्ट महिन्यात येतो. त्यांचे प्रार्थनास्थळ अग्यारी. यामध्ये पूजा-प्रार्थना वगैरे स्वरूपात साजरा करतात.

पारशी हे अग्निपूजक असल्याने प्रत्येक अग्यारीत अग्निकुंड सतत तेवत असते. चंदनाच्या लाकडाच्या आहुती त्यांत दिल्या जातात.

२) जमशेटजी नवरोज (HARVEST FESTIVAL)- पीक कापणीचासुद्धा हा महोत्सव आहे. पूर्वी तो इराणमध्ये साजरा केला जात असे; आता तो ज्या-ज्या ठिकाणी पारशी समाज आहे, तेथे तेथे प्रतीकात्मक रीतीने साजरा केला जातो. हा दिवस २२ मार्च रोजी येतो. त्या वेळी सूर्य हा विषुववृत्त ओलांडतो. त्यामुळे सर्वत्र दिवस व रात्र समसमान असतात.

३) खोर्दाद साल - पारशी समाजाचे मूळ पूर्वज झरतुष्ट्र यांचा जन्मदिवस. झोरोष्ट्री म्हणूनही तो ओळखला जातो.

ख्रिश्चन-

१) ख्रिसमस - नाताळ - २५ डिसेंबर - प्रभू येशूचा जन्मदिवस.

ख्रिश्चनांचा सर्वांत प्रमुख सण. दिवाळीसारखाच उत्सव साधारण ८ दिवस असतो. चर्चवर, घराघरांवर, रस्तोरस्ती रोषणाई केली जाते. निरनिराळ्या आकारांचे आकाशकंदील लावण्यात येतात. घरोघरी शांततेचे, शांतीचे व धार्मिकतेचे प्रतीक म्हणून ख्रिसमस-ट्रीचे रोप आणून किंवा कृत्रिम झाड तयार करून सजविले जाते. घरातील कुटुंबीय व अन्य नातलग एकमेकांना भेटवस्तू म्हणून काहीना काही देतात. त्या भेटवस्तू त्या ख्रिसमस ट्रीला टांगून ठेवतात. त्यांत गुप्तता पाळण्यात येते. कुटुंबातील सदस्यांना एकमेकांविषयी जिव्हाळा, आपुलकी निर्माण व्हावी, हा पण एक उद्देश त्यामागे असतो. लहान मुलांच्या दृष्टिकोनातून तर हा सण विशेष आनंदाचा असतो. त्या रात्री 'नाताळबाबा' (सांताक्लॉज) हा गुपचूप येऊन लहान मुलांनी इच्छा केलेल्या वस्तू त्यांना भेट म्हणून देतो, अशी कल्पना आहे. (अर्थात, वडिलधारी माणसेच लहान मुलांना त्या नावाने भेट देतात.)

सार्वजनिक ठिकाणी ख्रिसमस ईव्ह साजरी करतात. त्याचप्रमाणे ख्रिसमस केक हे एक वैशिष्ट्य असते.

नूतन कपडे परिधान करून आबालवृद्ध चर्चमध्ये जाऊन २५ डिसेंबरला प्रार्थना करतात. पाद्री (धर्मगुरू) सर्वांना आशीर्वाद देतो.

पुढे ३१ डिसेंबर हा वर्षाचा शेवटचा दिवस येतो. त्या रात्री निरनिराळे खेळ, करमणुकीचे कार्यक्रम, मेजवानी, पेय वगैरेत रात्री १२ पर्यंत मजेत वेळ घालवितात. रात्री १२ वाजता नववर्षाचे चर्चवरील घंटानादाने व सर्वांच्या जल्लोषात स्वागत केले जाते.

पार्श्वभूमिका-

बायबलच्या 'जुना करार' (Old Statement) मध्ये या सणाचा उल्लेख सापडत नाही.

ख्रिस्तपूर्वी ग्रीक व रोमन नागरिक राज्यकर्त्यांची जयंती म्हणून हा सण साजरा करीत.

पुढे इ. स. ३३६ मध्ये २५ डिसेंबर हा येशू ख्रिस्ताचा जन्मदिवस मानला जाऊ लागला. तेव्हापासून संपूर्ण जगात ख्रिसमस (नाताळ) हा सण साजरा होऊ लागला.

२) इस्टर - प्रत्येक वर्षाच्या फेब्रुवारी महिन्याच्या शेवटच्या बुधवारपासून ४० दिवस ख्रिस्ती समाजात 'प्रायश्चित्त काळ' म्हणून पाळला जातो.

या बुधवारी प्रत्येक ख्रिस्ती भाविक चर्चमध्ये प्रार्थनेला जातात. त्या ठिकाणी त्यांच्या कपाळाला धर्मगुरू राख किंवा भस्म लावतात. ते लावताना धर्मगुरू मंत्र म्हणतात, 'माणसा, आठवण ठेव, की तू माती आहेस आणि शेवटी तू मातीला मिळणार आहेस.'

परमेश्वराने मातीचा बाहुला निर्माण केला व त्यात 'अविनाशी आत्मा' भरला. मनुष्य मरण पावतो तेव्हा आत्मा देवाकडे जातो आणि देहाची माती होते, अशी बायबलमध्ये कथा आहे.

त्याची आठवण या दिवशी केली जाते, म्हणून याला 'राखेचा बुधवार' म्हणतात.

नश्वरतेचे आणि क्षणभंगुरतेचे ध्यान आपण सतत बाळगावे, या उद्देशाने हा विधी केला जातो.

देहाचा मृत्यू होतो व तो नश्वर देह नष्ट झाला तरी हा आत्मा अमर आहे.

हिंदू धर्मातील पुनर्जन्म किंवा ख्रिस्ती धर्मातील पुनरुत्थान या संकल्पनांद्वारे आत्म्याचे अमरत्व सिद्ध होत असते.

चाळिसावा दिवस 'इस्टर' असतो. एप्रिल महिन्याचा दुसरा शुक्रवार हा 'गुड फ्रायडे' म्हणून मानला जातो. त्या दिवसापासून तीन दिवस इस्टर साजरा केला जातो. रविवार हा दिवस 'इस्टर डे' म्हणून गणला जातो.

३) एप्रिल फूल -

एक एप्रिल. ख्याली-खुशालीचा दिवस. गंमत म्हणून एकमेकांना 'बनविण्याचा' दिवस.

शीख-

शीख या शब्दाचा अर्थ पंजाबी भाषेत आहे 'शिष्य'. शिष्य म्हणजे अनुयायी. आणि हे अनुयायी आहेत, शिखांचे प्रमुख दहा गुरू आहेत त्यांचे. हे गुरू ईश्वराशी बांधील असून त्यांचा 'गुरू ग्रंथसाहिब' हा प्रमुख धर्मग्रंथ आहे. सर्व शीख समाज हा 'गुरू ग्रंथसाहिब' यांच्या वचनाला, पर्यायाने ईश्वराला बांधील आहे.

ईश्वर हा एकच आहे, अशी त्यांची श्रद्धा आहे.

'गुरूवाक्य प्रमाणम्' हे त्यांचे ब्रीदवाक्य आहे.

हिंदू व जैनांप्रमाणेच त्यांची देवालये सर्वत्र आहेत; त्यांत कोणत्याही देवाची मूर्ती नसून 'गुरू ग्रंथसाहेब' हा पवित्र धर्मग्रंथ असतो.

त्यांच्या देवालयाला 'गुरुद्वारा' म्हणतात. बहुतेक गुरुद्वारांमध्ये यात्रेकरूंसाठी मोफत निवासव्यवस्था व भोजनव्यवस्था असते. त्याला 'लंगर' म्हणतात.

त्यांचे सर्व उत्सव हे त्यांच्या दहा गुरूंच्या जयंती व पुण्यतिथी यांच्याशीच संबंधित आहेत.

प्रमुख उत्सव म्हणजे 'गुरू नानक जयंती'

गुरू नानक हा त्यांचा मूळ संस्थापक आहे.

महत्त्वाचे सण-

बैसाखी किंवा वैशाखी.

३० मार्च १६९९ मध्ये गुरू गोविंदसिंगसाहिब यांनी पहिली मोठी सभा बोलावली होती. त्या दिवशी हजारो शीख बांधवांनी धर्मरक्षणाची शपथ घेतली. तेव्हापासून हा वैशाखी उत्सव तीन दिवस साजरा केला जातो.

- ०० प्रमुख दहा गुरूंचे जन्मदिवस व जयंती उत्सव ०० -

(१) गुरू नानकसाहिब - (१४६९ ते १५३९) जन्मदिवस २० ऑक्टोबर.

(२) गुरू आनंद देव - (१५०४ ते १५५२) जन्मदिवस ३१ मार्च.

(३) गुरू अमरदास - (१४७९ ते १५७४) जन्मदिवस ५ मे.

(४) गुरू रामदास - (१५३४ ते १५८१) जन्मदिवस-

(५) गुरू अर्जुनदेव (१५६३ ते १६०६) जन्मदिवस १५ एप्रिल.

(६) गुरू हरगोविंदसिंग (१५९५ ते १६४४) जन्मदिवस १४ जून.

(७) गुरू हरराय (१६३० ते १६६१) जन्मदिवस २६ फेब्रुवारी.

(८) गुरू हरकिसन (१६५६ ते १६६४) जन्मदिवस ७ जुलै.

(९) गुरू तेगबहादूर (१६२१ ते १६७५) जन्मदिवस १ एप्रिल.

(१०) गुरू गोविंदसिंग (१६६६ ते १७०८) जन्मदिवस २२ डिसेंबर.

मुस्लिम-

१) मोहरम - हिजरी सणाचा पहिला महिना.

मोहंमद पैगंबराचे शिष्य हसन हुसेन यांच्या बलिदानाचा दिवस मोहरम म्हणून साजरा केला जातो.

प्रतीकात्मक म्हणून ताबूत व सवारी यांची सवाद्य मिरवणूक काढतात. ताबूत अनेक प्रकारे सजविले जातात. गावातील प्रत्येक कबरीजवळ जाऊन ताबूत व ती कबर यांचे प्रतीकात्मक दर्शन घडवितात.

त्या काळात मशिदींवर रोषणाई केली जाते.

२) **बकरी ईद** - बलिदानाची आठवण म्हणून बळी (बकरी) देतात.

३) **ईद मिलाद** - मोहंमद पैगंबरांचा जन्मदिवस. मिरवणूक, नमाजपठण वगैरेंनी साजरा केला जातो.

४) **रमजान व रमजान ईद** - हिजरी सणाचा नववा महिना.
हा अत्यंत पवित्र महिना मानला जातो. संपूर्ण महिनाभर मुस्लिमबांधव सूर्योदयापासून सूर्यास्तापर्यंत कडकडीत उपवास करतात. रोज पाच वेळेस मशिदीत जाऊन नमाज पढतात. अल्लाकडे दुवा मागतात. शेवटच्या दिवशी म्हणजे बीजेला चंद्रदर्शन झाले, की रमजान ईद साजरा करण्याचा आदेश त्यांचे धर्मगुरू देतात.

रमजान ईद हा सण दिवाळी, नाताळप्रमाणेच उत्साहात साजरा केला जातो. त्या दिवशी सुगंधी द्रव्यांनी स्नान करून, नूतन वस्त्रे परिधान करून सर्व जण मशिदीत जातात. त्या ठिकाणी किंवा एखाद्या सार्वजनिक पटांगणात सामुदायिक नमाजपठण होते. धर्मगुरू आदेश (फतवा) देतात. अल्लाकडे सुख-शांतीसाठी दुवा मागतात.

त्यानंतर गोरगरिबांना दानधर्म (खैरात) वाटतात. प्रत्येक जण एकमेकाला आलिंगन देऊन शुभेच्छा व्यक्त करतो. (ईद मुबारक)

'खिरखुर्मा' हे त्या दिवसाचे विशेष पक्वान्न होय.

आतापर्यंत आपण भारतात होणारे बहुतेक धर्मीयांचे सण व उत्सव बघितले

◆◆

सिंहावलोकन

आतापर्यंतच्या कालखंडावर एक धावता दृष्टिक्षेप आणि थोडक्यात परामर्श-

माझ्या मते, भारताच्या खऱ्या सांस्कृतिक इतिहासास खरी सुरुवात उपनिषद-काळापासून झाली.

या उपनिषद कालखंडात एक फार मोठे विचारमंथन घडून आले. नवनव्या धार्मिक प्रवृत्तींचा उदय झाला. त्याच काळात जैन व बौद्ध धर्मपंथ उदयास आले.

प्राचीन काळापासून वैदिक धर्माबरोबरच अनेक लौकिक धर्मपंथ भारतात अस्तित्वात आले. हे लौकिक धर्मपंथ वेदपूर्वकाळापासून अस्तित्वात होते व वैदिक धर्माच्या विकासातही त्यांचा प्रभाव दिसून येतो.

त्यांच्या देव-देवता व धार्मिक आचार हे सर्व भिन्न प्रवृत्तींचे होते. वैदिक धर्म जसजसा रुजू लागला तसतसे हे जनजातींचे लौकिक धर्म वैदिक धर्माकडे आकर्षित झाले. त्यांनी वैदिक धर्माच्या श्रद्धा, आचार-विचार यांचा सगळ्याच बाबतीत स्वीकार केला, असे झाले नाही. त्यांनी बऱ्याच बाबी स्वीकारल्या, तरीसुद्धा त्यांनी त्यांचे मूळ आचार-विचार, देव-देवता काही प्रमाणात तशाच ठेवल्या. मात्र, ते वेदांना मानीत असत.

परिणामत: बरेचसे लौकिक धर्म, त्यांच्या देवता व आचार-विचार यांच्यासह एका संघटनेत बांधले गेले. त्यांना एका संघटनेत बांधण्याला कारणीभूत ठरली ती सर्वांची वेदांवर असलेली निष्ठा.

...आणि अशा प्रकारे हिंदू धर्म उदयास आला.

वेदकाळात इंद्र, वरुण, अग्नी इ. देवतांनाच प्राधान्य होते, परंतु पुढे त्यांची जागा शिव, विष्णू यांच्यासारख्या स्थानिक लौकिक देव-देवतांनी घेतली.

उपनिषदकाळात वेदकालीन देवता मागे पडल्या होत्या. अध्यात्मवाद प्रस्थापित झाला होता. त्यानुसार परब्रह्म, परमेश्वर, परमात्मा ही संकल्पना दृढ झालेली होती.

परंतु परब्रह्म हे अव्यक्त असल्यामुळे त्याचे खरे ज्ञान होत नव्हते व सर्वसामान्य या प्रवाहापासून दूर जाऊ लागले होते. म्हणून कदाचित या सगुण, मूर्त देवतांची स्थापना केली गेली असावी आणि डोळ्यांसमोर मूर्त स्वरूपात देवता असल्याशिवाय ध्यान, भक्ती, श्रद्धा वगैरे गोष्टी करता येत नाहीत.

परंतु आता त्या देवतांनाच लोक ईश्वरस्वरूप मानू लागले. त्यांच्याकडे तारक, सखा व उद्धारकर्ता या न्यायाने पाहू लागले. यज्ञविधींची जागा पूजाविधीने घेतली. उपनिषदांचे कर्मठ, कठोर असे अध्यात्म तत्त्वज्ञान मागे पडले. त्याची जागा भक्तिमार्गाने घेतली. तो भावमधुर भक्तिमार्ग लोकप्रिय झाला. या भक्तीतूनच देवपूजा व मूर्तिपूजा उदयास आली.

जुन्या हिंदू विचारप्रणालीत बराच बदल झाला. कर्मसंन्यासापेक्षा कर्मयोगाचा प्रभाव लोकमानसावर विशेषत्वाने पडल्याचे जाणवते. कारण लोकसंग्रह, समाजाचे स्थैर्य, धारण व दृढैक्य हेच धर्माचे एकमेव ध्येय होते.

याच कालखंडात महाभारत, भागवत इ. महाकाव्यांची रचना झाली आणि वेदकालीन किंवा वेदांतील देवतांपेक्षा सामान्य जनतेच्या देवता यांच्याशी संबंध असलेला 'भक्तिमार्ग' हा समाजाच्या अगदी खालच्या स्तरांपर्यंत पोचला. 'भक्तिमार्ग' हा सर्वसामान्यांचा 'वेद'च ठरला.

याच कालखंडात हिंदू धर्मात शैव, वैष्णव इ. पंथ निर्माण झाले.

भगवद्गीता हा हिंदू धर्म व नीती याविषयीचा मूलभूत ग्रंथ मानला, तर स्मृती हे हिंदूचे वैयक्तिक, कौटुंबिक व सामाजिक नियंत्रण करणारे ग्रंथ होत.

पुढे कालानुक्रमे मनुस्मृती विहित वर्णाश्रम धर्म, म्हणजेच हिंदू धर्म असे समीकरण प्रस्थापित झाले.

त्यादरम्यान शुंगांचे राजकीय पतन झाले आणि या कालखंडात यवन, शक, पल्हव, कुशाण इ. जमातींची भारतावर आक्रमणे झाली. या काळात महायान बौद्ध धर्म उदयास आला.

पुढे इसवी सनाच्या चौथ्या व पाचव्या शतकात गुप्तकाळात हिंदू धर्माला पूर्ण विकसित असे स्वरूप प्राप्त झाले.

या गुप्तकाळातच पुराणांची निर्मिती झाली. ते खऱ्या अर्थाने धार्मिक वाङ्मयच म्हणावे लागेल. या पुराणांमुळे त्या काळातील हिंदूंचे आचार-विचार, इतिहास यावर प्रकाश पडतो.

याच काळात ईश्वर हा एकच आहे, असे मानणाऱ्या एकेश्वरवादी असलेल्या विभिन्न धर्मपंथांचा उदय झाला.

यानंतरचा इतिहास म्हणजे निरनिराळ्या हिंदूंमधील धर्मपंथांचा इतिहासच

म्हणावा लागेल.

हिंदू धर्मातील एक अत्यंत महत्त्वाचा पंथ म्हणजे तांत्रिकांचा पंथ होय. याची सुरुवात साधारण वेदपूर्वकाळात झाली असावी; परंतु त्याला नेटके स्वरूप इसवी सनाच्या पाचव्या शतकात प्राप्त झाल्याचे दिसून येते.

या पंथात सर्व वर्णांना व स्त्रियांनाही प्रवेश मिळत होता. त्यांत अत्यंत गुह्य आचार व कडक निर्बंध असल्यामुळे तो अत्यंत गूढ असा धर्मपंथ बनला. याच पंथाचे पुढे शैव, वैष्णव, शाक्त असे तीन प्रमुख पोटभेदही निर्माण झाले.

या गुप्तकाळातच हिंदू धर्माचा खूप विस्तार झाला. त्यातील सर्व पंथांनी परस्परांशी, त्याचप्रमाणे अन्य धर्मांशीसुद्धा सहिष्णुता प्रकट केली. या नवीन विचारांमुळे हिंदू धर्मात चैतन्यच निर्माण झाले. त्याच वेळी संस्कृत भाषा व संस्कृत वाङ्मय यांच्या अभिवृद्धीस मोठीच चालना मिळाली.

हिंदू धर्मात अनेक कीर्तनकार, पुराणिक हे आपल्या पुराणांमधून, कीर्तनांतून हिंदू धर्माचा संदेश देत असत. ते निरनिराळ्या तीर्थयात्रा करीत; त्याचप्रमाणे तीर्थस्थळांना भेटी देत. त्या मिषाने पुराणपठण, कथा-कीर्तने होत. त्यांतूनच हिंदू धर्माचा संदेश देशाच्या दूरवरच्या भागांत पोचत असे. यात या कीर्तनकार व पुराणिकांचा मोठाच वाटा होता. भारताबाहेरही इतर देशांत धर्माचा प्रसार या गुप्तकाळात सुरूच होता. हे हिंदू धर्मप्रसारक पूर्वेकडे व ब्रह्मदेश, यवद्वीप, सुमात्रा वगैरे देशांत; तर पश्चिमेकडे ग्रीस, मिसर इ. देशांतही पोचले होते.

त्याच कालखंडात बौद्ध धर्माचा प्रसारही पूर्वेकडे पार जपानपर्यंत पोचला होता. तिबेट, सिलोन, ब्रह्मदेश (सध्याचा म्यानम्यार), चीन, मंगोलिया, कोरिया, जपानपर्यंत बौद्ध धर्माने चांगलेच हातपाय पसरले. त्याला राजाश्रयही मिळाला.

वेदांत सूत्रांचे प्रमुख भाष्यकार म्हणजे श्रीमद् आद्य शंकराचार्य त्यांनी प्रथम 'अद्वैत' तत्त्वज्ञानावर विचार मांडले.

परंतु अकराव्या शतकातील रामानुजांचे विशिष्ट अद्वैत तत्त्वज्ञानाने त्यांना प्रबळ आवाहन दिले. कारण त्या वेळी भक्तिमार्ग प्रबळ होत चालला होता.

पुढे अठराव्या शतकात पाश्चिमात्य विद्या व नवविचारांचे वारे वाहू लागले. त्याच्या प्रभावाखाली हिंदू समाजातील सुशिक्षितांच्या तीन प्रतिक्रिया होत्या.

हिंदू परंपरा आणि आधुनिक संस्कृती यांच्या संघर्षाच्या प्रतिक्रिया—

१) भारताच्या दैन्यावस्थेचे मूळ कारण म्हणजे पारंपरिक हिंदू धर्म होय. याचा त्याग केला पाहिजे.

२) हिंदू धर्माच्या श्रद्धा व आचार यांचे परीक्षण झालेच पाहिजे. या परीक्षणवादींचा असा दृढ विश्वास होता, की पारंपरिक हिंदू धर्म नष्ट होऊ शकणार

नाही. पाश्चात्त्यांच्या अवनतीकडे नेणाऱ्या भौतिकवादाला यशस्वी प्रतिकार करण्यास हिंदूंची आध्यात्मिका (अध्यात्म तत्त्वज्ञान) समर्थ आहे.

३) कोणत्याही युगातील प्रचोदनाला म्हणजे ज्ञानमार्गाला हिंदू धर्म योग्य प्रतिसाद देऊ शकतो. याचे प्रत्यय आतापर्यंत आलेलेच आहेत आणि या दृढ प्रत्ययांतून ही वृत्ती उगम पावली आहे. हिंदू धर्माच्या मूलभूत प्रकृतीला धक्का न लावता नवीन विचार स्वीकारले पाहिजेत आणि त्यांची योग्य सांगड घालून एक अभिनव आविष्कार केला पाहिजे. तसा तो करणे शक्य आहे; परंतु हा पाश्चात्त्य विद्येचा प्रभाव हिंदू समाजांतील अत्यंत अल्प अशा सुशिक्षित लोकांपुरताच मर्यादित होता.

यातूनच आस्तिक व नास्तिक असणारे दोन विचार प्रचलित झाले. समस्त विश्वव्यापारामागे कोणीतरी नियंता आहे व तो ईश्वर आहे. विश्वाचा कर्ता, धर्ता, आणि संहर्ता तोच असून चैतन्य किंवा ज्ञान हे त्याचे वैशिष्ट्य आहे, हा झाला आस्तिक विचार.

दुसरा नास्तिक विचार— ईश्वराचे अस्तित्व मान्य नाही. नियंता वगैरे कुणीही नाही. जे आहे, ते तसेच होते, तसेच आहे व तसेच राहणार.

त्यामुळे पहिला विचार मानणाऱ्यांना आस्तिक व तो विचार न मानणाऱ्यांना नास्तिक अशी संज्ञा पडली.

वेद, वेदांगे, पुराणे व तद्नुकूल संप्रदाय हे ज्यास मान्य आहेत व जे जन्माने हिंदू आहेत, त्यास 'दीक्षा हिंदू' म्हणतात.

ज्याला हे मान्य नाही, परंतु हिंदूच्या पोटी जन्माला आला; त्याला 'जन्मार्थ' म्हणजे 'जन्महिंदू' म्हणतात.

हिंदू धर्माविषयी थोडक्यात —

धर्म ईश्वरनिर्मित असल्याने त्याला 'ईश्वरी धर्म' म्हणतात. यालाच मानव धर्म म्हटले जाते. परंतु या ईश्वरधर्म संकल्पनेत फक्त मानवाचाच विचार न करता, सर्व विश्वाचा विचार केलेला आहे.

अनादि कालापूर्वी ईश्वराने सृष्टीची निर्मिती केली, तेव्हाच धर्माचीही निर्मिती केली. बाकीचे सर्व पोटधर्म-पंथ त्यानंतर निर्माण झाले.

साखरेचा गुणधर्म गोडी हा आहे, तिची गोडी दूर करता येत नाही. जसे साखरेचे व गोडीचे नाते आहे, त्याचप्रमाणे ईश्वराचे व धर्माचे नाते आहे. ईश्वर हा धर्मी आहे, त्याच्या गुणधर्मालाच 'धर्म' म्हणतात.

'धर्मो नारायण स्मृतः। धर्मो नारायणो हरी'॥

धर्म म्हणजेच नारायण; ईश्वर.

ईश्वराचे धर्म निरनिराळे असू शकत नाहीत, म्हणून धर्म एकच असतो. धर्माचा इतिहास हा ईश्वरशोधाचा इतिहास आहे. धर्म हा शास्त्र-निष्पन्न आहे. म्हणजेच धर्म हे एक शास्त्रच आहे, तर ईश्वर म्हणजेच ब्रह्म. हे शास्त्राला प्रकाश देणारे आहेत.

◆◆

भारतीय संस्कृतीतील अध्यात्म व विज्ञान

प्रथम आपण विज्ञान म्हणजे काय, ते बघू.

प्रयोगाने जी प्रमेये किंवा सिद्धांत सिद्ध केले जातात, त्याला विज्ञान म्हणतात.

त्याचप्रमाणे मानवाच्या, समाजाच्या वैयक्तिक किंवा एकत्रित आचरणातून आरोग्यदृष्ट्या, त्याचप्रमाणे निसर्गदृष्ट्या फायदा होत असला व त्याला काही नियम, आचारण हे कारणीभूत होऊ शकते; तेही एक प्रकारे विज्ञानच होय. कारण माणसाच्या गरजा भागविणे. त्याला आरोग्यदृष्ट्या, मानसिकदृष्ट्या सुदृढ करणे आणि त्यासाठी कसे वागावे याचे आचरणाचे नियम म्हणजेसुद्धा विज्ञानच.

मानवाच्या, निसर्गाच्या विकासासाठी जे-जे करावे लागते, तेही विज्ञानच. आपण सुरुवातीलाच प्राचीन भारतीयांना विज्ञान माहीत होते काय, याविषयी बरेच विवेचन केलेले आहे.

आधुनिक युगाचा विचार केला, तर विज्ञान गरुडभराऱ्या घेत आहे, यात शंकाच नाही.

आधुनिक मानव भूगर्भापासून खगोलापर्यंत अभ्यास करीत आहे. त्याने निरनिराळी भौतिक, ऐहिक सुखोपभोगाची साधने निर्माण केलेली आहेत. तो सौरमंडळाच्याही बाहेर जाऊन या अनंताच्या रहस्याचा शोध घेण्याचा प्रयत्न करीत आहे.

परंतु, तो मानवाच्या अंतरंगांत कधीच डोकावला नाही. माणसाचे अंत:करण हे एक शक्तिमान केंद्र आहे. तेच मेंदूवर ताबा ठेवते. ते मानवाला विकासाकडेही नेऊ शकते किंवा विनाशाकडेही नेऊ शकते.

म्हणूनच प्राचीन भारतीयांनी या गूढ अंत:करणाचा शोध घेण्याचा प्रयत्न केलेला आहे. तेच 'अध्यात्मज्ञान'.

भौतिक व ऐहिक उपभोगांनी माणसाला बाह्य, शारीरिक सुख मिळते, यात

शंकाच नाही; परंतु त्यामुळे तो पूर्ण समाधानी होऊ शकत नाही.

माणूस गरीब असो, की श्रीमंत असो; त्याला मन:शांती अत्यंत आवश्यक असते. ती नसेल, तर तो बैचेन होतो. क्वचित काही जण मग व्यसनांकडे वळतात.

आणि या सर्वांचा एकत्रित परिणाम त्याच्या कार्यशक्तीवर, मन:स्वास्थावर, आरोग्यावर निश्चितच होतो. त्या इत्थंभूत गोष्टींचा खोलवर विचार प्राचीन भारतीयांनी केलेला होता.

माणसाचे शरीर सुदृढ व निरोगी राहावे, यासाठी त्यांनी योगासने व मन:स्वास्थ, मन:शांती व समाधान यासाठी 'अष्टांग योगसाधना' विकसित केल्या.

माणसाचे आरोग्य हे प्रकृतीतील विविध निसर्गघटकांशी निगडित असते, हे सत्य आज स्वीकारले गेले आहे.

परंतु, प्राचीन भारतीयांनी शरीराच्या आरोग्याच्या दृष्टिकोनातून प्रकृतीतील घटक, निसर्गातील वर्षभरात होणारे बदल, ऋतुचक्र व त्याचा माणसाच्या शरीरावर, आरोग्यावर, मानसिक शक्तीवर होणारा परिणाम यांचा अभ्यास केला.

आणि त्यातूनच त्यांनी निसर्गाचे ऋतुचक्र व कालमानानुसार सण, उत्सव आणि उपवास, व्रत-वैकल्ये विकसित केली.

माणसाचे मन हे अनाकलानीय असते. प्रत्येक माणूस निरनिराळ्या स्वभावाचा असतो. याची कारणे त्यांनी शोधण्याचा प्रयत्न केला.

त्यांतूनच त्यांनी सत्त्व, रज, तम या त्रिगुणांचा विचार मांडला. हे त्रिगुण प्रकृतीत असतात आणि त्याचा परिणाम माणसावर होत असतो, हा सिद्धांत त्यांनी मांडला. ही प्रकृती द्वंद्वात्मक आहे. त्याचप्रमाणे मानवी स्वभावही द्वंद्वात्मक आहे. चांगले + वाईट, वगैरे.

हा स्वभाव बदलण्यासाठी त्यांनी योगसाधना सांगितली.

हे सर्व विज्ञानच नव्हे काय?

आपले सण हे ऋतुचक्र, उन्हाळा, पावसाळा, हिवाळा यांना अनुसरून आहेत, हे आपण बघितले.

आता व्रते, वैकल्ये, उपवास यांविषयी बघू.

मानव हा भोजनप्रिय असतो, हे निश्चितच. आणि कधी कधी तर तो जेवणाचा शरीरावर काय परिणाम होऊ शकेल, हेही बघत नाही. त्याचप्रमाणे ऋतुमानाप्रमाणे शरीरातील पचनसंस्था कमी-जास्त काम करते, हेसुद्धा बघत नाही. परिणामी, त्याला अनेक आजारांना सामोरे जावे लागते.

यासाठी तर १५ दिवसांनी एकादशीचा उपवास सांगितला आहे. अर्थात त्या दिवशी अत्यंत अल्प आहार घ्यावा, क्वचित निराहारी असावे. वरई सन्मानाने

आश्रयसन्मानाने आश्रय म्हणजे भगर, राजगिरा वगैरेसारखे पचनास हलके असे पदार्थ आवश्यक वाटल्यास खावेत. फलाहार करावा. म्हणजे उपवास.

त्यामुळे आपल्या पचनसंस्थेस योग्य ती विश्रांती मिळून ती पुन्हा ताजी-तवानी होऊ शकते.

त्याचप्रमाणे पावसाळ्यात पचनसंस्था मंद होते, हे आधुनिक वैद्यकही सांगते. म्हणून चातुर्मासातच जास्त व्रते, उपवास येतात. त्यामागे आरोग्य चांगले राहावे, हेही कारण निश्चितच आहे.

हे सर्व झाले बाह्य व शारीरिक आरोग्यविषयी; परंतु मन हासुद्धा एक मोठा व महत्त्वाचा घटक आहे आणि तो निरोगी असेल, तर बाह्य शरीरसुद्धा निरोगी असू शकते. आपले बरेचसे आरोग्य मन:स्वास्थावर अवलंबून असते.

त्यासाठीच या सर्व गोष्टी पाप-पुण्य व धार्मिकतेशी जोडून दिलेल्या आहेत. त्या-त्या दिवशी उपवास करून ईश्वराच्या सान्निध्यात (जवळ बसणे) काळ घालवावा. त्या दिवशी काही काळापुरते का होईना, संसारतापापासून मुक्त असावे.

परंतु आजकाल आपण उपवास म्हणजे खाण्यातील चेंज, असे समजतो. सर्व जड पदार्थ फराळाचे म्हणून भरपर प्रमाणात खातो, त्यामुळे आरोग्यावर विपरीत परिणाम होऊ शकतो, याचा आपण विचारच करीत नाही.

स्वत:ला आधुनिक - मॉडर्न - म्हणविणारे या गोष्टींची टिंगल-टवाळीच उडवतात. परंतु, यामागील मूळ उद्देश कोणीच शोधत नाहीत. ना उपवास करणारे, ना टिंगल करणारे—याचीच खंत वाटते.

आपल्या पूर्वजांनी समाजाच्या मानसिकतेचा (सायकॉलॉजी) पूर्णपणे अभ्यास केलेला होता. त्यासाठीच त्यांनी आपली व्रत-वैकल्ये, उपवास यांना धार्मिकतेशी जोडले होते.

ज्यांचा 'उपवास' यावर विश्वास नाही, त्यांनी लंघन म्हणून उपवास करावा. कारण तो आरोग्याच्या दृष्टीने निश्चितच उपयोगी आहे.

म्हणून म्हणतो, की सद्य युगातील आपण अंधविश्वासू नव्हेत, डोळस आहोत. मग या सर्व गोष्टींचा विचार डोळसपणेच नको का करायला?

मानवी जीवन व निसर्ग यांचे एक अतूट नाते आहे व दोन्ही एकमेकांवर अवलंबून आहेत.

हे नाते कायम कसे असावे, या दृष्टिकोनातूनच सण-उत्सवांची मांडणी केलेली आहे. अर्थात, ते सर्व धार्मिक किंवा पौराणिक कथांशी जोडलेले आहेत. प्रत्येक सणाच्या मागे निसर्गाबरोबरच एखादी कथाही जोडलेली असते.

चैत्र पाडवा हा वर्षाचा शुभारंभ असतो. त्या दिवशी गुढी उभारून (रात्रभर

दारू पिऊन नव्हे) नववर्षाच्या बालरवीचे स्वागत केले जाते. त्याचा मनावर निश्चितच परिणाम होतो. त्याचप्रमाणे गुढीला लिंबाच्या कोवळ्या मोहराने व फुलांनी सजविले जाते. दारावर तोरण बांधतात. लिंबाचा कोवळा पाला (मोहर), हिंग, मीठ, ओवा, साखर व चिंच घालून प्रसाद म्हणून खातात. तो आरोग्याच्या दृष्टीने चांगलाच असतो; शिवाय निसर्गाशी नातेही जोडले जाते. शरीरशुद्धीसाठी कडुनिंब अत्यंत उपयुक्त आहे. त्यासाठीच हा प्रपंच.

वैशाख हा प्रखर उन्हाळ्याचा काळ असतो. त्या वेळी नवीन मृत्तिका घट (माठ) आणून त्याचे पूजन केले जाते व त्यांत होणारे शीतल जल उन्हाळाभर पिण्यासाठी वापरले जाते.

ज्येष्ठ महिन्यात वट सावित्री पौर्णिमा येते. त्या दिवशी वडाच्या झाडाची पूजा घरातल्या गृहिणी करतात. वटवृक्ष हा अक्षय वृक्ष मानला जातो. त्याच्यासारखेच अक्षय आरोग्य घरच्या माणसांना लाभो, अशी प्रार्थना केली जाते. त्यासाठी त्याला तंतूंनी बांधतात. हे एक प्रकारे निसर्गाशी नाते जोडून त्यांचे संगोपन, रक्षण करणेच नाहीत का?

त्याचबरोबर हा वृक्ष फळे-फुले देत नसला तरी प्रदूषण दूर करणारा आहे. या वृक्षाइतका कार्बनडाय ऑक्साईड वायू अन्य कोणताही सजीव शोषत नाही आणि याच्याएवढा प्राणवायूही कोणी वातावरणात उत्सर्जित करीत नाही. ही आजच्या प्रदूषणयुक्त जगाला देणगीच नव्हे का?

आणि श्रावण महिना हा उपवासांचा महिना असतो. पावसाळ्यामुळे पचनशक्ती मंद झालेली असते. तिला जास्त ताण देऊ नये, हाच त्यामागील आरोग्यविचार नाही का?

कोजागरीला रात्री चांदण्यांत बसून जागरण करून मसाल्याचे दूध घेतात. त्यामागे निसर्गाबरोबरच ग्रह, तारे, चांदणे, उघडे आकाश या सर्वांचे सान्निध्य असावे, हा पण एक विचार आहे.

शिवाय त्या वेळी पावसाळाही संपत आलेला असतो. पचनसंस्था कार्यरत होते व कमी झालेली शक्ती भरून काढण्यासाठी पौष्टिक अन्नाची गरज असते. आता त्यास सुरुवात करण्यात हरकत नाही, हेच यातून सांगितलेले आहे. नवरात्रसुद्धा बलोपसना करण्यासाठीच असते.

पुढे दिवाळीपासून हिवाळ्याची चाहूल लागते. शरीराला आता स्निग्ध पदार्थांची आवश्यकता वाटू लागते. म्हणून स्निग्ध पदार्थ जेवणात वापरले जातात. दिवाळीचा फराळ, कार्तिकी एकादशीच्या तिळगुळाच्या ऊंड्या (बारीक भुकटीचे लाडू), संक्रांतीचा तिळगूळ वगैरे. स्निग्धतेबरोबर उष्णतेचीही आवश्यकता असते

आणि ती तिळगुळातून मिळू शकते.

पुढे शिशिर ऋतू सुरू होतो. पानगळ होते. वृक्षांच्या काही फांद्यांची मर होते. त्या वाळलेल्या फांद्या तोडल्या जातात व त्यांची एकत्रित होळी केली जाते. खरा उद्देश हा आहे, की झाडांची मर काढल्यामुळे झाडांची वाढ जोमदारपणे व्हावी. कारण पुढे वसंत ऋतूचे आगमन होणार असते व वृक्षलतांना नवीन पालवी फुटणार असते.

या सर्व गोष्टींमागे धार्मिक विचाराबरोबरच वैज्ञानिक विचार दडलेला नाही कां?

मानसशास्त्राच्या दृष्टिकोनातून मानवी स्वभावाचे उत्कृष्ट विश्लेषण आपल्या पूर्वजांनी केलेले आढळते. मानवी स्वभावाचे तीन गुण शोधून काढले व त्यांना सत्त्व, रज, तम ही नावे दिली.

प्रत्येक माणसाचा स्वभाव वाईट किंवा चांगला, हा या तीन गुणांच्या संमिश्र प्रभावानेच बनत असतो. तो बदलताही येतो. हे एक प्रकारचे मानसशास्त्रच नाही का?

त्याचप्रमाणे दर अठरा वर्षांनी कोकिळाव्रत येते. त्या वर्षी आंब्याची रोपे घरोघरी आणून कुंडीत लावतात. घरातील गृहिणींच्या संख्येत त्या रोपांची संख्या असते. प्रत्येक गृहिणी त्या रोपाची महिनाभर पूजा करतात व त्यानंतर ते रोप घराभोवती किंवा शेतात लावण्यात येते. या ठिकाणी एक गोष्ट लक्षात घेतली पाहिजे, की भारत हा कृषिप्रधान देश होता, आहे व राहील.

त्या रोपाविषयी महिनाभराच्या सान्निध्यामुळे प्रत्येक गृहिणीत त्याच्याविषयी एक प्रकारची आपुलकी, जिव्हाळा निर्माण झालेला असतो. त्यामुळे त्या रोपांचे काळजीपूर्वक जतन केले जाते.

अठरा वर्षांनी त्या आम्ररोपाचे वृक्षांत रूपांतर होऊन फलधारणा होते आणि पुढल्या पिढीस त्याची फळे चाखावयास मिळतात.

यामागे दूरदृष्टी नक्कीच आहे.

हे एक प्रकारचे वृक्ष-संगोपनच नव्हे काय?

परंतु, आज शहरीकरण झाल्यामुळे मूळ उद्देश बाजूला पडला व केवळ उपचार शिल्लक राहिला आहे.

म्हणून मला स्पष्टपणे सांगावेसे वाटते, की आपल्या पूर्वजांनी धार्मिक, आध्यात्मिक याबरोबरच वैज्ञानिक विचारसुद्धा अत्यंत सूक्ष्म रीतीने केला होता व आहे.

त्याचप्रमाणे आपला सर्वार्थाने सर्वांगीण विकास म्हणजे, ऐहिक, भौतिक, वैयक्तिक व सामाजिक विकासाबरोबरच ज्याला सध्या 'ART OF LIFE' 'जीवन

जगण्याची कला' म्हणतात, त्यासाठी योगाचे विशेष महत्त्व निश्चितच आहे.

अष्टांग योगसाधना-

याची आठ अंगे आहेत आणि या साधनेमुळे माणूस निश्चितच आपले आयुष्य अत्यंत सुखात, समाधानात व शांतीत घालवू शकतो. यात माणसाच्या प्रत्येक अंगोपांगांचा विचार केलेला आहे. वैयक्तिक, सामाजिक, त्याचप्रमाणे आरोग्य, शरीरसुदृढता या सर्व बाह्य गोष्टींबरोबर अंतरंगांचाही विचार केलेला आहे.

त्यांची आठ अंगे —

१) यम - सामाजिक शिस्त.
२) नियम - वैयक्तिक शिस्त.
३) आसन - विविध अवस्थांत शरीरावर नियंत्रण.
४) प्राणायाम - श्वसनावर नियंत्रण.
५) प्रत्याहार - मन व भावनांवर नियंत्रण.
६) धारणा - ध्येयसिद्धीवर मन एकाग्र करणे.
७) ध्यान - सतत चिंतन.
८) समाधी - एकरूपता.

'यमा'मुळे काय करू नये याचे, तर 'नियमांमुळे' काय करायचे याचे शिक्षण मिळते. 'आसनां'मुळे स्वतःच्या शरीराशी खेळणे व त्याला आपला सवंगडी बनवणे शक्य होते. 'प्राणायामा'मुळे अंतर्गत ऊर्जा सर्व शरीरभर फिरवणे व आतपर्यंत असलेल्या अवयवांना त्याचा पुरवठा करून त्यांना संतुष्ट करणे, हे घडत असते. 'प्रत्याहार'मुळे सर्वांचे हित जपून, शिवाय स्वहित सांभाळण्यासाठी मनाची ताकद कशी वापरावयाची याची ओळख होते. 'ध्यान व धारणे'मुळे आपल्या आयुष्याचा अर्थ कळण्यास व मिळालेले आयुष्य त्यांतील चढ-उतारांसह शांततेने व समतोल मनाने कसे स्वीकारायचे याचे ज्ञान होण्यास मदत होते. तर, 'समाधी' ही अवस्था म्हणजे आत्मशोध असतो. मी कोण? माझे कर्तव्य काय? याचे आत्मज्ञान समाधीमुळे होते.

हे सर्व अध्यात्मातील 'स्वास्थ्यविज्ञान'च नव्हे काय?

आता याचे थोडेसे सविस्तर स्पष्टीकरण करू.

यम-

सामाजिक शिस्त ही पाच प्रकारे आत्मसात करावयाची असते.

१) अहिंसा - काया-वाचा-मनाने; त्याचप्रमाणे शारीरिकरीत्या कुणालाही दुखवू

नये. निष्पाप प्राण्यांची हत्या केवळ जिभेचे चोचले पुरविण्यासाठी करू नये.

२) सत्य - म्हणजे नेहमी खरे बोलावे. परंतु, एखाद्या दुष्टाचे अहित व अनेकांचे हित होणार असेल, तर असत्य हेसुद्धा सत्यच ठरते.

३) अस्तेय - म्हणजे परवस्तूची इच्छा धरू नये.

४) ब्रह्मचर्य - एकाग्र, एकचित्त व एकनिष्ठ असावे. अन्य विषयांत मन जाऊ देऊ नये.

५) अपरिग्रह - विषय-वस्तूंचा हव्यास करू नये.

यांत वैयक्तिक व सामाजिक विकासाचे विज्ञानच नव्हे काय?

-०० नियम ००-

वैयक्तिक शिस्त - हे पण पाच प्रकारेच आत्मसात करावे.

१) शौच - पवित्रता. शरीराबरोबरच चित्त, अंत:करण अंतर्बाह्य शुद्ध व निर्मळ ठेवणे.

२) संतोष - प्रत्येक गोष्टींकडे समाधानी दृष्टी ठेवून पाहणे.

३) तपस्या - ज्ञानप्राप्तीसाठी देहदंडन करणे, देहाला कष्ट देणे.

४) स्वाध्याय - ग्रंथवाचन, सद्गुणांचा अभ्यास, ज्ञान मिळविणे व त्याप्रमाणे आचरण ठेवणे.

५) ईश्वर प्रणिधान - कोणत्याही ध्येयसिद्धीवर श्रद्धा, निष्ठा ठेवावी.

आसन-

विविध अवस्थांत शरीरावर नियंत्रण. एकाच स्थितीत सरळ व ताठ, न हलता, न डुलता दीर्घकाळ स्थित बसणे. मन एकाग्र करणे, ईशचिंतन करणे. त्यामुळे (१) नाड्यांची शुद्धी होते. (२) प्रकृती निकोप राहते. (३) शीतोष्ण बाधा होत नाही. (४) सिद्धी, एकाग्रता प्राप्त होते. (५) उत्तम ध्यान लागते. (६) समाधी अवस्था प्राप्त होते.

शिवाय शरीर सुदृढ व निरोगी राहण्यासाठी आसनांचे प्रकार सांगितले आहे.

ते असे— (१) सिद्धासन (२) पद्मासन (३) बद्ध-पद्मासन (४) स्वातिकासन (५) भद्रासन (६) पवनमुक्तासन (७) वज्रासन (८) सिंहासन (९) गोमुखासन (१०) वरासन (११) धनुरासन (१२) गुप्तासन (१३) मत्स्यासन (१४) पश्चिमोत्तासन (१५) मच्छेंद्रासन (१६) गोरक्षासन (१७) उत्कटासन (१८) संकटासन (१९ कुक्कुटासन (२०) उत्तान कूर्मासन (२१) उत्तानमंडुकासन (२२) वृक्षासन (२३) मंडुकासन (२४) गरुडासन (२५) वृषासन (२६) शलभासन (२७)

मकरासन (२८) उष्ट्रासन (२९) योगासन (३०) भुजंगासन (३१) कूर्मासन (३२) मयूरासन (३३) दत्तासन (३४) शवासन.

प्राणायाम-

श्वसनावर नियंत्रण.

आसनांनंतर प्राणायाम करावा. त्याच्या तीन कृती आहेत. सिद्धासन म्हणजे मांडी घालून बसावे. नंतर (१) एकाच नाकपुडीने श्वास सावकाश आत घेणे. (पूरक) (२) तो श्वास छातीत कोंडून ठेवणे. (कुंभक) (३) कोंडलेला श्वास दुसऱ्या नाकपुडीने सावकाश सोडणे (रेचक). असे किमान ५ ते ६ वेळेस करावे. हळूहळू नित्य सरावाने दम कोंडण्याचा कालावधी वाढविता येऊ शकतो. यामुळे मन तर स्थिर होतेच, परंतु आपल्या अवयवांना प्राणवायूचा (ऊर्जेचा) पुरवठा होतो.

प्रत्याहार-

मन व भावनांवर नियंत्रण.

बहिर्मुख मनाला अंतर्मुख करावे. वाईट, पापी विचार मनात येऊ देऊ नयेत. दुसऱ्यांविषयी द्वेषभावना किंवा आकस ठेवू नये. मनात सतत मंगलमय विचार घोळवावेत. रागावर नियंत्रण असावे.

ध्यान-

सतत चिंतन - ध्येय वस्तू किंवा आपले सद्इस्पित यांचे सतत चिंतन करणे म्हणजे ध्यान. कोणत्याही गोष्टीचा ध्यास धरणे, तिच्यासाठी सतत कष्ट (तप) करणे. या ठिकाणी आपल्या इस्पित लक्ष्याबरोबरच परमेश्वरप्राप्ती हेसुद्धा लक्ष्य असते. त्याचे सतत चिंतन करावे. त्या वस्तू (ईश्वरासह) प्राप्त झाल्याशिवाय राहत नाहीत. ध्यानाने मनुष्य वस्तुमयच होऊन जातो. आपण ईश्वराचे ध्यान केले, तर आपण ईश्वरमय होऊन जाऊ.

धारणा-

मन एकाग्र करणे - कोणत्याही गोष्टीची मनात धारणा धरणे.

समाधी-

एकरूपता - सर्व वृत्तीचा नि:शेष लय होणे म्हणजे समाधी. समबुद्धी होणे म्हणजे समाधी.

या अष्टांग योगसाधनेकडे केवळ धार्मिक दृष्टिकोनातून बघू नये. सर्व-साधारण मनुष्य हा मनाने धार्मिक म्हणजे पापभीरू, सालस व भावनाशील असतो. म्हणून याला धार्मिकतेची जोड दिलेली आहे.

ही साधना निरीश्वरवादी व ईश्वरवादी या दोघांनाही सारखीच उपयुक्त आहे आणि हेच अध्यात्मातील विज्ञान आहे. या अष्टांग योगसाधनेने आपले संपूर्ण जीवन निश्चितच उजळून निघेल. त्यात सर्वार्थाने परिपूर्णता येईल.

योगमार्ग-

योगांचे आचरण करण्यापूर्वी आपल्या शरीरातील सर्व यंत्रणा समजावून घेणे आवश्यक आहे.

पंचतत्त्वे -

पृथ्वी, आप, तेज, वायू, आकाश.

आपले स्थूल व जड शरीर या पंचतत्त्वांपासूनच बनलेले आहे.

पंचकर्मेंद्रिये -

हात, पाय, गुद, लिंग, वाचा (वाणी)

यांच्यामुळेच आपल्या शरीराच्या क्रिया होतात.

पंचज्ञानेंद्रिये -

कर्ण, चक्षू, नासिका, जिव्हा आणि त्वचा.

पंचप्राण -

प्राण, अपान, व्यान, उदान, समान.

यांचे शरीरातील कार्य —

प्राण - श्वासोच्छ्श्वास करणे, स्थान - हृदय व फुफ्फुसे.

अपान - मलमूत्र विसर्जन करणे, स्थान- मोठे आतडे.

व्यान - सर्व शरीर व्यापून असलेला प्राणवायू.

उदान - अन्नरसाचे विभाजन करणे, स्थान - कंठ.

समान - नाड्यांना अन्नरस पुरवणे, स्थान - नाभी - कमळ.

उपप्राण - नाग, कूकर्म, कृकल, देवदत्त, धनंजय.

नाग - ढेकर, अशुद्ध तत्त्वे बाहेर काढणे.

कूर्म - पापण्यांची उघडझाप, त्यामुळे नेत्र ओलसर ठेवणे.
कृकल - खोकला, शिंक निर्माण करतो.
देवदत्त - जांभई.
धनंजय - मृत्यूनंतरही देहात असतो, शरीर कुजवतो. (GAS)

पंचकोष -

अन्नमय कोष, प्राणमय कोष, मनोमय कोष, ज्ञानमय कोष, आनंदमय कोष.
अन्नमय कोष - स्थूल देह.
प्राणमय कोष - पंचप्राण + पंचकर्मेंद्रिये.
मनोमय कोष - पंचज्ञानेंद्रिये + मन + वासना
ज्ञानमय कोष - पंचज्ञानेंद्रिये + बुद्धी + चित्त + अहंकार.
आनंदमय कोष - अंत:करण.

त्याचप्रमाणे आपल्या शरीरात मेरुदंडाच्या खालच्या भागापासून (माकडहाड) मेंदूच्या वरच्या भागापर्यंत सहा चक्रे कल्पिलेली आहेत. या प्रत्येकाचे कार्य निरनिराळे असते. अर्थात, ती कुंडलिनी साधकासाठी सांगितली आहेत. त्याचा थोडक्यात परामर्श घेऊ.

१) मूलाधार चक्र -

हे चक्र गुदस्थानाच्या दोन बोटे वर व उपस्थाच्या (लिंग) दोन बोटे खाली म्हणजे शिश्न व गुदद्वार यांच्यामध्ये जी चार बोटांची शिवण आहे, याच्या बरोबर मध्ये आहे.

हे चक्र जागृत झाल्यावर साधक विद्वान बनतो.

२) स्वाधिष्ठान चक्र -

मूलाधार चक्राच्या वर लिंगस्थानात याचे स्थान आहे. यामुळे दूरदर्शन, दूरश्रवण, अंतर्ज्ञान आदी प्राप्त होते.

३) मणिपूर चक्र -

हे नाभिमूलांत असते. शरीरशास्त्राचे ज्ञान होते.

४) अनाहत चक्र -

याचे स्थान हृदयात आहे.

यामुळे जितेंद्रियता प्राप्त होते. शोक-मोह दूर होतात. परकाया, प्रवेश परचित विज्ञान, त्रिकालज्ञा, शिवाय अष्टसिद्धी प्राप्त होतात. आपण नेहमीच अष्टसिद्धीविषयी ऐकतो, त्याची थोडक्यात माहिती—

(१) अणिमा - देह अतिसूक्ष्म करून सर्वत्र भ्रमण करू शकतो.

(२) लहिमा - वजन कमी करून फुलासारखे हलके बनू शकतो.

(३) महिमा - पर्वताप्रमाणे विशाल बनू शकतो.

(४) प्राप्ती - इच्छित वस्तू बसल्याजागी प्राप्त होते.

(५) प्राकाम्य - सर्व प्रकारचे उपभोग प्राप्त होतात.

(६) शरीत्व - नियंत्रण करण्याची क्षमता प्राप्त होते.

(७) वशित्व - चराचर सृष्टी अधीन होते.

(८) गहिमा - कीर्ती व लौकिक प्राप्त होतो.

५) विशुद्ध चक्र-

कंठस्थानी असते. महर्लोकांत प्रवेश होतो.

६) सहस्त्रार चक्र -

मेंदूच्या स्थानी असते. हे जागृत झाल्यानंतर निर्विकल्प समाधी प्राप्त होते.

आपल्या पूर्वजांनी आपल्या शरीरात एकूण ७२ नाड्या सांगितल्या असून त्यांतील १५ नाड्या महत्त्वाच्या आहेत.

(१) इडा (२) पिंगला (३) सुषुम्रा (४) गांधारी (५) हस्तिजिव्हा (६) कुहू (७) पूषा (८) सरस्वती (९) शूरा (१०) वारुणी (११) अंबवुषा (१२) राका (१३) शंखिनी (१४) चित्रा (१५) विश्वोदरी.

आपल्या शरीरांतील असंख्य नाड्यांना ही नावे दिलेली आहेत व त्यांचे प्रत्येकीचे कार्यही सांगितले आहे; परंतु ते सर्व कार्य या ठिकाणी देणे शक्य नाही. तरीसुद्धा काही विशिष्ट नाड्यांचे कार्य आपण बघू. त्यावरून इतरांची कल्पना येऊ शकेल.

(१) इडा किंवा चंद्रनाडी -

ही मूलाधार चक्रापासून (माकडहाड) निघून मेरुदंडाच्या डाव्या बाजूने डाव्या नाकपुडीत येते. ज्या वेळी डाव्या नाकपुडीतून श्वासोच्छ्श्वास चालतो, त्या वेळी शरीरात शीततत्त्व निर्माण होते. आपण उजव्या कुशीवर झोपल्यास काही वेळाने डाव्या नाकपुडीतून श्वासोच्छ्श्वास सुरू होतो व काही प्रमाणात शरीरात शीतलता निर्माण होते.

(२) पिंगला नाडी किंवा सूर्यनाडी -

ही वरच्या प्रमाणेच मूलाधार चक्रापासून निघून मेरुदंडाच्या उजव्या बाजूने उजव्या नाकपुडीत येते. आपण डाव्या कुशीवर झोपतो तेव्हा श्वासोच्छ्श्वास उजव्या नाकपुडीतून होतो. त्यामुळे शरीरात एक विशिष्ट प्रकारची ऊर्जा निर्माण होते. त्यामुळे जठराग्नी प्रदीप्त होतो. म्हणूनच जेवणानंतर काही मिनिटे वामकुक्षी करावी, त्यामुळे पचनास मदत होते.

त्याचप्रमाणे दोन्ही नाकपुड्यांतून श्वासोच्छ्श्वास सुरू असल्यास अशुद्ध द्रव्ये बाहेर फेकली जातात. मन शांत होते, वगैरे.

या सर्व गोष्टींचा सूक्ष्मतेने अभ्यास करून सराव केल्यास निश्चितपणे अनुभव येऊ शकतो. यावरून या गोष्टी म्हणजे निश्चितच गप्पा नाहीत, तर त्यामागे शरीरशास्त्राचा सखोल अभ्यास आहे व तो योगाशी, अध्यात्माशी जोडून दिलेला आहे, म्हणून त्याचे महत्त्व कमी होत नाही.

अशा अनेक नाड्या व त्यांचे कार्य याविषयी बरेच सखोल विवरण केलेले आहे. पण जागेअभावी ते सर्वच्या सर्व देणे योग्य ठरत नाही. म्हणून केवळ दोन उदाहरणे नमुन्यादाखल दिलेली आहेत.

या विवेचनावरून भारतीय अध्यात्म, ध्यान, तप वगैरे म्हणजे केवळ थोतांड नव्हे, हे लक्षात येऊ शकेल. निरीश्वरवादी व नकारात्मक भूमिका घेणाऱ्या विद्वत् जनांनीसुद्धा केवळ हे सर्व अंधश्रद्धा निर्माण करणारे आहे, असा पूर्वग्रहदूषित करून न घेता, खऱ्या डोळसपणाने व प्रामाणिकपणे याच्या खोलवर जावे, म्हणजे कळून येईल, की धार्मिकतेमध्येसुद्धा मानवी कल्याण, विकास वगैरेंचा, निसर्गसमतोलाचा व पर्यायाने पर्यावरणाचा खोलवर मथितार्थ रुजलेला आहे. सर्वसामान्य व अडाणी, अज्ञानी माणसांसाठी त्याला केवळ पाप-पुण्य व धार्मिकतेची ही जोड दिलेली आहे. असो.

माझी अंत:करणापासूनची कळकळ हीच आहे, की आपल्या पूर्वजांबद्दलचा, ऋषी-मुनींबद्दलचा आणि प्राचीन वाङ्मयाविषयींचा 'अपसमज' नष्ट व्हावा. आपला न्यूनगंड नाहीसा व्हावा. आत्मविश्वास निर्माण व्हावा. पाश्चिमात्य आपणापेक्षा श्रेष्ठ व आपण कनिष्ठ, हा भ्रम दूर व्हावा.

एखादे महाराज जर लोकांमध्ये सत्प्रवृत्ती निर्माण करीत असतील, तर त्याकडे तो केवळ स्वत:चे माहात्म्य वाढवितो, तो भोंदू आहे, अशी दृष्टीने बघू नये. तो जर लोकांमध्ये जादूटोणा, मंत्र, ताईत वगैरेंच्या साह्याने स्वत:ची तुंबडी भरीत असेल; तर त्याचा जरूर निषेध केलाच पाहिजे. परंतु त्याच्या प्रवचनांनी किती माणसांचे संसार सुरळीत सुरू झाले, किती माणसांना वाईट व्यसनांपासून मुक्त

केले, किती माणसांना गुंड वा कुप्रवृत्तीपासून बाजूला करून त्यांच्या मानसिकतेत बदल केला, हे पाहावे. काही वेळेस सायकॉलॉजिकल (मानसिक) प्रयोग अशा माणसांवर प्रभावी ठरतात याचाही विचार व्हावा. आणि विपरीत परिणाम होत असेल, पैशांनी लुबाडला जात असेल तर त्याचा जरूर जाहीरपणे निषेध करावा. परंतु आततायीपणा करू नये. त्यामुळे मूळ उद्देशाला बाधा येऊ शकते.

शेवटी चांगला परिणाम का वाईट परिणाम (रिझल्ट) होतो ते बघावे, असो.

आतापर्यंतच्या माझ्या विवेचनात मी यथामती, यथाशक्ती स्पष्टीकरण करण्याचा प्रयत्न केलेला आहे. ते सर्वच्या सर्व बरोबरच आहे, असे मानू नये. त्याचप्रमाणे चुकीचे आहे, असेही मानू नये.

परंतु यातून विचारांची एक नवी दिशा नक्कीच मिळेल.

म्हणून म्हणतो, की पूर्वग्रहदूषित करून न घेता एक अभ्यासू, एक चिकित्सक, एक जिज्ञासू म्हणून श्रीमद् भगवद्गीतेकडे, आपल्या वेदवाङ्मय वगैरे ग्रंथसंपदेकडे बघावे; जमेल तर त्यांचा अभ्यास करावा. मनन, चिंतन करावे, हीच इच्छा.

❖❖

उपसंहार

आपल्या भारतीय संस्कृतीची आपणास दुरून का होईना, ओळख असावी, ही एकमेव दृष्टी ठेवून मी माझ्या अल्पमतीप्रमाणे थोडासा प्रयत्न केलेला आहे. कदाचित नव्या पिढीला याचे आकर्षण वाटणार नाही. कारण सध्या वाचनाची व चिकित्सक अभ्यासाची आवड दिवसेंदिवस कमी होताना दिसत आहे.

शिवाय भारतीय म्हणजेच अडाणी, अंधश्रद्धाळू आणि फक्त देव-देव करणारे आहेत; ते केवळ जप-जाप्य, कर्मकांडच करतात, वगैरे गैरसमज—म्हणण्यापेक्षा अपसमजच—फार आहेत. त्यांच्यासाठीच हा एक अल्पसा प्रयत्न. हजारांतून एकाने जरी हा ग्रंथ वाचला, तरी माझ्या कष्टाचे सार्थक झाले, असे मी म्हणेन.

शेवटी निरोप घेताना काही अपसमज दूर करण्याचा व भारतीयांची बाजू मांडण्याचा एक प्रयत्न केलेला आहे.

सध्याच्या युगाला विज्ञानयुग म्हटले जाते आणि या विज्ञानयुगात किंवा अणुयुगात धर्म-धर्म काय घेऊन बसलात, असे विचारले जाते. या विज्ञानयुगात धर्म ही गोष्ट कालबाह्य आहे आणि हिंदू धर्म, हिंदू संस्कृती, हिंदू समाज म्हणजे हिंदुत्व, ही शुद्ध वेडगळपणाची गोष्ट आहे, असे बऱ्याच आधुनिक बुद्धिवाद्यांचे म्हणणे आहे.

त्यांचे म्हणणे एका अर्थाने खरे म्हटले, तरी माझ्या मते, ते 'धर्म' या शब्दाचा चुकीचा अर्थ लावतात. धर्म या शब्दाला इंग्रजी भाषेतील 'रिलिजन' (Religion) या शब्दाशी जोडतात. प्राचीन वाङ्मयात रिलिजन या अर्थी धर्म हा शब्द कुठेच आढळत नाही.

त्याचप्रमाणे गीतेतील अभिप्रेत असलेल्या धर्म या शब्दाला प्रतिशब्द कुठल्याही इतर भाषेत आढळत नाही.

इंग्रजीमध्ये रिलिजन म्हणजे 'Faith in God and way of worship' हा

आहे. याचा आशय 'ईश्वरावर श्रद्धा आणि उपासनेचा मार्ग' हा आहे.

आपल्या संस्कृतीत या अर्थी हा शब्द आढळत नाही. धर्म म्हणजे 'धारयति इति धर्म:' वस्तू किंवा पदार्थाचा गुणधर्म.

भारतीय साहित्यातील किंवा संस्कृतीतील अभिप्रेत असलेला धर्म म्हणजे सत्यधर्म, सनातन म्हणजे निरंतर किंवा शाश्वत असलेला धर्म, मानव धर्म, पुत्रधर्म, मातृधर्म, पितृधर्म, राजधर्म, राष्ट्रधर्म, नागरिक धर्म, शेजारधर्म, युगधर्म, नित्यधर्म, नैमित्तिक धर्म, आपद्धर्म वगैरे कितीतरी.

या सर्वांचा आशय म्हणजे 'कर्तव्यकर्म'. नियतीने आपल्या वाट्याला आलेले कर्तव्यकर्म. गीतेतसुद्धा श्रीकृष्ण अर्जुनाला सांगतात, की तू तुझा धर्म पाळ म्हणजे 'क्षत्रिय धर्म' पाळ. या ठिकाणी हिंदू किंवा जात नाही.

आजच्या युगातील विचारसरणीत धर्म म्हणजे मानवता असे मानले, तर प्राचीन भारतीय संस्कृतीत हाच दृष्टिकोन आढळून येतो.

जीवशास्त्र किंवा वंश उत्पत्तिशास्त्र यांच्या दृष्टिकोनातून विचार केला तर, प्राचीन भारतीय संस्कृतीत हाच दृष्टिकोन आढळून येतो.

या शास्त्रांच्या म्हणण्यानुसार, मानवसुद्धा पशूच आहे. म्हणजेच प्राणिमात्रच आहे. परंतु सांस्कृतिक दृष्ट्या पशू आणि मानव यांच्यात जे वेगळेपण आहे, त्यालाच आपली संस्कृती 'मानवता' म्हणते किंवा माणुसकी म्हणते. याचाच अर्थ मानवधर्म. याचा अर्थ हिंदू धर्म नव्हे.

महाभारतात म्हटले आहे, की

'आहार निद्राभय मैथुनं च सामान्य मेतत्पद्यूभिर्नराणाम्।
धर्मोहि तेषामधिको विशेषो धर्मेण हीना: पशुभि: समाना:।।'

अर्थ- भूक, तहान, निद्रा, विश्रांती, भय, क्रोध, मैथुन वगैरे गोष्टी पशू व मानवही करतात; परंतु धर्म हा माणसाचा विशेष आहे. धर्माशिवाय माणूस म्हणजे शेपूट, शिंगे नसलेले पशूच होय.

याचाच अर्थ, माणूस आणि पशू यापासून वेगळी असणारी 'माणुसकी' यालाच आपण धर्म म्हणतो.

अतिप्राचीन काळापासून ज्या-ज्या ठिकाणी मानवी संस्कृती वसल्या, स्थिरावल्या व त्यांचा बौद्धिक विकास सुरू झाला, तेव्हापासून प्राणिमात्रांची व सृष्टीची उत्पत्ती झाली. आजूबाजूच्या प्रकृतीचे रहस्य काय, वगैरे जिज्ञासा प्रत्येक समाजातील चिंतनशील व्यक्तींना निर्माण झाली आणि या ठिकाणीच विज्ञानाचा जन्म झाला. त्या वेळी संपूर्ण पृथ्वीवर विखुरलेल्या अवस्थेत असलेल्या विकसनशील समाजांनी याबाबत बरेच चिंतन व संशोधन केले आणि काही निष्कर्ष काढले.

ते निष्कर्ष त्यांच्या वाङ्मयांत, दंतकथेत, लोकगीतांत आढळून येतात. आपल्या भारतीय संस्कृतीतसुद्धा प्राचीन ऋषी-मुनींनी चिंतनरूपी संशोधन सुरू केले असावे, कारण अनेक वाङ्मयप्रकार व ग्रंथांमधून त्याचे विवेचन आलेले आहे. अर्थात, आजच्या प्रगत विज्ञानाच्या दृष्टिकोनातून त्यांच्याकडे बघू नये. त्या- त्या काळानुरूप बघावे. शिवाय विज्ञानाचा हा नियमच आहे, की ते कधीही परिपूर्ण नसे. नवीन शोध लागेपर्यंत जुनाच सिद्धांत गृहीत धरला जातो.

या समतोल दृष्टिकोनातून त्यांच्याकडे बघावयास हवे, केवळ अंधश्रद्धेनेही बघू नये किंवा उगाचच काहीतरी चिरखडलेले आहे, असाही दृष्टिकोन नसावा.

आपण जर ५ ते ७ हजार वर्षांपूर्वीच्या काळाचा विचार केला, तर एका गोष्टीचे आश्चर्यवजा कौतुक नक्कीच वाटावयास हवे.

त्या काळात आजच्यासारखे यांत्रिक, प्रायोगिक विज्ञान नक्कीच नव्हते. साधनसामग्रीही नसावी. तरीसुद्धा वेद, वेदांगे, उपनिषदे यांत मांडलेले बरेचसे सिद्धांत हे आधुनिक सिद्धांतांशी बऱ्याच प्रमाणात मिळते-जुळते आहेत, हे त्यांचा वरवर अभ्यास केला तरी सहज लक्षात येते.

यापूर्वी प्राचीन कालमापन, ब्रह्माचे कालमापन वगैरेंचा अभ्यास करताना आपण एक कोष्टक बघितले. त्यात एका त्रसरेणेतून प्रकाश जातो. त्याला त्रसरेणू म्हणतात व त्याच्या आकारमानाचा विचार केला, तर चालू वर्तमानकाळातील वैज्ञानिकांनी सांगितलेला प्रकाशाचा वेग व तो वेग बऱ्याच प्रमाणात मिळता-जुळता आहे.

आता आपण उपनिषदांत व गीतेत सांगितलेले ज्ञान-विज्ञान म्हणजे काय, ते बघू.

आपण कर्म करीत असतो, परंतु ते चांगले होण्यासाठी ज्याप्रमाणे दोन्ही हातांची आवश्यकता असते; त्याचप्रमाणे माणसाच्या सर्वांगीण विकासासाठी ज्ञान आणि विज्ञान या दोन्हींची आवश्यकता असते; किंबहुना, एकाच नाण्याचा या दोन बाजू आहेत किंवा माणसाचे दोन चक्षूच आहेत, असे म्हटले तरी अयोग्य म्हणता येणार नाही.

विज्ञान हे एक प्रकारे अंधच असते. ते आपल्याच मस्तीत दंग असते. त्याला फक्त संशोधन करणे, निरनिराळे शोध लावणे, नवनवीन सिद्धांत शोधून काढणे, निरनिराळी ऐहिक सुखसाधने शोधून काढणे— एवढेच समजते.

परंतु या शोधांत ते तारतम्य पाहत नाही. आपल्या शोधाचा किंवा सिद्धांतांचा मानवी जीवनावर, समाजावर, पर्यावरणावर, निसर्गावर काय परिणाम होईल, हे बघत नाही. परंतु ते बघणे त्यांतून उपकारक, अपायकारक शोधणे, बऱ्या-वाईटांचा

परिणाम पाहणे, हे काम ज्ञान म्हणजे अध्यात्म व तत्त्वज्ञान करते.

भारतीय प्राचीन ऋषी-मुनी याबाबतीत अत्यंत दक्ष होते. त्यांनी फक्त उपयोगी पडेल असेच शोध विकसित केले आणि अपायकारक शोधांबाबत अत्यंत सावधगिरी व गुप्तता बाळगली.

ज्ञान आणि विज्ञान समजण्यास सर्वसामान्य माणूस नेहमीच चूक करतो. त्यांना तो एकच समजतो. ज्ञान म्हणजे असे ढोबळमानाने म्हटले जाते, तरी ज्ञान म्हणजे केवळ अध्यात्म नव्हे. त्याचे अनेक पैलू आहेत. प्रथम म्हणजे 'कोहं'? यापासूनच त्याची सुरुवात होते. आपण कोण? कुठून आलो? का आलो? आपले कर्तव्यकर्म कोणते? आपला या प्रकृतीशी कोणता संबंध आहे? त्याचप्रमाणे आपल्या आत असलेला आत्मा व त्याचा आपल्या जड शरीराशी कोणता संबंध आहे? आणि या सर्वांचा त्या परमात्म्याशी काही संबंध आहे का? वगैरे हे झाले प्राथमिक ज्ञान.

त्यानंतर आत्मोन्नती, आत्मविकास कसा होऊ शकेल; आत्मविश्वास कसा वाढू शकेल? त्यासाठी अष्टांग योगसाधना किती उपयुक्त आहे? (ART OF LIFE)

यासाठी कोणते नियम, कर्तव्यकर्मे पाळावी लागतात? आपल्याबरोबरच समाजाचा, राष्ट्राचा विकाससुद्धा कसा आवश्यक आहे? समाजाबरोबर, राष्ट्राबरोबर आपले संबंध कसे असावेत? नीतिमूल्ये, आदर्श जीवन म्हणजे काय? आपल्या प्रत्येक कृत्याकडे, आपल्या व्यवसायाकडे बघण्याचा दृष्टिकोन कसा असावा? या सर्वांबाबत ज्ञान म्हणजेच 'ज्ञान'.

प्राचीन ऋषी-मुनी म्हणत, की आपण करीत असलेल्या निरनिराळ्या शास्त्राभ्यासांत, संशोधनांत आणि कार्यांत नेहमी 'पंडाबुद्धी' असावी.

पंडाबुद्धी म्हणजे — विवेक-अविवेक, सत्य-असत्य, धर्म-अधर्म, न्याय-अन्याय, नीर-क्षीर न्याय, बरे-वाईट परिणाम यांचा विचार— वगैरेंचे ज्ञान म्हणजे 'पंडाबुद्धी'.

आणि, हे असणाऱ्यालाच 'पंडित' म्हणतात.

आपणा सर्वसामान्य माणसांमध्ये प्रचलित समजूत असते. ती म्हणजे जप-तप, अनुष्ठान, व्रत-वैकल्ये, निरनिराळी कर्मकांडे म्हणजेच 'अध्यात्म'; परंतु या गोष्टी म्हणजे अध्यात्म नव्हे किंवा अध्यात्मज्ञानही नव्हे. ती केवळ प्राथमिक साधने आहेत.

आता विज्ञान म्हणजे काय, ते बघू. विज्ञान याचा ढोबळ मानाने अर्थ आहे, तो म्हणजे माहिती प्राप्त करून घेणे.

उदा. आपण सभोवारची प्रकृती, पदार्थ, हवा, पाणी वगैरे मूल द्रव्ये (जड पदार्थ) यांची माहिती करून घेणे, त्यांचे गुणधर्म जाणून घेणे — म्हणजे ढोबळ मानाने विज्ञानाचा अर्थ असला तरी विज्ञानात अनेक इतर शास्त्रांचाही समावेश होतो. ती सर्व शास्त्रे म्हणजे विज्ञानच होत.

उदा. भौतिक शास्त्र, जीवशास्त्र, वनस्पतिशास्त्र, शरीरशास्त्र, आनुवंशशास्त्र, पदार्थविज्ञान, रसायनशास्त्र, भूगर्भशास्त्र, खगोलशास्त्र, गणित, बीजगणित, भूमिती, भूगोल, इतिहास, वास्तुशास्त्र, शिल्पशास्त्र, राज्यशास्त्र, अर्थशास्त्र, मानसशास्त्र, व्याकरण, वाचाशास्त्र, उच्चारणशास्त्र, वगैरे कितीतरी. कामशास्त्रसुद्धा विज्ञानच आहे. शिवाय अठराव्या शतकापासून विकसित झालेले यांत्रिक युगाचे यंत्रशास्त्र, तंत्रशास्त्र, अणुशास्त्र, अग्निबाण-प्रक्षेपक शास्त्र, संगणक वगैरे.

ज्ञान-विज्ञान यांतील सिद्धांतांच्या दृष्टिकोनातून विचार केला, तर विज्ञान हे प्रायोगिक आहे, बदलणारे आहे. या प्रत्येक शास्त्रातील सिद्धांत हे कित्येक वर्षांच्या निरीक्षणांनंतर, अनुभवांनंतर, प्रयोगांनंतर मांडलेले असतात. आणि जोपर्यंत नवीन संशोधन, नवीन सिद्धांत (थिअरी) किंवा प्रयोग वगैरेंचा शोध लागत नाही, तोपर्यंत पूर्वीचाच सिद्धांत गृहीत धरला जातो.

उदा. प्राचीन काळी पृथ्वीभोवती ग्रह-तारे फिरतात, असे म्हटले जात होते; परंतु आता सूर्याभोवती पृथ्वी आणि इतर ग्रह फिरतात, असे सिद्ध झालेले आहे. हा सिद्धांत आता मान्य झालेला आहे.

याचाच अर्थ विज्ञान हे प्रायोगिक आहे. ते बदलत असते. ज्ञान हे सैद्धांतिक आहे, तर विज्ञान प्रायोगिक आहे. ज्ञान हे कधीच बदलत नाही, तर विज्ञान बदलत असते. ज्ञान हे स्थितिमान आहे तर विज्ञान हे गतिमान आहे.

विज्ञान हे प्रयोगानंतर किंवा संशोधनानंतर बदलत-बदलत अशा सिद्धांतावर येते, की ते पुढे बदलूच शकत नाही. म्हणजे त्याचे यथार्थ ज्ञान होते, तेव्हा ते 'ज्ञान' बनते.

म्हणून नेहमी ज्ञान-विज्ञानात्मक दृष्टी हवी. केवळ ऐहिक सुख किंवा अध्यात्म या एकाच्याच मागे लागू नये.

टॉलस्टॉय म्हणतो, 'इतर शास्त्रांचे अभ्यास आधी बंद करा'. समाजात परस्परांविषयी कसे वागावयाचे त्याचे शास्त्र म्हणजेच अध्यात्मज्ञान, तत्त्वज्ञान आधी शिका. स्वतःच्या आत्म्याला आधी शोधा.

म्हणूनच ज्ञान-विज्ञान हे कधीच एकांगी नसावे. उदाहरणार्थ— अणुशक्तीचा शोध हेही विज्ञानानेच फळ आहे; परंतु जेव्हा त्यापासून संहारक अस्त्र बनवले जाते, तेव्हा ते 'कटू' ठरते. जेव्हा त्यापासून मानवाला उपयोगी ऊर्जा निर्माण केली जाते,

तेव्हा ते 'मधुर' ठरते.

विसाव्या शतकात क्लोन्सचे तत्त्वज्ञान उपलब्ध झालेले आहे. त्यापासून मानवाला उपयोगी पडू शकतील अशा वनस्पती, दुभती जनावरे निर्माण करता येतील; परंतु एखाद्या अपात्री माणसाच्या हातात हे तंत्रज्ञान पडले, तर तो त्यापासून विषारी वनस्पती किंवा एखादा सैतान निर्माण करू शकतो.

सध्या जैविक तत्त्वज्ञान (Bio-Technology) आणि प्रतिजैविक शास्त्र (Anti Biotic) बरेच विकसित झालेले आहे. त्यांचा उपयोग निरनिराळ्या क्षेत्रांत होत आहे. उसाच्या टाकाऊ मळीपासून मद्यार्क (Alchohol) सुद्धा जैविक तंत्रज्ञानामुळेच शक्य होतो. त्याचा निरनिराळ्या औषधांत उपयोग होतो. परंतु त्यापासून मद्यसुद्धा बनते. अफूपासून वेदनाशामक औषध बनवले जाते; परंतु त्यापासूनच हेरॉईन, कोकेन, चरस बनते. आणि यांचे एकदा व्यसन लागले, की माणूस मृत्यूच्या जबड्यात जातो.

अशी कितीतरी उदाहरणे सांगता येतील. म्हणूनच मी सुरुवातीला म्हटले आहे, की विज्ञान हे आंधळे असते. त्याला ज्ञानाची, म्हणजे अध्यात्म तत्त्वज्ञानाची जोड दिल्यास ते डोळस बनू शकते, बरे-वाईट पाहू शकते.

विद्यां च अविद्यांच यस् तद् वेदोभयं सह।
अविद्यया मृत्यूं तीर्त्वा विद्ययांऽमृतम् अश्नुते ॥११॥

अर्थ- विद्या म्हणजे अध्यात्मज्ञान म्हणजेच शाश्वत चैतन्य शक्तीचे ज्ञान आणि अविद्या म्हणजे अशाश्वत सृष्टी पसाऱ्याचे विज्ञान. या दोघांचा जो अभ्यास करतो, तो अविद्येने म्हणजे विज्ञानाने (भौतिक ज्ञानाने) हा मृत्युलोक तरून जातो. याचा अर्थ, आपले जीवन सुखमय करतो आणि विद्येने म्हणजेच अध्यात्म तत्त्वाज्ञानाने तो अविनाशी चैतन्यशक्तीचा प्रत्यक्ष अनुभव - साक्षात्कार घेऊन अमृततत्त्वाची प्राप्ती करतो.

याचा मथितार्थ मानवी जीवन परिपूर्ण व सुखी होण्यासाठी या दोन्हींचा अभ्यास करणे आणि ते अंगीकारणे परमावश्यक आहे. केवळ एकाचाच अभ्यास करणे महाभयकारी आहे.

केवळ एकाच्याच मागे लागल्यास त्याचा काय दुष्परिणाम होतो, हे पुढील श्लोकात सांगितलेले आहे.

अन्धं तम: प्रविश्यन्ति ये अविद्याम् उपासते।
ततो भूयइवतम: य उ विद्यायां रत: ॥९॥

अर्थ- केवळ अविद्येची म्हणजे भौतिकाची (विज्ञानाची) उपासना करणारे घोर अंधकारात जाऊन पडतात, त्याचप्रमाणे केवळ विद्येची म्हणजे अध्यात्म-

ज्ञानाची उपासना करणारे तर त्याहूनही घोर अंधकारात खितपत पडतात.

केवळ एकेरी उपासनांचा परिणाम काय होऊ शकतो, हे इतिहासाकडे बघितल्यास सहज लक्षात येते.

आजचा पाश्चिमात्य, विशेषत: अमेरिकन समाज— भौतिक, ऐहिक ज्ञानाच्या मागे लागून सर्व प्रकारचे ऐहिक सुख भोगत आहे; परंतु त्याचबरोबर अध्यात्माकडे दुर्लक्ष केल्यामुळे स्वैराचार, दुराचार, निद्रानाश, मनोविकृती, व्यसनाधीनता, आत्महत्या यांच्यामध्ये गुरफटला गेलेला आहे.

तसेच आपला भारतसुद्धा गेली हजार-पंधराशे वर्षे केवळ अध्यात्माच्याच मागे लागून भौतिक विज्ञानाकडे दुर्लक्ष करीत राहिला, त्यामुळे वैज्ञानिक व ऐहिक प्रगती करू शकला नाही. त्याचे फळ म्हणजे, आपण बरीच वर्षे गुलामगिरीत कुजत पडलो. अर्थात, अनेक कारणांपैकी एक हे कारण निश्चितच आहे.

गुलामगिरीत असताना आपला ज्ञान व विज्ञान या दोन्ही अंगांचा विकास थांबला. ज्ञान हे विशिष्ट वर्गापुरतेच सीमित राहिले. इतर वैज्ञानिक शास्त्रे विकसित होऊच शकली नाहीत.

आपल्या संतमंडळींनी अध्यात्माचा प्रसार यथाशक्ती सुरूच ठेवला, परंतु राजाश्रय नसल्याने तो थिटा पडला. त्याच वेळी इतर भारतीय जैन, बौद्ध वगैरे समाजसुद्धा ज्ञान-अध्यात्म यांच्यातच व्यग्र राहिले.

विचारवंत, सरदार-दरकदार, विद्वान, व्यापारी हे सत्तेपुढे निष्प्रभ झाले. तेही फक्त पोट भरणे व जमेल तसे विलासी जीवन जगणे याच्यातच गुंतून राहिले.

म्हणून प्राचीन भारतीय संस्कृती सांगते, की भौतिक व आत्मिक या दोन्ही अंगांचा स्वीकार केला पाहिजे.

आपण सर्वसामान्यांच्या दृष्टिकोनातून निष्कर्ष काढला, तर ज्ञानामुळे आत्मिक आनंद, सुख व मन:शांती मिळते; तर विज्ञानामुळे ऐहिक, भौतिक सुख मिळते. आपणाला या दोन्ही गोष्टी आवश्यक आहेत. जर यांची तुलना केली, तर भारतीय तत्त्वज्ञान सांगते, की बाह्य सुखापेक्षा आत्मिक सुख निश्चितच श्रेष्ठ असते, ते चिरंतन व शाश्वत असते. शारीरिक बाह्य (ऐहिक) सुख हे क्षणभंगूर असते, परंतु ज्ञानाची जोड दिल्यास तेसुद्धा चिरंतन होऊ शकते.

सध्याच्या नवपिढीत एक विचार फार दृढ झालेला आहे. तो म्हणजे, आपले तेवढे बुरसटलेले प्रतिगामी व पाश्चिमात्यांचे पुढारलेले, पुरोगामी, अशी चुकीची समजूत निर्माण होत आहे. आपण जगाच्या दृष्टीने मागासलेले आहोत; आपण फक्त टाळ कुटत, भजने करीत वाऱ्या करीत राहतो. आपल्या पूर्वजांना विज्ञान काय चीज आहे, हे माहीतच नव्हते. अशा प्रकारचा अलीकडील पिढीचा सूर ऐकला, की मन

व्यथित होते. वास्तविक, हे सर्व अज्ञान आहे.

आपण भपका, थाटमाट व बाह्य दिखावा याला भुलतो. हा एक प्रकारचा न्यूनगंडच आहे. तो दूर व्हावा, आपल्या परंपरेचा खरा अर्थ समजावा, आपण कोणत्याही बाबतीत कमी नव्हतो, कमी नाही व पुढेही कमी असणार नाही, असा आत्मविश्वास निर्माण व्हावा आणि त्यातूनच भविष्यात उज्ज्वल भारत निर्माण व्हावा, हीच मनापासूनची इच्छा आहे.

सध्याच्या संगणक युगात असा एक आक्षेप घेतला जातो. तो हा, की प्राचीन भारतीय संस्कृतीत विज्ञान या नावांची गोष्टच नाही. फक्त अध्यात्म, जप-तप, व्रत-वैकल्ये, यज्ञयाग, कर्मकांड यांचेच स्तोम माजलेले आहे. विज्ञानात प्राचीन भारतीयांनी कधीच रुची दाखविली नाही. वेद-पुराणे केवळ यज्ञ व निरर्थक कर्मकांडे, वगैरे यातच ते अडकून पडले.

अर्थात मी त्यांना दोष देऊ इच्छित नाही. कारण सध्या वाचनाची, अभ्यास करण्याची वृत्तीच कमी झालेली आहे. शिवाय उथळ विचारांचेच लेख सध्या पाहावयास मिळतात. त्यांत आपल्या संस्कृतीचे, आदर्शांचे विकृत चित्रणच जास्त असते.

यात सर्वांत महत्त्वाचा मुद्दा म्हणजे, आपल्याला विज्ञानाची ओळख ब्रिटिशांनी करून दिली.

हे एक अर्धसत्य आहे, कारण मध्यंतरीच्या काळात आपल्याकडे केवळ कर्मकांडांवरच विशेष भर दिला जात होता. यज्ञाचा खरा अर्थ कर्तव्यकर्म हा बाजूला पडून केवळ होम-हवन, बळी यांचे अवडंबर माजले होते आणि खरे ज्ञान न मिळाल्यामुळे अंधश्रद्धा निर्माण झाल्या होत्या.

याचे कारण कदाचित हेही असू शकते, ते म्हणजे— आपण सुमारे ७०० ते ८०० वर्षे सततच्या परकीय आक्रमणांना तोंड देत होतो, त्यामुळे उसंतच मिळेनाशी झाली होती. शिवाय जे बलाढ्य राजे होते, ते एकतर भोग-विलासांत दंग होते किंवा आपापसात लढाया करीत होते. आपापसातल्या दुफळीमुळे परकीयांचे फावले आणि त्यांनी आपल्यावर अधिकार मिळविला.

त्यानंतर मात्र आपला ज्ञान-विज्ञान या दोन्ही अंगांचा विकास थांबला. बुद्धीवर गुलामगिरीचाच गंज चढला. ती सत्ताधाऱ्यांकडे गहाण पडली. इतर विषयांचा विचार करण्यास वावच नव्हता.

तरीसुद्धा अध्यात्मज्ञान, तत्त्वज्ञान बऱ्याच संत-सज्जनांकडे, ब्राह्मणवर्गाकडे सुरक्षित राहिले. जैन समाज शक्यतो कुणाच्या अध्यात-मध्यात पडत नसल्याने त्यांचे ग्रंथ त्यांच्या मंदिरात व इतर ठिकाणी सुरक्षित राहिले.

आणि विज्ञान किंवा इतर शास्त्रे विकसित होऊच शकली नाहीत. वेदांचे ज्ञानसुद्धा वेदोनारायणांनी आपल्याच ताब्यात ठेवले. केवळ सोवळे-ओवळे किंवा कर्मकांडांवरच भर राहिला. सर्वसामान्य माणूस मूळ ज्ञान-विज्ञानापासून वंचितच राहिला. त्याला प्रपंच आणि कुटुंबाचे संरक्षण यातून वेळच मिळाला नाही.

वेदोनारायणांनी वेदांचा लावलेला विकृत अर्थ— कर्मठपणा, कर्मकांडे, सोवळे-ओवळे यातून संत ज्ञानेश्वर, संत तुकाराम, संत एकनाथसुद्धा सुटले नाहीत.

अठराव्या शतकात पाश्चिमात्य राष्ट्रांमध्ये यांत्रिक युग अवतरले, परंतु पारतंत्र्यामुळे व इतर गोष्टींमुळे आपणाला त्यात काहीच ठसा उमटविता आला नाही.

या यांत्रिक युगाने मात्र पारंपरिक ज्ञान व विज्ञान या दोघांवर मात केली. ब्रिटिशांनी आपल्याला यांत्रिक युगाची ओळख करून दिली, हे जरी खरे असले, तरी त्यांनी आपल्या पारंपरिक उद्योगांचा बळी घेतला. त्यामागे त्यांचा हेतू कधीच शुद्ध नव्हता. ते आपल्याकडे केवळ 'रॉ मटेरियल' (श्रमशक्ती) म्हणूनच पाहत.

त्यांनी शिक्षणाची सोय केली, यात शंकाच नाही; परंतु आपली गुरुकुलेही बंद पडली आणि केवळ कारकुनी करण्यासाठी उपयुक्त अशी शिक्षणपद्धती त्यांनी विकसित केली.

दुसरे अनेक आक्षेप घेतले जातात, ते म्हणजे, आपल्या पूर्वजांनी विज्ञानात काहीच प्रगती केली नाही. केवळ कर्मकांडांवरच भर दिला. एका अर्थाने हे खरे असले तरी त्याचे कारण कोणाकडे जाते, हे सांगावयाची जरुरी नाही.

परंतु, माझ्या अल्पमतीनुसार पुढील काही गोष्टी भारतीयांना फार प्राचीन काळापासून ज्ञात होत्या.

सूर्य हा आपल्या ग्रहमालेचा व चराचर सृष्टीचा जीवन ऊर्जास्त्रोत आहे, हे आधुनिक तत्त्व 'सूर्य आत्मा जगतस्तस्थुःश्च' श्रुतीत सांगितलेले आहे.

पृथ्वी सूर्याभोवती फिरते, हे कोपर्निकसपूर्वीच वराहमिहिर, आर्यभट्ट वगैरे हिंदू ज्योतिर्विदांना माहीत होते. सर्व ग्रह, नक्षत्रांच्या गतींची सूक्ष्म गणिते त्यांनी मांडलेली होती.

न्यूटोनियन फिजिक्सची उभारणी 'कॉन्झर्वेशन ऑफ एनर्जी' (Conservation Of Energy) व 'कॉन्झर्वेशन ऑफ मॅटर' (Conservation Of Matter) म्हणजेच अविनाशित्वाचा नियम या दुहेरी सिद्धांताच्या पायावर झालेली आहे.

हाच सिद्धांत भगवद्गीतेत क्षर आणि अक्षर, प्रकृती व पुरुष या नावांनी आलेला आहे.

आइन्स्टाईनने मॅटर व एनर्जी (Matter & Energy)— पदार्थ व ऊर्जा हे एकाच ठिकाणी वास करतात आणि एकमेकांपासून पुन्हा निर्मित होतात, म्हणजे

परिवर्तित होतात, असे सिद्ध केले. यालाच वेदांत 'अद्वैत सिद्धांत' म्हटलेले आहे. ऊर्जेपासून ताऱ्यांची निर्मिती आणि पुन्हा ताऱ्यांपासून ऊर्जानिर्मिती याच सिद्धांताने होते.

अर्थात हे केवळ अध्यात्माच्या दृष्टिकोनातून सांगितलेले असल्याने त्याचा सर्वसाधारण दृढ अर्थ परमेश्वर आणि आपण एकच आहोत, ही भावना होणे, असा आहे. (जड व चेतन)

परमात्मा म्हणजे ऊर्जा व आपण म्हणजे पदार्थ. आपण देवस्वरूप कर्म केले असता आपण परमात्मामय होतो, हा त्याचा आध्यात्मिक अर्थ आहे.

आपला सूर्य, सूर्यमाला ज्या आकाशगंगेत आहेत; ते एक प्रचंड विश्वच आहे. त्यांत अब्जावधी तारे आहेत. त्याला वेदांत, उपनिषदांत, गीतेत 'ब्रह्मांड' म्हटलेले आहे.

आणि आधुनिक खगोलविज्ञान सांगते, की अशी अगणित विश्वे संपूर्ण अवकाशात विखुरलेली आहेत. यालाच भारतीय विज्ञान 'अनंत कोटी ब्रह्मांड' म्हणते.

हे विश्व कसे निर्माण झाले, याबाबत आज अनेक सिद्धांत मांडले जातात. त्यांत 'बिगबँग थिअरी' हा एक सिद्धांत आहे. तो म्हणजे, ही सर्व अनंत कोटी विश्वे एका प्रचंड स्फोटात एका सूक्ष्म बिंदूतून निर्माण झाली.

सुप्रसिद्ध शास्त्रज्ञ आइन्स्टाईनने व्यापक सिद्धांताच्या अनुषंगाने जी गणिती समीकरणे मांडली, त्यांना आइन्स्टाईनची 'वैश्विक समीकरणे' म्हणतात. या समीकरणांमुळे सर्व विश्वाची रूपरेषाच दृष्टिपथात आली. त्यानंतर विश्वाच्या आदि व अंताबद्दल विचार सुरू झाला. त्यांतूनच पुढे विश्वनिर्मितीचा सिद्धांत मांडला गेला.

या विश्वातील सर्व वस्तुमान आणि ऊर्जा प्रचंड घनतेच्या व गणिताच्या भाषेत एकवटलेले होते. १० ते १५ अब्ज वर्षांपूर्वी अत्यंत लहान म्हणजे बिंदूवत (शून्यवत) आकारमान असलेल्या या विश्वाचा महास्फोट होऊन त्याचा जन्म झाला. तेव्हापासून हे विश्व प्रसरण पावत आहे. महास्फोट ही विश्वाच्या जीवनातील पहिली घटना होय.

त्याचप्रमाणे विख्यात विश्वोपत्तिशास्त्रज्ञ (Cosmologist) स्टीफन वाईनबर्ग यांच्या 'First Three Minutes' विश्वाची सुरुवातीची तीन मिनिटे या पुस्तकात म्हणतो—

'त्या वेळी अवकाशांत दृग्गोचर असे काहीच नव्हते. सर्व अंधार होता. परंतु एक अप्रकाशित अस्तित्व होते. त्याचे तापमान अत्युच्च होते. या स्वत:च्याच अत्युच्च तापमानामुळे स्फोट होऊन हे विश्व निर्माण झाले.'

नारदीय सुक्तांत अशाच प्रकारचा विश्व उत्पत्तीबाबतचा सिद्धांत मांडला आहे.

नासत् आसीन्नो सहासीतदानी नासीद्रजो नो व्योमापरो यत्।

अर्थ- त्या वेळी असत् नव्हते, सत् नव्हते, रज म्हणजे जड द्रव्ये नव्हती, त्या पलीकडे असलेले अंतरिक्षही नव्हते. त्या वेळचे अस्तित्व वर्णन करण्यापलीकडचे होते. हे वर्णनातीत अस्तित्व (अप्रकाशित अस्तित्व आपल्या आत्यंतिक तापमानाच्या प्रभावामुळे फुटले आणि दृष्टीला दिसणारे जड स्वरूपातील विश्व अस्तित्वात आले.) असत् म्हणजे अचेतन व सत् म्हणजे चेतन.

यांतीलच इतर श्लोक विश्व उत्पत्तीविषयीच आहेत आणि ते बऱ्याच प्रमाणात आजच्या सिद्धांतांशी जुळतात. त्यातील काही सुक्तांचा अन्वयार्थ-

(१) सृष्टीच्या प्रारंभी अप्रकाशित अस्तित्व अंधारातच जाणिवेच्या पार दडून होते. ब्रह्म आणि माया यांचे अविभाज्य अस्तित्व तरंगरूपांत सर्वत्र अस्तित्वात आले. त्याने सर्व विश्व स्वत:त सामावून घेतले. ते स्वत:च्या अत्युच्च तापमानामुळे अस्तित्वात आले.

स्टिफन वाईनबर्ग व नारदीय सुक्तात बरेच साम्य आढळते.

त्याचप्रमाणे नारदीय सुक्तांतीलच एका श्लोकाचा अन्वयार्थ-

(२) उभ्या, आडव्या धाग्यांनी विणलेल्या वस्त्राप्रमाणे किरणांनी खालीवर गुंफलेले क्षणार्धात सर्व दिशांत अस्तित्वात विश्व आले.

स्टिफन हॉकिंग्जच्या स्ट्रिंग थिअरीचा निष्कर्ष व हा निष्कर्ष बऱ्याच प्रमाणात मिळता-जुळता आहे.

आधुनिक विज्ञानात असाही एक सिद्धांत मांडला जातो, तो म्हणजे— हे प्रचंड विश्व एका बिंदूतून निर्माण झाले, त्याचे प्रसरण सुरू आहे. काही काळानंतर त्याचे आंकुचन सुरू होईल. ते पुन्हा एका बिंदूत एकवटले जाईल, शून्य होईल आणि पुन्हा स्फोट होऊन त्याची निर्मिती होईल.

हेच मत वेदात सापडते. सृष्टीची उत्पत्ती, स्थिती व लय हे अनेक चक्रीय परिणामांत सुरू असावेत.

हेच सांगताना ईशावास्योपनिषदांतील शांतीमंत्र म्हणतो—

ॐ पूर्णमदः पूर्णमिदं पूर्णात् पूर्णमुदच्चते।

पूर्णस्य पूर्णमादाय पूर्णमेवा विशिष्यते।।

अर्थ- ते पूर्ण म्हणजे शून्य आहे. त्या शून्यापासून पुन्हा शून्य निर्माण होते आणि पुन्हा त्यांतून शून्य काढून घेतले, तरी शून्यच शेष राहते.

पूर्ण म्हणजे अप्रकाशित अस्तित्व. त्या पूर्णापासून पुन:पूर्ण म्हणजेच विश्वनिर्मिती आणि आंकुचनामुळे त्या पूर्णापासून पुन्हा पूर्णात रूपांतर व शेवटी पुन्हा पूर्ण म्हणजे शून्य अस्तित्व शेष राहते.

विश्वोत्पत्तीसंबंधी एक नवीन सिद्धांत पण मांडला गेला आहे. तो म्हणजे, 'स्थिर स्थितीचा सिद्धांत' (Steady State Theory). हा सिद्धांत हर्मन बॉडी, थॉमस गोल्ड आणि फ्रेड हॉएल यांनी मांडला.

तो सिद्धांत म्हणजे- 'हे विश्व अनादिकाळापासून असेच होते, असेच आहे व असेच राहणार'.

या सिद्धांताशी मिळता-जुळता सिद्धांत जैन तत्त्वज्ञानात सांगितला आहे.

या स्पष्टीकरणांचा अर्थ एकच, की विश्वाच्या उत्पत्तीविषयी आपल्या प्राचीन भारतात निश्चितच विचारमंथन सुरू होते.

वैदिक किंवा जैन ऋषी-मुनींनी या थापा तर निश्चितच मारलेल्या नाहीत. त्यांना थापा मारून काहीही मिळवावयाचे नव्हते. ना प्रसिद्धी, ना रॉयल्टी. फक्त संशोधन, ज्ञान-विज्ञान याचा शोध व अध्ययन हेच त्यांचे ध्येय होते.

मूलद्रव्याच्या सूक्ष्म अणूंत प्रचंड शक्ती आहे. ते अणुशक्तीच्या स्वरूपात सिद्ध झालेले आहे. हेच तत्त्व शेकडो वर्षांपूर्वी 'कणाद' या ऋषींनी मांडलेले होते. त्याला ते 'पिलव' म्हणत.

आज वैज्ञानिकांच्या दृष्टीने विश्वाचे वय १० ते १५ अब्ज वर्षे ठरविले आहे.

विष्णुपुराणात आणि काही पौराणिक ग्रंथांमध्ये अशी कल्पना आहे, की ब्रह्मदेव दिवसभर सृष्टीची रचना करून रात्री झोपतो. त्याचा दिवस किंवा रात्र मानवी कालगणनेनुसार नव्हे. ब्रह्मदेवाचा एक दिवस म्हणजे ४ युगांचे एक हजार वेळा आवर्तन. चार युगे मिळून १२००० दिव्य वर्षे इतका कालखंड. एक दिव्य वर्ष म्हणजे मानवी ३६० वर्षे. गुणाकार केल्यास एक दिवस व रात्र मिळून सुमारे १० ते १२ अब्ज होतात. (डॉ. जयंत नारळीकर - आकाशाशी जडले नाते)

गीतेतील आठव्या अध्यायातील १७ व्या श्लोकात हेच गणित सांगितलेले आहे.

यांत ब्रह्मा वगैरे कल्पना सोडली तरी विश्वाच्या वयाच्या विचार निश्चितच आढळून येतो.

अर्थात सर्व ज्ञान-विज्ञान अध्यात्माच्या दृष्टिकोनातून सांगितलेले आहे.

आता इतर शास्त्रांचा विचार केला, तर गणित शास्त्रातला अत्यंत क्रांतिकारी शोध शून्याचा. तो भारतीय ऋषींनीच लावला. दशमानपद्धती व आजची जगन्मान्य अंकलेखनपद्धती ही भारतीय ऋषींचीच देणगी होय.

दिक् आणि काळ म्हणजेच Time and Space या एकाच सत्याच्या दोन बाजू आहेत. हा आधुनिक फिजिक्सचा सिद्धांत म्हणजे रिलेटिव्हिटी थिअरी (Relativity Theory) याचा उल्लेख 'दिक्कालाचनवाच्छिन्न' असे परमात्म्याचे वर्णन करताना केला जातो.

वास्तू आणि शिल्पशास्त्रांत तर भारतीयांचा हात कुणीच धरणार नाही. याची उत्तम उदाहरणे संपूर्ण भारतवर्षात आजसुद्धा साक्ष देत उभी आहेत. वेरूळ, अजिंठ्याची लेणी, मंदिरे, गोपुरे, राजमहाल, किल्ले वगैरे.

त्याचप्रमाणे नगररचनेबाबत उत्खननांत सापडलेली प्राचीन नगरे.

घर बांधताना वाऱ्यांची दिशा, सूर्यप्रकाश (सकाळचा व संध्याकाळचा), चुंबकीय क्षेत्र, सभोवतालची वृक्षसंपदा, खिडक्या, दारे वगैरेंचा वैज्ञानिक दृष्टिकोन ठेवून शास्त्रोक्त विचार भारतीय वास्तुशास्त्रज्ञांइतका कोणत्याही इतर किंवा आधुनिक वास्तुशास्त्रांत केलेला आढळत नाही.

परंतु एका गोष्टीची निश्चितच खंत वाटते, की त्याचा संबंध उगाचच धार्मिक, शकुन-अपशकुन या गोष्टींशी जोडून अंधश्रद्धा निर्माण करून स्वार्थ साधण्याकडे आधुनिक वास्तुशास्त्रज्ञ करताना आढळतात. त्यामुळे प्राचीन वास्तुशास्त्र निष्कारणच बदनाम होते.

या बाबतीत जर लिहीत गेलो तर एक मोठा ग्रंथ निर्माण होईल. असो.

दुसरा एक आक्षेप घेतला जातो, की आपण भारतीय सहिष्णू आहोत का?

मला अभिमानाने सांगावेसे वाटते, की भारतीय समाज हा अत्यंत सहिष्णू आहे. त्यांच्या वाङ्मयांवरून, प्रार्थनांवरून आणि इतिहासावरून हे सहज सिद्ध होते.

इतर धर्मांत प्रार्थना म्हटल्या जातात. त्यांत आपल्या अनुयायांसाठीच मागणे असते; परंतु आपल्या प्रार्थनांमध्ये ही संकुचित वृत्ती आढळून येत नाही. आपल्या वैदिक ऋषींनी ज्या प्रार्थना केल्या, जी स्तवने रचली; ती स्वार्थासाठी किंवा स्वत:ला मोठे बनविण्याच्या इच्छेने रचलेली नाहीत. वैदिक ऋषी अप्पलपोटे नाहीत. ते सर्वांसाठी मागतात— 'स्वस्ति न इंद्र, स्वस्तिन पुषा'. 'इंद्र वगैरे देवता आमचे भले करो'.

त्याचप्रमाणे ते साद घालतात—

'आनो भद्रा: क्रत: वोयन्तो विश्वत:।' आमच्या कानांवर दश दिशांतून केवळ 'मंगल विचारच' येवोत.

या ठिकाणी महत्त्वाचे सांगावयाचे म्हणजे, भारतवर्षातील सर्व संप्रदायांमध्ये— वैदिक, जैन, बौद्ध, शीख वगैरेंमध्ये नेहमीच सद्‌विचार, मंगलमय विचार पूर्णपणे रुजलेले आहेत. आपल्या सर्व प्राचीन साहित्यात ते प्रकर्षाने व्यक्त झालेले आहेत.

आपण नेहमीच मागणी करीत आलेलो आहोत, ती विश्व कल्याणाची; विशिष्ट वर्गाची नाही. संकलांचे सर्व हित हे भारतीय संस्कृतीचे, धर्मभावनेचे प्रमुख ध्येय आहे.

आपली सार्वजनिक प्रार्थना—

'स्वस्ति प्रजाभ्य: परिपाल यन्तां। न्यायेन मार्गेण मही महीशा:।।
गोब्राह्मणेभ्य: शुभमस्तु नित्यं। लोका: समस्ता: सुखिनोभवन्तु।।
काले वर्षतु पर्जन्य: पृथिवी सस्य शालिनी।
देशोयंक्षोभरहितो ब्राह्मणा: सन्तु निर्भया:।।
अपुत्रा: पुत्रिणा: सन्तु, पुत्रिणा: सन्तु पौत्रिणा:।
अधना: सधन: सन्तु, जीवन्तु शरदां शतम्।।
सर्वत्र: सुखिन: सन्तु सर्वे सन्तु निरामया: सर्वे भद्राणि पश्यन्तु, मा कश्चिदु:खमाप्नुयात्।।'

अर्थ व स्पष्टीकरण-

सर्व प्रजाजनांचे कल्याण असो. आता प्रजेचे कल्याण केव्हा होईल, जर त्यांच्यात सर्व प्रकारची सुरक्षेची भावना निर्माण होईल तेव्हाच आणि ही जबाबदारी असते राजाची. सध्याच्या युगात सांगावयाचे म्हणजे सत्ताधाऱ्यांची. म्हणून लगेच पुढे म्हटलेले आहे— राजे म्हणजेच शासक पृथ्वीवर न्यायाने राज्य करोत. म्हणजे ते पक्षपाती नसावेत. गाई म्हणजे पशुधन आणि ब्राह्मण म्हणजे विद्वान लोक यांचे शुभ असो. हे दोन्हीही स्वत:चे संरक्षण करण्यास असमर्थ असतात आणि पुढे म्हटले आहे, की हे नित्य शुभकारक गोष्टी करोत. ब्राह्मण म्हणजे सारस्वत - जात नव्हे, तर सरस्वतीचे उपासक — हे सर्वांच्या कल्याणासाठीच ज्ञानाचा उपयोग करोत, की जेणेकरून लोक सुखी होतील.

योग्य वेळी पर्जन्य वर्षाव करो; जेणेकरून धरती सुजलाम्-सुफलाम होऊ शकेल.

समग्र पृथ्वीवरील देश हे क्षोभरहित होवोत, म्हणजे लढाई वगैरेंपासून मुक्त असोत आणि सर्व ज्ञानी लोक निर्भय होऊन त्यांच्या कर्तव्यात प्रगती करोत.

ज्यांना पुत्र नाहीत, त्यांना होवोत; ज्यांना पुत्र आहे, त्यांना नातू होवो. दरिद्री श्रीमंत होवोत. सर्व लोक शंभर वर्षे जगोत. सर्व लोक सुखी होवोत. सर्व लोक निर्भय असोत, सर्व लोक निरोगी होवोत.

सर्व लोक कल्पनांचे, सुख-समृद्धीचे दिवस पाहोत. कुणीही दु:खी नसो.

इतका व्यापक दृष्टिकोन असलेली प्रार्थना ही संकुचित कशी असेल? यांत ना देवाचा उल्लेख, ना जाती-धर्माचा उल्लेख. कोणत्याही पंथाचा मनुष्य यापेक्षा जास्त काय मागू शकणार?

संतश्रेष्ठ ज्ञानेश्वर माऊलीसुद्धा आपल्या पसायदानात विश्वाविषयीच मागणी मागतात; स्वत:साठी नाही.

शांतीचा, अहिंसेचा सर्वश्रेष्ठ संदेश जगाला देणारे गौतम बुद्ध किंवा जैन

तीर्थंकर हे भारतातच निर्माण झाले.

गेल्या पंधराशे वर्षांत शक, हूण, कुशाण, बार्बर, तार्तार, मोगल आदी पाशवी समाजांची आक्रमणेही झाली; तरी त्यातही आपली भारतीय संस्कृती टिकून राहिली. कदाचित त्यांनी धन, संपत्ती लुटून नेली असेल; परंतु आपले ज्ञान, श्रेष्ठ परंपरा ते लुटू शकले नाहीत.

आपल्या देशांत अनेक भिन्न-भिन्न वैचारिक पंथ निर्माण झाले; परंतु त्यांनी कधीच राजकीय, सामाजिक, शारीरिक आक्रमण केले नाही. इतर पंथांविषयी कधीही असहिष्णुता दाखविली नाही. प्रत्येकाला धर्मस्वातंत्र्याचा अधिकार याच देशात प्राचीन काळापासून अस्तित्वात आहे. धर्मासाठी (जिहाद) युद्धे या देशात कधीच झालेली नाहीत.

मध्य आशिया - युरोपांत २००० वर्षांपूर्वी येशूने नवा उपासना मार्ग सांगताच, त्याला पाखंडी ठरवून सुळावर चढविण्यात आले आणि त्याच्या अनुयायांचा छळ सुरू झाला.

त्या वेळी पहिल्या शतकात येशू ख्रिस्ताच्या १२ शिष्यांपैकी एक शिष्य सेंट थॉमस केरळच्या किनाऱ्याला लागला. तेव्हा तेथील हिंदू राजाने व प्रजेने त्याला उदार आश्रय दिला व स्वमत प्रसाराचे स्वातंत्र्य दिले.

पुढे रोमन सम्राटांनी ख्रिस्ती मताचा स्वीकार करून साम्राज्यभर त्याचा प्रसार सुरू केला. त्या वेळी येशू ख्रिस्ताला पाखंडी ठरवून सुळी देणाऱ्या यहुदींचा (ज्यू) छळ सुरू झाला. त्या वेळी त्यांच्यापैकी काही ज्यू पळून भारतात आश्रयाला आले. त्यांना भारताच्या हिंदू समाजानेच सन्मानाने आश्रय दिला. आजही ते कोकणात 'बेन इस्राईल' या नावाने वास्तव्य करून आहेत.

इस्लामी आक्रमणामुळे इराणचे पर्शियन साम्राज्य कोसळल्यावर धर्मरक्षणार्थ देशोधडीला लागलेल्या पारशी समाजाला उदार आश्रय भारतानेच दिला.

अगदी ताजे उदाहरण म्हणजे चीनने तिबेटवर लष्करी आक्रमण करून तो बळकावल्यानंतर दलाई लामांना त्यांच्या हजारो अनुयायांसह भारतानेच आश्रय दिला.

बांगलादेशातील जुलमाला कंटाळून भारतात आश्रयास आलेल्या दोन कोटी बांगलादेशीयांना भारतानेच दोन वर्षे पोसले.

आजही लाखो निर्वासित भारताच्या आश्रयास आहेत.

केवळ धर्माच्या आधारावर फाळणी झालेल्या भारतखंडात आज पाकिस्तान- पेक्षाही जास्त मुस्लिम आनंदात राहत आहेत. भारताच्या प्रगतीला हातभार लावत आहेत. त्यांना भारतीय घटनेने कोणताही दुय्यम दर्जा दिलेला नाही; शिवाय त्यांच्या

वैयक्तिक मुस्लिम कायद्याला मान्यता आहे.

सर्व धर्मीयांना आश्रय देणारा भारत हा एकमेव देश आहे, असे म्हणणे अयोग्य ठरणार नाही.

मला अभिमानाने सांगावेसे वाटते, की आजपर्यंतच्या ज्ञात इतिहासात जुलमामुळे कुणीही भारत सोडल्याचे उदाहरण नाही.

यावरून भारतीय समाज हा असहिष्णू आहे, असे म्हणण्यात काय अर्थ आहे? खरा सर्व धर्म समभाव आणि सर्व धर्म सहिष्णुता केवळ एकमेव भारतातच आहे.

अर्थात याचे बरेच बरे-वाईट परिणामही आपणास भोगावे लागले आहेत आणि भोगतही आहोत. कारण सहिष्णुता ही एकांगी नसावी. सहिष्णुता ही बऱ्या-वाईट विचारांचा, परिणामांचा विचार करीत नाही. कारण सहिष्णुता म्हणजेच मानवता. आज ज्याला धर्म म्हणतात, ती. ती भारतीयांच्या अणू-रेणूंत भरलेली आहे.

तथाकथित सुधारलेल्या विकसित देशांमध्ये, म्हणजेच ऐहिक, भौतिक उन्नती झालेल्या देशांमध्येसुद्धा प्रचलित समजुतींना अगदी वैज्ञानिकांनासुद्धा, की ज्यांनी नवनवीन शोध लावले, सिद्धांत मांडले; त्यांना पाखंडी ठरविण्यात आले. पाखंडी याचा अर्थ पवित्र धर्मग्रंथांच्या विरुद्ध किंवा इतर बाह्य मत मांडतो, तो.

उदा. कोपर्निकसाला सुळी चढविण्यात आले, तर गॅलिलिओला हद्दपार करण्यात आले. परंतु भारतातील इतिहासात असे कधीच घडलेले नाही. अगदी वेद किंवा परमेश्वराच्या विरुद्ध विचार मांडणारेही या भारतात जन्माला आले. चार्वाकसारखे लोकही त्यांच्या मतांचा प्रचार करू शकत होते. सर्वांना मतस्वातंत्र्य होते व आजही आहे.

आपण काळानुरूप होणारे बदल नेहमीच मान्य करीत आलो. अगदी धार्मिक गोष्टींमध्येसुद्धा. मूलतत्त्ववाद भारतीय संस्कृतीत कधीच रुजू शकला नाही.

प्राचीन काळी आपण ज्ञान-विज्ञान या दोन्ही शाखांत प्रगती करीत होतो. मानवी विकासासाठीच त्याचा उपयोग होत होता. दिलेल्या विद्येचा शिष्याने दुरुपयोग करू नये याची काळजी गुरू घेत असे आणि शस्त्र, अस्त्र वगैरेंबाबत तर ती विशेष घेतली जात असे. सत्पात्री शिष्यासच ती विद्या शिकविली जाई. शिवाय त्याच्याकडून तशी शपथही घेतली जाई.

आता असा प्रश्न निर्माण होतो, की हे सर्व ज्ञान कुठे लुप्त झाले? प्रगती का होऊ शकली नाही?

(अर्थात अस्त्र-शस्त्रविद्येविषयी मागे बरेच स्पष्टीकरण केलेले आहे.)

यात पहिले कारण संभवते, ते म्हणजे—गेल्या १००० ते १२०० वर्षांत अत्यंत असंस्कृत, रानटी संस्कृतीच्या आक्रमणांत हे सर्व ग्रंथांच्या स्वरूपांत असलेले हस्तलिखित ज्ञान-विज्ञानाचे भांडार नष्ट झाले. नालंदा, तक्षशिला येथील मौलिक ग्रंथांची होळी करण्यात आली.

शिल्पकलेचे उत्कृष्ट नमुने असलेली मंदिरे, वगैरे वास्तूंचा नाश करण्यातच धन्यता मानणाऱ्यांनी देवतांनासुद्धा सोडले नाही.

थोडक्यात म्हणजे, आपल्या सरस्वतीच्या वाट्याला दिवाभीताचे जीवन प्राप्त झाले. अर्थात् तरीसुद्धा ज्ञान टिकून राहिले.

दुसरे कारण संभवते, ते म्हणजे—हे सर्व ज्ञान संस्कृतात श्लोकबद्ध केलेले होते व त्यात अत्यंत गूढता निर्माण केलेली होती. त्याचा दुरुपयोग होऊ नये म्हणून त्याला अध्यात्माचे धार्मिक कवच चढविण्यात आलेले होते. ते समजण्यास अत्यंत अवघड असल्याने केवळ विशिष्ट ज्ञानी वर्गाकडेच सीमित राहिले. फक्त पाठांतर, यज्ञयाग आणि कर्मकांड यांवरच भर देण्यात आला.

आपल्या इतिहासात यज्ञांचा उल्लेख पदोपदी येतो. यज्ञ म्हणजे होम-हवन, कर्मकांड असे जरी वाटत असले तरी काही विशिष्ट यज्ञांचा गर्भित अर्थ माझ्या मते प्रयोगांतून वस्तूंची (शस्त्रास्त्रे वगैरे) निर्मिती, हे असावे. हे विशिष्ट यज्ञ म्हणजे निरनिराळ्या प्रयोगशाळाच असाव्यात. उदा. कोणतेही अस्त्र निर्माण करण्यासाठी यज्ञ करावा, याचाच अर्थ प्रयोगशाळेतून म्हणजेच कार्यशाळांमधून अस्त्रांची निर्मिती करावी. त्याचप्रमाणे देवतेने प्रसन्न होऊन शस्त्रविद्या दिली म्हणजे अस्त्र बनविण्याचे तंत्रज्ञान व कृती दिली. अर्थात, हे तंत्रज्ञान साहजिकच गुप्त ठेवण्यात येत होते. आजसुद्धा अणुतंत्रज्ञान विशिष्ट देशांपुरतेच मर्यादित आहे व त्यांत अत्यंत गुप्तता पाळण्यात येते. अर्थात त्या वेळी अशा भयंकर अस्त्रांचा साठा करू नये, असा अलिखित नियम असावा. कारण त्याचा दुरुपयोग होऊ नये.

इंद्रजिताने किंवा रावणाने लक्ष्मणास मारण्यासाठी अस्त्र मिळावे म्हणून गुप्त ठिकाणी यज्ञ प्रारंभ केला. त्याची कुणकुण लागताच वानरसेनेने त्यांत विघ्न आणून तो नष्ट केला. याचा अर्थ ते जे अस्त्र निर्माण करीत होते, त्यातील साधनसामग्रीचा नाश केला.

दुसरा अर्थ- अध्यात्माच्या दृष्टिकोनातून यज्ञाचा दुसरा अर्थ कर्तव्य किंवा नियतकर्म.

गीतेतील तिसऱ्या अध्यायातील दहावा श्लोक सांगतो—

'सहयज्ञा: प्रजा: सृष्ट्वा, पुरोवाच प्रजापति:।
अनेन प्रसाविष्यध्वम् इष वो ऽ स्त्विष्ट कामधुक॥१०॥' अ. ३

अर्थ- सृष्टीच्या प्रारंभी प्रजापतीने यज्ञासह वर्तमान प्रजा उत्पन्न केली आणि त्यांना वरदान देऊन म्हणाले, की तुम्ही या यज्ञांच्या योगाने सुखी व्हा आणि आपली अभिवृद्धी करून घ्या.

'यज्ञासह वर्तमान प्रजा निर्माण केली.' याचा शब्दशः अर्थ घेतला, तर प्रत्येक मानव यज्ञासह निर्माण झाला. याचा अर्थ प्रत्येक मानवाच्या काखोटीला उपजतच तो यज्ञकुंड घेऊन आला.

परंतु याचा असा हास्यास्पद अर्थ नसून यज्ञ म्हणजे कर्तव्य. स्वधर्म यज्ञासह वर्तमान प्रजा म्हणजे स्वधर्मासह आणि स्वकर्तव्यांसह मनुष्य व देवता आणि यज्ञ म्हणजे निष्काम कर्तव्यकर्म. हाच यज्ञाचा खरा अर्थ या ठिकाणी अभिप्रेत आहे.

पुरुष सुक्तांत यम व विश्वाची, चराचर सृष्टीसह मानवाच्या उत्पत्तीविषयी सांगितलेले आहे. त्याचा अठरावा श्लोक—

'यज्ञेन यज्ञम् अजयंत देवा: । तानि धर्माणि प्रथमान्यासन् ।।
तेह नाकं महिमान: संचन्ते । यत्र पूर्वे साध्या: सन्ति देवा: ।।'

अर्थ- देवांनी यज्ञ करून त्या विराट पुरुषाची पूजा केली. ते यज्ञधर्म म्हणजेच समर्पणभाव. जगात सर्वश्रेष्ठ कर्तव्ये ठरली आणि अशा प्रकारचे यज्ञ करणारे सर्वस्वाचा होम करून इतरांचे जीवन फुलविणारे महात्मे देवासमान स्वर्ग - सुख मिळवतात.

या ठिकाणी यज्ञाने यज्ञ निर्माण केले, असे म्हटलेले आहे. येथे यज्ञाचा अर्थ कर्तव्यकर्म हाच आहे आणि निरनिराळ्या कर्मांतूनच कर्तव्ये निर्माण होतात व ती पार पाडून माणूस स्वर्गसुख मिळवू शकतो.

यानंतर १८ व्या शतकात यांत्रिक युग अवतरले. त्या वेळी आपण पारतंत्र्यात जखडलेले असल्याने या क्षेत्रात आपण पाहिजे तसा भाग घेऊ शकतो नाही. त्यामुळे आपण मागे पडलो. स्वत:च्या कुटुंबाचे, धनसंपत्तीचे संरक्षण कसे करावे, हाच मोठा प्रश्न असताना इतर क्षेत्रांचा विचार कसा होऊ शकेल? कारण कोणतेही मनन, चिंतन किंवा वैज्ञानिक संशोधन करण्यासाठी सुरक्षितता, आर्थिक स्थैर्य व शांती असावी लागते.

या यांत्रिक युगाने मात्र आतापर्यंतच्या सर्व पारंपरिक ज्ञान-विज्ञानावर आघात केले. ते ऐहिक व भौतिक सुखसाधनांपर्यंतच सीमित राहिले.

पुढे भारताला स्वातंत्र्य मिळाले आणि आपल्यावरची ही अज्ञानाची काळरात्र संपून आपल्या प्रगतीची, विकासाची पहाट झाली. आपण पुन्हा सावरलो गेलो आणि पुन्हा ज्ञान-विज्ञान यांचा सूर्य आपणावर प्रकाशू लागला. अर्थात, मध्यंतरीच्या काळात पडलेली खिंडारे लवकर बुजविली जाणार नाहीत, हे जरी सत्य असले तरी

पुन्हा नव्याने सुरुवात करूनसुद्धा आणि काही अशी प्रतिकूल परिस्थिती असतानासुद्धा, पाश्चिमात्य राष्ट्रांनी गेल्या तीनशे वर्षांत जेवढी प्रगती केली तेवढी प्रगती आपल्या भारतीय नररत्नांनी गेल्या २५/३० वर्षांत केली.

आपणावर अनेक बंधने घातली गेलीत, परंतु आपण त्यातूनही मार्ग काढला.

उदा. क्रायोजेनिक इंजिने, अंतराळ संशोधन, अणुशक्तीचा विकास, संगणक विज्ञान वगैरे कितीतरी.

अर्थात, अजून बराच लांबचा पल्ला गाठावयाचा आहे.

विसाव्या शतकात अध्यात्म-साहित्यक्षेत्रातच नव्हे, तर विज्ञानातसुद्धा आपल्या अनेक नररत्नांनी आपला ठसा उमटविला. उदा. रवींद्रनाथ टागोर, महात्मा गांधी, विनोबा भावे, लोकमान्य टिळक, अरविंद घोष, स्वामी विवेकानंद, रामकृष्ण परमहंस वगैरे कितीतरी आणि सी. व्ही. रामन (रामन इफेक्ट), जगदीशचंद्र बोस (वनस्पती), सुब्रह्मण्यम चंद्रशेखर (चंद्रशेखर लिमिट), डॉ. होमी भाभा, डॉ. जयंत नारळीकर, डॉ. वसंत गोवारीकर, डॉ. भटनागर, डॉ. ए. पी. जे. कलाम, डॉ. कस्तुरीरंगन, डॉ. माशेलकर वगैरे वगैरे.

म्हणून मला आपल्या युवा पिढीला विनंती करावीशी वाटते, की प्रथम आपला न्यूनगंड कमी करा. नेहमीच पाश्चिमात्यांकडे बघण्याची सवय ठेवू नका. स्वत:ला ओळखा. आपल्यात सुप्त गुण दडलेले आहेत, असे तुमच्या लक्षात येईल. आपण कोणत्याही बाबतीत, कुठल्याही शास्त्रात, कुठल्याही क्षेत्रात कमी नाही. ज्यांचे चंगळवाद, पैसा आणि पाश्चिमात्यांकडेच लक्ष असते; त्यांच्या वक्तव्यांकडे लक्ष देऊ नका. अशा व्यक्ती राष्ट्र उभारणीच्या कोणत्याही कामास येत नाहीत.

आता भारतीय अध्यात्मज्ञानात दडलेले विज्ञान व इतर शास्त्रे यांचा थोडक्यात परामर्श घेऊ.

♦♦

वेध ईश्वराचा

हे परमेश्वरा, तुझा शोध घेण्याचा आम्ही मर्त्य मानव युगायुगांपासून प्रयत्न करीत आहोत. आम्ही जेव्हा गुहांमध्ये राहत होतो, आमचा मेंदू अगदीच प्राथमिक अवस्थेत होता; त्या वेळी तुझी निसर्गातील, प्रकृतीतील विविध रूपे बघून तो तूच आहेस, असे आम्हाला वाटले. मेघगर्जना, पाऊस, वणवा, अग्नी, नद्या, समुद्र, पहाटेची उषा, सूर्य, सायंप्रभा, चंद्र, तारे, रात्री यांना आम्ही देवता मानल्या. त्यांच्या स्तुतिपर गद्य, पद्य, कवने रचली (सुक्ते). आम्हाला लिहिण्याची कला अवगत नव्हती, म्हणून आम्ही त्या ऋचा सर्व तोंडपाठ ठेवल्या. त्या एका पिढीकडून पुढील पिढीकडे येत गेल्या.

आम्ही जन्म व मृत्यू यांनाही देवता मानले. या सर्व देवतांची नुसतीच स्तुती केल्याने त्या प्रसन्न होणार नाहीत, असे वाटून आम्ही त्यांची पूजा-अर्चा सुरू केली. परंतु, त्यांना मूर्त (व्यक्त) स्वरूप नसल्याने आम्हास असे वाटले, की अग्नी देवतेमार्फत त्यांना आमचे हवन पोचू शकते, म्हणून यथाविधी यज्ञयाग सुरू झाले. त्याचे नियम, मंत्र, सुक्ते रचण्यात आली. तरीसुद्धा मनाचे समाधान होत नव्हते. मन:शांती मिळत नव्हती. पुढे-पुढे आमच्या मेंदूची प्रगती होत गेली. विचार करण्यात प्रगल्भता येऊ लागली. प्रकृती, निसर्ग, ग्रह, तारे, चंद्र, सूर्य, यांचे रहस्य शोधण्याचा आम्ही प्रयत्न करू लागलो आणि या ठिकाणीच विज्ञानाचा जन्म झाला. विचारांना एक नवी दिशा मिळाली.

नंतर आमच्या लक्षात आले, की या प्रकृतीच्या व्यवहारात एक प्रकारची सूत्रबद्धता आहे. त्याचबरोबर मानवांप्रमाणेच प्रत्येक सजीव-निर्जीव वस्तूंना उत्पत्ती, स्थिती व लय या अवस्था आहेत. तर मग या सर्व क्रिया कशा घडत असाव्यात? कारण कोणतीही क्रिया घडण्यामागे काहीतरी कारण असतेच; कोणीतरी प्रेरणा असते. मग यामागे कोणती तरी प्रेरणा निश्चितच कार्यरत असावी, असे आम्ही

मानले. तिला आम्ही अज्ञात सुप्त शक्ती म्हणू लागलो. या ठिकाणीच तुझ्या अस्तित्वाची दुरून का होईना, एक झलक दिसली. नंतर आम्हास असे वाटू लागले, की ही अदृश्य शक्ती तूच आहेस! आम्ही मग तुझे नामकरण केले. आमच्या आतापर्यंतच्या देवतांच्या शक्तीला मर्यादा आहेत. आणि त्यांच्यापेक्षा तुझी शक्ती निश्चितच जास्त आहे. त्यांच्या शक्तींचा स्रोत तूच आहेस. म्हणून आम्ही तुला महान देव (मोठा देव) म्हणजे परमेश्वर मानू लागलो. (परम+ईश्वर).

परंतु तुझे स्वरूप आमच्या इंद्रियांना स्पष्टपणे ओळखता येईना. तत्राप तुझी अनुभूती पदोपदी येतच होती. मग तू अव्यक्त-निराकार असला पाहिजेस, असे आम्ही ठरविले. त्यानंतर तुझा शोध सुरू झाला. पण तू इंद्रियांच्या पलीकडचा आहेस, असे लक्षात आले. मग कल्पनेने आम्ही तुला आकार देऊ लागलो. अर्थात आम्ही मानव असल्यामुळे तुला मानवी आकारच दिला. या प्रकृतीत इतक्या घडामोडी सतत घडत असतात. उत्पत्ती, स्थिती लय हे चक्र सुरूच असते. काही घटना वाईट असतात, तर काही चांगल्या असतात; परंतु त्यांचा तुझ्यावर काहीही परिणाम होत नाही. मग आम्ही ठरविले की तू निर्गुण आहेस. तू सर्वांत मोठ्या प्राण्यांचे, वस्तूंचे नियंत्रण करतो; त्याचबरोबर तू सूक्ष्मातल्या सूक्ष्म जीवजंतूंचे नियंत्रण करतोस; त्या अर्थी तू निराकार व सर्वव्यापी आहेस.

काही विशिष्ट वेळेस तुझे अस्तित्व जाणवून येते. मग आम्ही तुला आम्हां मानवांमध्ये पाहू लागलो. त्यांना आम्ही देवत्व बहाल केले, परंतु त्यांना जन्म-मृत्यू असल्यामुळे त्यांना तुझे अंश मानण्यात येऊ लागले आणि आम्ही त्याला अवताराचे स्वरूप दिले. दरम्यान, आम्ही आमची स्वत:ची ओळख करून घेण्यास सुरुवात केली. कारण कोऽहं कुत आयात: का मे जननी को मे तात:। तू कोण आहेस? मी कोण आहे? मी कोठून आलो? माझी आई कोण? माझे वडील कोण? आमचा तुझ्याशी कोणता व कशा प्रकारचा संबंध असावा? वगैरेंची उत्तरे शोधू लागलो. आणि या ठिकाणीच अध्यात्माचा जन्म झाला. आमच्या लक्षात आले, की शरीरात जीव किंवा प्राण नावाची अदृश्य चीज आहे. जेव्हा ती अदृश्य चीज तो देह सोडून जाते, तेव्हा त्या देहाचा मृत्यू ओढावतो. मग तो देह कुणाचाही असो. पशू, पक्षी, प्राणी, मानव, निसर्गातील वनस्पती वगैरेंचा.

मग ही अशी अदृश्य चीज कोणती असावी? आम्ही तिला 'आत्मा' हे नाव दिले. या आत्म्याला प्रकृतीचे, जडवस्तूंचे गुण लागू पडतात का, याचा विचार करू लागलो. आणि ठरविले, की हा आत्मा अविनाशी आहे, निर्गुण आहे. आम्ही अविनाशी - निर्गुण अशी एक अदृश्य शक्ती मानली होती, ती म्हणजे तूच — परमेश्वर. मग या आत्म्याचा संबंध नक्कीच तुझ्याशी असावा आणि हे तुझेच अंश

असावेत, असे आम्ही मानले व तुला नवीन नाव दिले— 'परमात्मा'.

त्यानंतर आम्ही तुझा निसर्गात, माणसांत, चराचर सृष्टीत शोध घेऊ लागलो व असे आढळून आले, की ती सर्व तुझीच रूपे आहेत. प्रत्येकात तूच आहेस आणि नाहीसही; म्हणजे तू सर्व चराचर सृष्टी व्यापून असावा, असे आम्ही ठरविले. मग असे लक्षात आले, की तू मानवांमध्येच असतो. मानवांमध्ये असलेली मानवता, माणुसकी, दया, क्षमा, शांती, वीरत्व, दानत इ. म्हणजेच देवत्व आणि देव म्हणजेच 'तू'. याचा संपूर्ण खुलासा श्रीमद् भगवद्गीतेतील विभूती योगात झाला.

परंतु काही माणसांमध्ये या गोष्टी आढळत नाहीत. ती संपूर्णपणे याच्या विरुद्ध स्वभावाची असतात. याचे कोणते कारण असावे? पुन्हा आम्ही शोध घेऊ लागलो. नंतर असे लक्षात आले, की प्रकृतीत रज, तम, सत्त्व गुण असतात आणि तेच मानवांमध्ये उतरतात. ही सर्व प्रकृतीच द्वंद्वात्मक आहे, म्हणून चांगल्या बरोबर वाईट असणारच, सद्-विचारांबरोबर कुविचारही जन्माला येतातच. याप्रमाणे एकेक शंका उद्‌भवत होत्या व त्यांचे कालांतराने, वादविवाद सभांमधून निराकरणही केले जात होते. याला शेकडो वर्षे लागली.

अशा रीतीने आमच्या विचारांची एक बैठक तयार झाली. ती म्हणजे— असे विचार मात्र धर्माधिष्ठित असावेत, नीतिमूल्यांना धरून असावेत वगैरे. आतापर्यंत आम्ही वेदांनाच परिपूर्ण विद्या मानीत होतो. त्यांत निसर्गातील निरनिराळ्या स्वरूपांना, घटकांनाच प्राधान्य होते. त्यांच्यासाठीच ऋचा, सुक्ते रचलेली होती. यज्ञयाग वगैरे कर्मकांडांवरच भर होता. परंतु, या सर्वांमुळे आमचे समाधान होऊ शकत नव्हते. मग पुन्हा त्यांच्यावर अध्ययन सुरू केले. त्याच्यावर टीका, स्पष्टीकरण, भाष्य, विवेचन व विवरण वगैरे सुरू झाले. काही नवीन विचार मांडण्यात आले आणि वेदांगे, वेदांत उपनिषदे, आरण्यके जन्माला आली.

त्यात प्रकृती, मानव, प्राणी, निसर्ग आणि आतापर्यंतच्या आमच्या निसर्गदेवता आणि या घटकांशी तुझा संबंध, तुझे स्वरूप याविषयी काही नवीन विचार मांडले गेले, नवभाष्य केले गेले. त्याचप्रमाणे सामाजिक नियम, समाजकर्तव्ये, मानवी स्वभाव, प्रकृतीशी मानवी स्वभावाचा संबंध, आचार-विचार, नीतिमूल्ये, मानवता यांच्यावर आम्ही विवेचन केले. त्याचप्रमाणे निसर्गातील, प्रकृतीतील घटकांचे शास्त्रीय संशोधन, विश्वोत्पत्तीविषयी संशोधन, खगोल, अंकगणित, दशमान पद्धती, ज्योतिष, आरोग्य, वनौषधी वगैरे शास्त्रे विकसित केली. त्यावर नवीन ग्रंथ लिहिले.

या प्रकारे आमचे विचार कालानुरूप अधिकाधिक प्रगल्भ होत गेले. त्यांत वास्तवता येऊ लागली. एवढे करूनही तुझ्या सत्य स्वरूपापासून आम्ही वंचितच राहिलो. काळ कोणासाठीही थांबत नाही. कालचक्र सुरूच असते. त्यात नवनवीन

विचार, सिद्धांतही जन्माला येत असतात. या कालखंडात मात्र आमची सततची धावपळ, भटकंती थांबली होती. थोडेफार स्थैर्य प्राप्त झाल्यावर आम्ही नगरे, गावे, राज्ये निर्माण केली. समाजात व समाजमानसातसुद्धा बऱ्याच प्रमाणात स्थिरता जागृत झाली. सुखलोलुपताही वाढली. ऐषारामी जीवन जगण्याचीसुद्धा चटक लागली.

तुला आम्ही निरनिराळ्या रूपांत मूर्त स्वरूप दिले होतेच. मग तुझी नगरानगरांमध्ये मंदिरे स्थापन झाली. तुझी पूजा, अर्चा, उत्सवही होऊ लागले. आम्ही तुला मानवी रूप दिले होतेच. आता तुझे मानवीकरणही सुरू केले. आमच्यात असलेले गुण-दोषही तुला चिकटवले गेले. तू आमच्याप्रमाणेच रागावतोस, खूष होतोस. तुलासुद्धा चैन, शृंगार, पक्वान्ने आवडतात वगैरे. नंतर मात्र या सर्व गोष्टींचा अतिरेकही सुरू झाला. आम्हाला मांसभक्षण आवडते; मग ते तुलाही आवडत असणार, म्हणून आम्ही तुला सुरुवातीला नरबळीही देत होतो. अर्थात त्या वेळी आम्ही आजच्या शब्दांत सांगायचे म्हणजे, असभ्य-रानटी होतो. पुढे-पुढे जसजशी सभ्यता, विचारांची प्रगल्भता वाढत गेली तसतशी या बळींमध्येही सुधारणा (माणुसकी) होत गेली. तेव्हा आम्ही नरबळी बंद केले (परंतु, आजही काही खंडांमध्ये रानटी अवस्थेतच अजून असलेल्या अविकसित जमातींमध्ये नरमांस-भक्षण केले जाते.) नरबळींची जागा पशुबळीने घेतली. पुढे तर 'व्रीही' म्हणजे लाल अक्षताच बळी अन्न म्हणून उपयोगात आणल्या जाऊ लागल्या.

तुला खूष करण्यासाठी यज्ञयाग, अनेक प्रकारची कर्मकांडे, नवससायास सुरू केले. त्याची बरी-वाईट फळेही आम्ही भोगली. परंतु त्यामुळे मूळ आवश्यक कर्तव्यकर्मांकडे दुर्लक्ष होत राहिले. कर्मठपणा वाढल्यामुळे बळी, यज्ञयाग यांचे अवास्तव प्रस्थ माजले. आणि विनोदाची गोष्ट अशी की, एकमेकांवर विजय मिळविण्यासाठी एकमेकांचे शत्रूसुद्धा तुझे अनुष्ठान घालू लागले. राजांची राज्यतृष्णा अतोनात वाढली. त्यासाठी राजसूय यज्ञ वगैरे सुरू झाले. राज्ये जिंकण्यासाठी युद्धे सुरू झाली. हजारो लोक मरू लागले. त्याच वेळी आमच्यातीलच काही शांतीप्रिय विचारवंत, ऋषी-मुनी याविरुद्ध प्रबोधन करीत राहिले. तू सर्व सृष्टीत आहेस. मनुष्य-प्राणी वगैरेंमध्येही तूच आहेस, हे सांगत होते. तुला प्राप्त करण्याचा हा मार्ग नव्हे. परंतु त्या वेळी तरी आम्हाला तू नको होतास; आम्हाला आमचा स्वार्थ प्रिय होता. आसक्तीमध्ये, सत्तापिपासेमध्ये आकंठ बुडालेलो आम्ही... आम्हाला दुसरे काहीच दिसत नव्हते.

या सर्व गोष्टींना कंटाळून काही शांतताप्रिय, अहिंसावादी व्यक्तींनी निराळे विचार मांडावयास सुरुवात केली. बौद्धमत व जैनमत जनप्रवाहात आले आणि

कर्मकांड, युद्धे, अराजकता यांना कंटाळलो आम्ही त्यांच्याकडे आकर्षित झालो. या ठिकाणी तुझे आणखी एक रूप दिसले. ते म्हणजे अहिंसा, दया, क्षमा, शांती. पूर्वी उपनिषदांत, वेदांतात हे तत्त्वज्ञान होतेच; परंतु ते मागे पडले. अर्थात ते प्राचीन संस्कृत भाषेत होते आणि आमच्यापैकी अगदी थोड्यांनाच ते येत होते. परंतु त्यांची असहायता होती आणि स्वार्थापुढे आम्हास काहीच चांगले दिसत नव्हते. सत्ता, वित्त व मत्ता या तीन गोष्टींनी आमचा ताबा घेतला होता.

त्यापुढे देशप्रेम, समाजप्रेम, तुझी खरी ओळख, खरी श्रद्धा व भक्ती वगैरे आम्ही सोईस्करपणे विसरलो. आम्ही तुझे मानवीकरण केले होतेच; आता आमच्या स्वार्थासाठीसुद्धा तुझा उपयोग करू लागलो. त्यामुळे आम्ही मूळ विचारांपासूनही दूर गेलो. परिणामी, अराजकालाही तोंड द्यावे लागले. याला कंटाळूनच बौद्धमत व जैनमत यांचा प्रभाव जनमानसात जाणवू लागला. या मतांच्या विचारांची बैठक भारतीय संस्कृतीत असल्याने व आचार, प्रथा, संस्कार यांच्यात फारसा फरक नसल्याने आम्हाला ते आमच्यापैकीच एक वाटू लागले.

राजसत्तेपेक्षाही आत्मिक बळ महत्त्वाचे आहे आणि त्यामुळेच मानव सुखी व समाधानी होऊ शकतो आणि आत्मसंयमामुळे माणूस नराचा नारायणही बनू शकतो. अशा विचारांमुळेसुद्धा आम्हांपैकी बऱ्याच जणांना त्यांचे आकर्षण वाटू लागले. परंतु ते तत्त्वज्ञानही त्यांच्या अनुयायांपर्यंतच व काही विशिष्ट वर्गांपर्यंतच सीमित राहिले. दरम्यान, हे संपूर्ण तत्त्वज्ञान उपनिषदांत व भगवद्गीतेत आलेले आहे. त्यावरच नवीन मते बहुतांशी आधारलेली आहेत, हे सांगण्यासाठी उपनिषदप्रेमींनी सुद्धा जुने तत्त्वज्ञान पुनर्जीवित केले —

अहिंसा असावी, परंतु ती भेकडाची नसावी; नाहीतर फक्त बलवान व सत्तापिपासूंचेच प्राबल्य वाढेल व दुर्बल दुर्बलच राहतील, हे वास्तव सांगितले. गीतेत हेच तत्त्वज्ञान निराळ्या अर्थाने सांगितले आहे. आपल्यावर होणारा अन्याय सहन करू नका. कारण अन्याय करणारा असमंजस व आसुरी वृत्तीचा असेल, तर प्रतिकार न झाल्याने तो आणखी उन्मत्त होऊ शकतो. त्यांचा प्रथम शांततेने, अहिंसक कृतीने प्रतिकार करा. त्याने आपल्या एका मुस्काटीत मारली तर ती खाऊन घ्या. त्याला पुन्हा अहिंसक मार्गाने समजाविण्याचा प्रयत्न करा व दुसरा गाल पुढे करा. एवढे करूनही त्याचे मतपरिवर्तन झाले नाही, तर त्याचा हात वरच्यावर धरा व तो मुळापासून उखडून टाका, म्हणजे तो पुन्हा कोणावर अन्याय करू शकणार नाही.

त्याचप्रमाणे विनाकारण स्वार्थासाठी, सुखलोलुपतेसाठी जिव्हालौल्य भागविण्यासाठी निष्पाप प्राण्यांची हिंसा करू नका. बाकी इतर विचार—मनाने

हिंसा, बोलण्याने हिंसा वगैरे बाबतीत सर्वांची तत्त्वे एकसारखीच आहेत. परंतु जैन, बौद्ध किंवा गीतेतील तत्त्वज्ञान आम्ही विसरलो. चंगळवाद, भोगवाद व स्वार्थ यापलीकडे आमची दृष्टी जाऊच शकली नाही. तरीसुद्धा जैन व बौद्ध तत्त्वज्ञान काही जनमानसांत व त्यांच्या अनुयायांत रुजतच राहिले. परंतु त्याला मर्यादा आल्या. कारण सत्ता, मत्ता, वित्त व स्वार्थ यापुढे तत्त्वज्ञान, नीतिमूल्ये वगैरे नेहमीच मागे पडतात.

परिणामी, जनतेला अनन्वित अत्याचार सोसावे लागले. दरम्यान, म्हणजे सुमारे २००० (दोन हजार) वर्षांपूर्वी अशाच प्रकारची राज्यतृष्णा, श्रेष्ठत्व, कनिष्ठत्व, गुलामगिरी, यांचे प्रस्थ मध्य-दक्षिणेकडील युरोप, आशिया व मिस्र या देशांमध्ये माजले होते. त्याचा अतिरेक झाला होता आणि येशू ख्रिस्ताचा जन्म झाला. त्याने एक वैचारिक, धार्मिक क्रांती घडवून आणली. दया, क्षमा, शांती, समभाव वगैरे ख्रिस्तमतांचा प्रवाह सुरू झाला. पुढे त्याला देवत्व लाभले. भारतीय अशा देवत्व लाभलेल्या मानवाला अंशावतार म्हणत. परंतु त्याचे अनुयायी त्याला ईश्वराचा प्रेषित, दूत किंवा पुत्र म्हणू लागले.

त्यानंतर ६०० (सहाशे) वर्षांनी म्हणजे सुमारे १४०० (चौदाशे) वर्षांपूर्वी मध्य आशियातसुद्धा असाच अन्यायाचा प्रतिकार करण्यासाठी महंमद पैगंबराचा जन्म झाला आणि समभाव, शांती, न्याय वगैरेंची महत्ता सांगणारा मुस्लिम मतप्रवाह सुरू झाला. त्याच्या अनुयायांनी त्यालासुद्धा अंशावतार न मानता तो ईश्वराचा म्हणजे अल्लाचा प्रेषित म्हणू लागले. या दोन नवीनच उदयास आलेल्या पंथांमध्ये ईश्वर या संकल्पनेबाबत समान सूत्र होते. ख्रिश्चन ईश्वराला 'गॉड' म्हणत, तर मुस्लिम त्याला 'अल्ला' म्हणत. परंतु त्याचे प्रत्यक्ष साकार रूप कुठेही सांगितलेले नाही. तो परमेश्वराप्रमाणेच अव्यक्त व निराकार म्हणून मानला गेला, त्यामुळे त्याचे मूर्त स्वरूप किंवा मूर्ती या दोन्ही स्वरूपात कुठेच आढळत नाहीत.

पुढे भारतवर्षाप्रमाणेच युरोपमध्ये सभ्य व सुसंस्कृत साम्राज्ये निर्माण झाली. परंतु त्या देशांमध्ये राहणारे आम्ही राज्यतृष्णा व संपत्तीची लालसा यामुळे नवीन जगाचा शोध घेण्यास सुरुवात केली. बिचाऱ्या अगदीच प्राथमिक अवस्थेत जगणाऱ्या व जंगलांमध्ये, गुहांमध्ये राहणाऱ्या असहाय, दुर्बल व अडाणी लोकांवर राज्य व अत्याचार सुरू केले. आम्ही आमच्यातच वास करीत असलेल्या तुला विसरलो. आम्ही स्वत:च्या देहाला व आत्म्याला एकच समजून त्यांना 'मी' मानू लागलो. परिणामी, आमच्याच प्रमाणे असलेल्या आमच्याच असहाय बांधवांना गुलामगिरीत डांबले.

पण त्याचाही प्रतिकार करणारे काही आमच्यातलेच महामानव जन्माला

आले. एक प्रकारे त्यांना तुझाच आविष्कार (अंशावतार) समजावा लागेल. जॉर्ज वॉशिंग्टन, बुकर टी वॉशिंग्टन, मार्टिन ल्युथर किंग, अब्राहम लिंकन, नेल्सन मंडेला वगैरे. पाश्चिमात्य राष्ट्रांच्याच उत्तर युरोपमध्ये त्या वेळी धनवान-सरदार हे कामगारांवर, शेतमजुरांवर अनन्वित अत्याचार करीत. त्यांच्या बाजूने उभा राहणारा 'कार्ल मार्क्स' याने एक नवीनच विचार मांडला व भरडल्या जाणाऱ्या मजुरांना न्याय मिळाला. 'आहे रे व नाही रे'ची दरी कमी करण्याचा प्रयत्न केला. त्या विचाराने काही भागांतले आम्ही मानव प्रभावित झालो व एक नवीनच राज्यपद्धती अस्तित्वात आली— 'साम्यवाद'.

परंतु विसाव्या शतकात संपूर्ण जगात स्वातंत्र्याचे वारे वाहू लागले व बहुतेक राष्ट्रे गुलामगिरीच्या जोखडातून मुक्त झाली. प्राचीन भारतवर्षही स्वतंत्र झाले; परंतु आमची मानसिकता बदलली नव्हती. आम्ही अजूनही सोवळे-ओवळे, वरिष्ठ-कनिष्ठ, सवर्ण-दलित या अत्यंत घृणास्पद मतांना चिकटून होतो. आमच्याच बांधवांना आम्ही जणू गुलामगिरीचे जीवन जगण्यास भाग पाडीत होतो. वेठबिगार हा गुलामगिरीचाच नवा अवतार.

परंतु डॉ. बाबासाहेब आंबेडकर यांच्या स्वरूपात पुन्हा तुझा आविष्कार आम्हास दिसला. कोणी मानो अगर न मानो; आम्ही मात्र त्यांना तुझाच अंशावतार मानतो. कारण तूच गीतेच्या माध्यमातून समदर्शिन: हे तत्त्व आम्हांस सांगितले होते व अन्यायाचा प्रतिकार करणारा माझीच विभूती आहे, असे म्हणाला होतास. त्याचप्रमाणे ईशावास्योपनिषदांतील उपदेशही आम्ही स्वार्थापुढे विसरलो. कुणाचेही धन अन्यायाने गिधाडाप्रमाणे लुबाडू नकोस, स्वत:च्या जरुरीपेक्षा जास्त ठेवू नकोस आणि ज्यांच्याजवळ नाही त्यांना तुझ्या जास्तीच्या वाट्यातील हिस्सा दे, वगैरे.

आम्ही पुरुषप्रधान संस्कृतीत गुरफटलो गेलो. पूर्वी स्त्रियांना देवतांचा दर्जा होता; परंतु आम्ही त्यांना भोगदासी बनविले. आमची मानसिकता एवढी लयास गेली, की स्त्रीवर्गाला आम्ही शिक्षणापासूनही वंचित केले. स्त्रीच्या सतीत्वाचे अवास्तव स्तोम माजले गेले. पती निधनानंतर आम्ही तिला रोजच्या शृंगारपासून वंचित केले. तिचे केशवपन केले. तिला समाजात वावरण्यास बंदी केली. तिला पती निधनानंतर आम्ही अक्षरश: जाळले. परंतु स्त्रीमध्येसुद्धा तुझाच अंश असतो, त्यांना भावना असतात; याचा आम्ही विचारच केला नाही.

आणि या ठिकाणी पुन्हा तुझा साक्षात्कार राजा राममोहन रॉय, अण्णासाहेब कर्वे यांच्या रूपाने झाला. प्रचलित अनिष्ट प्रथांना विरोध केला तो महात्मा फुले, आगरकर यांनी. कदाचित त्यांना तुझे अस्तित्व मान्य नसेलही; परंतु तुझे गुण आम्हाला त्यांच्यात दिसले व त्यांना आम्ही तुझेच अंशावतार मानू लागलो. 'महात्मा'

या पदवींनी त्यांना गौरविले. आमच्यात एक हीन वृत्ती वास करीत होती. कुष्ठरोगी झालेल्यांना आम्ही वाळीत टाकले. त्यांना अत्यंत मानहानीचे, भिकाऱ्याचे जीवन जगण्यास भाग पाडले; परंतु तेथेही बाबासाहेब आमटे यांच्या रूपाने तुझा आविष्कार दिसला.

असो. तरीसुद्धा अशा प्रकारे आम्ही तुझा शोध सतत घेत आहोत आणि अजून तो प्रयत्न आम्ही सोडलेला नाही. विसावे शतक हे विज्ञानाचे गणले जाते. मग आम्ही विज्ञानाच्या दृष्टिकोनातून तुझा शोध घेऊ लागलो आणि आमच्या असे लक्षात आले, की या जगातील सर्व व्यवहारांमागे, सर्व घटनांमागे एक अज्ञात शक्ती सतत कार्यरत आहे. तिच्यापर्यंत अजून आम्ही पोचलेलो नाही; मात्र तिचे अस्तित्व नक्कीच आहे. आमच्यातील सर्वश्रेष्ठ शास्त्रज्ञ आइनस्टाईन, कोपेन हेगन, स्टीफन वाईनबर्ग, अँण्ड्र्यू न्युबर्ग, जगदीशचंद्र बोस, चंद्रशेखर यांनीसुद्धा या अदृश्य शक्तीचे अस्तित्व मान्य केले आहे.

आम्ही जसजसा सर्व जगातील तुझा अस्तित्वाबद्दलच्या मतप्रवाहांचा अभ्यास केला, तेव्हा असे लक्षात आले, की प्रत्येकाच्या मतप्रणालीत एक विशिष्ट साम्य आहे. ते म्हणजे, अदृश्य शक्तीचे. तर मग ही शक्ती कशी असावी? तर, ती अव्यक्त व निर्गुण असावी. प्रकृतीच्या गुणांपलीकडची असावी. हिंदू तिला परमात्मा म्हणतात, ख्रिश्चन गॉड म्हणतात, मुस्लिम अल्ला म्हणतात आणि वैज्ञानिक अदृश्य शक्ती म्हणतात. बौद्ध व जैन तुला निराळ्या स्वरूपात बघतात. परंतु साम्यवादी मात्र तुझे अस्तित्वच नाकारतात. परंतु ते 'तुझे अस्तित्व नाही', असेही सिद्ध करू शकत नाहीत.

म्हणून आम्ही म्हणतो, की विसावे शतक हे विज्ञानाचे होते, तर एकविसावे शतक हे अध्यात्माचे असणार आहे. तसे विचारप्रवाह, संशोधनही सुरू झालेले आहे. कदाचित तुझे रहस्य उलगडेलही आणि आम्ही सतत घेत असलेला तुझा शोध पूर्णत्वास जाईल. परंतु ते काहीही असो; आम्हा सर्वांना तू प्रत्यक्ष दिसत नसलास, तरीसुद्धा तुझे अस्तित्व मान्य आहे, हे नक्की.

♦♦